പുതിയ കേരളം പുതിയ ഇന്ത്യ

Puthiya Keralam Puthiya India
Politics

M V Govindan Master

CHINTHA PUBLISHERS
Thiruvananthapuram

First Edition
March 2023

Published
Chintha Publishers, Thiruvananthapuram

Printed at
Time Offset Printers, Thiruvananthapuram

Cover Design
Vinod Mangoes

Cover Painting
Tribal Women / Amrita Sher-Gil

ISBN : 978-93-94753-77-8

CO - 3233 / 6385

Email: chinthapublishers@gmail.com
Website: www.chinthapublishers.com

A version is available at National Libraries
Kolkata, Mumbai, Chennai and Delhi

Distribution
DESHABHIMANI BOOKHOUSE
H O Thiruvananthapuram 695035

Branch
Head Office Kunnukuzhi • Statue Thiruvananthapuram
KSRTC Bus Terminal Thampanoor • Saphalyam Complex Thiruvananthapuram
KSRTC Bus Station Alappuzha • KSRTC Bus Station Ernakulam
Machingal Lane Thrissur • IG Road Kozhikode
Mavoor Road Kozhikode • NGO Union Building Kannur
Central Bus Terminal Complex Thavakkara Kannur

പുതിയ കേരളം പുതിയ ഇന്ത്യ

എം വി ഗോവിന്ദൻ മാസ്റ്റർ

ചിന്ത പബ്ലിഷേഴ്സ്
തിരുവനന്തപുരം-695 035

എം വി ഗോവിന്ദൻ മാസ്റ്റർ

കണ്ണൂർ ജില്ലയിലെ മൊറാഴയിൽ ജനനം. കെ എസ് വൈ എഫിലൂടെ രാഷ്ട്രീയരംഗത്ത് സജീവമായി. ഡി വൈ എഫ് ഐ രൂപീകരണത്തിനുള്ള അഖിലേന്ത്യാ പ്രിപ്പറേറ്ററി കമ്മിറ്റി അംഗമായിരുന്നു. ഡി വൈ എഫ് ഐയുടെ പ്രഥമ സംസ്ഥാന പ്രസിഡന്റ്, സെക്രട്ടറി, അഖിലേന്ത്യാ എക്സി ക്യൂട്ടീവ് കമ്മിറ്റി അംഗം എന്നീ നിലകളിൽ പ്രവർത്തിച്ചു. സി പി ഐ (എം) കാസർകോട് ഏരിയാ സെക്രട്ടറി, കണ്ണൂർ ജില്ലാ സെക്രട്ടറി എന്നീ സ്ഥാനങ്ങൾ വഹിച്ചിട്ടുണ്ട്.

നിലവിൽ സി പി ഐ (എം) സംസ്ഥാന സെക്രട്ടറി, പോളിറ്റ് ബ്യൂറോ അംഗം. *ദേശാഭിമാനി*യുടെയും *മാർക്സിസ്റ്റ് സംവാദ*ത്തിന്റെയും ചീഫ് എഡിറ്ററായിരുന്നു. അഖിലേന്ത്യാ കർഷകത്തൊഴിലാളി യൂണിയന്റെ വൈസ് പ്രസിഡന്റ്, കർഷകത്തൊഴിലാളി മാസികയുടെ ചീഫ് എഡിറ്റർ. അടിയന്തരാവസ്ഥക്കാലത്ത് നാലുമാസക്കാലം ജയിൽവാസം അനുഭവിച്ചിട്ടുണ്ട്. നിരവധി തവണകളിലായി പൊലീസ് ഗുണ്ടാ മർദ്ദനത്തിന് വിധേയനായി. തളിപ്പറമ്പിൽനിന്ന് മൂന്നുതവണ എം എൽ എയും 2021 ലെ പിണറായി മന്ത്രിസഭയിൽ തദ്ദേശസ്വയംഭരണ വകുപ്പ്, എക്സൈസ് മന്ത്രിയുമായിരുന്നു.

കൃതികൾ: *സ്വത്വരാഷ്ട്രീയത്തെപ്പറ്റി* (എഡിറ്റർ), *വൈരുദ്ധ്യാത്മക ഭൗതികവാദം ഇന്ത്യൻ ദർശനത്തിൽ, ചൈനീസ് ഡയറി, യുവജനപ്രസ്ഥാനത്തിന്റെ ചരിത്രം:ആശയസമരങ്ങളുടെ പശ്ചാത്തലത്തിൽ, കർഷകത്തൊഴിലാളി യൂണിയൻ: ചരിത്രവും വർത്തമാനവും, മാർക്സിസ്റ്റ് ദർശനം ഇന്ത്യൻ പശ്ചാത്തലത്തിൽ, കാടുകയറുന്ന ഇന്ത്യൻ മാവോവാദം.*

ജനാധിപത്യ മഹിളാ അസോസിയേഷൻ സംസ്ഥാന കമ്മിറ്റി അംഗം പി കെ ശ്യാമളയാണ് ഭാര്യ.

മക്കൾ : ജി എസ് ശ്യാംജിത്,
ജി എസ് രംഗീത്

ഉള്ളടക്കം

പ്രസാധകക്കുറിപ്പ്

കഴിഞ്ഞ ഏതാനും പതിറ്റാണ്ടുകൾക്കിടയിൽ വലിയ മാറ്റങ്ങളാണ് സാമൂഹിക രാഷ്ട്രീയ രംഗത്ത് നമ്മുടെ രാജ്യത്തും പുറത്തും സംഭവിച്ചത്. സോവിയറ്റ് യൂണിയന്റെ തകർച്ച, നവ ലിബറൽ ആശയങ്ങളുടെ വേലിയേറ്റം, മത വംശീയ രാഷ്ട്രീയ പ്രസ്ഥാനങ്ങളുടെ ദ്രുതഗതിയിലുള്ള വളർച്ച എന്നിങ്ങനെ അര നൂറ്റാണ്ടുമുമ്പ് നമ്മുടെയൊക്കെ ചിന്താമണ്ഡലത്തിൽ പോലുമില്ലാതിരുന്ന പല ആശയങ്ങളും പ്രത്യക്ഷരൂപമാർജ്ജിക്കുകയും ഭീമാകാര രൂപംപൂണ്ട് ലോകത്തിന്റെയും നമ്മുടെ രാജ്യത്തിന്റെയും അധികാര കേന്ദ്രങ്ങളിലെത്തുകയും ചെയ്തിരിക്കുന്നു. ഇവ സാധാരണ ജനങ്ങളുടെ ജീവിതത്തിനുമേൽ ഉയർത്തിയിരിക്കുന്ന ഭീഷണികൾ നിസ്സാരമല്ല. ഈ പ്രതിഭാസങ്ങളെ കൃത്യമായി മനസ്സിലാക്കിയാൽ മാത്രമേ അവയ്ക്കെതിരായ പ്രതിരോധപ്രവർത്തനങ്ങൾ ശക്തിപ്പെടുത്താൻ കഴിയൂ. ഗോവിന്ദൻ മാഷിന്റെ ഈ പുസ്തകം ഇക്കാര്യത്തിലേക്കുള്ള ഉറച്ച ചുവടുവെയ്പാണ്. വിഷയങ്ങളെ പഠിക്കുകയും മനസ്സിലാക്കുകയും ചെയ്യുമ്പോൾ മാർക്സിസ്റ്റ് രീതിശാസ്ത്രത്തിൽ ഉറച്ചുനിന്നുകൊണ്ടുള്ള വിശകലനമാണ് ഗോവിന്ദൻ മാഷിന്റെ എഴുത്തിന്റെ ഏറ്റവും വലിയ പ്രത്യേകത. ഈ പുസ്തകത്തിൽ സമാഹരിച്ചിട്ടുള്ള ലേഖനങ്ങളുടെ പ്രധാന സവിശേഷതയും അതാണ്. വർത്തമാനകാല രാഷ്ട്രീയ സംഭവങ്ങളെ ആഴത്തിൽ മനസ്സിലാക്കാൻ ശ്രമിക്കുന്ന ആർക്കും ഈ പുസ്തകം ഒരു മാർഗദർശിയായിരിക്കും.

ചിന്ത പബ്ലിഷേഴ്സ്

അടിയന്തരാവസ്ഥയുടെ കറുത്തകാലം ഇനിയും ആവർത്തിക്കരുത്

അടിയന്തരാവസ്ഥയുടെ ഓർമ ഇന്നും ജനാധിപത്യ വിശ്വാസികളെ ജാഗ്രതപ്പെടുത്തുന്ന ഒന്നാണ്. ഭരണാധികാരികൾ ഏകാധിപതികളായി മാറാൻ വെമ്പുമ്പോൾ അവർ ജനാധിപത്യത്തെ ചവിട്ടിമെതിക്കാൻ മടിച്ചുനിൽക്കാറില്ല. ഇന്ത്യൻ നാഷണൽ കോൺഗ്രസിന്റെ നേതാവ് ഇന്ദിരാഗാന്ധി പ്രധാനമന്ത്രിയായിരുന്ന കാലത്ത് രാജ്യം അഭിമുഖീകരിച്ച അടിയന്തരാവസ്ഥ കാലം നമുക്കത് തെളിയിച്ചു തന്നു. ബ്രിട്ടീഷ് വാഴ്ചയിൽനിന്നും സ്വാതന്ത്ര്യത്തിനുവേണ്ടി പോരാടിയ പാരമ്പര്യമുള്ള സ്വാതന്ത്ര്യസമര പ്രസ്ഥാനമായ ഇന്ത്യൻ നാഷണൽ കോൺഗ്രസ്, അടിയന്തരാവസ്ഥ പ്രഖ്യാപിച്ചതിലൂടെ നിഷേധിച്ചത് ജനങ്ങളുടെ സ്വാതന്ത്ര്യവും ജനാധിപത്യവുമാണ്. ഇന്ത്യ ഇന്ദിരയും ഇന്ദിര ഇന്ത്യയുമായി മാറിയപ്പോൾ കോൺഗ്രസും കൂട്ടുകക്ഷികളും രാജ്യത്തെ ജനങ്ങളെ മറന്നു. തങ്ങളുടെ സ്വാതന്ത്ര്യസമര പോരാട്ടങ്ങളുടെ ഭൂതകാല തിളക്കവും വലിച്ചെറിഞ്ഞു.

രാജ്യത്തെ ജനങ്ങളുടെ സ്വാതന്ത്ര്യം കവർന്നെടുക്കുക മാത്രമല്ല അടിയന്തരാവസ്ഥ ചെയ്തത്. സ്വതന്ത്രഭാരതത്തിന്റെ സൃഷ്ടാക്കൾ ആരംഭിച്ച രാഷ്ട്രനിർമാണപ്രക്രിയയെ തന്നെ അത് നിശ്ചലമാക്കി, കുറേയധികം പിറകിലോട്ട് വലിച്ചിഴച്ചു. നെഹ്റു ഒരു പരിധിവരെ രാഷ്ട്രത്തെ നിർമിക്കാൻ ശ്രമിച്ചു എന്ന് പറയുമ്പോൾ, അദ്ദേഹത്തിന്റെ മകൾ ഇന്ദിരാഗാന്ധി അതിന് തടസ്സമായി മാറി. രാജ്യത്തിന്റെ തിളക്കമായിമാറേണ്ട സ്ഥാപനസ്വരൂപങ്ങളുടെ അടിത്തറ തകർത്തു. അങ്ങനെ പാർലമെന്റിന്റെയും നീതിപീഠത്തിന്റെയും കാര്യനിർവഹണ വിഭാഗത്തിന്റെയും സ്വതന്ത്രമായ നിലനിൽപ്പ് അപകടത്തിലായി. ആ ഒരു ദുരവസ്ഥയിൽ നിന്നും തുടക്കമിട്ട വീഴ്ചകളിൽനിന്നും ഇന്ത്യൻ ജനാധിപത്യം പൂർണമായും കരകയറി എന്ന് പറയാൻ ഇപ്പോഴും സാധിക്കില്ല. ഫാസിസ്റ്റ്

സംഘടനയായ ആർ എസ് എസ് നിയന്ത്രിക്കുന്ന ബി ജെ പിയുടെ വളർച്ചപോലും അടിയന്തരാവസ്ഥ രാജ്യത്ത് ഉണ്ടാക്കിയിട്ടുള്ള അരാജകത്വ രാഷ്ട്രീയ കാലാവസ്ഥയുടെ ഉൽപ്പന്നമാണ്. ആർ എസ് എസ് പ്രചാരകനായ നരേന്ദ്ര മോദി രണ്ടാമതും രാജ്യത്തിന്റെ പ്രധാനമന്ത്രി പദത്തിലേക്കെത്തുമ്പോൾ അടിയന്തരാവസ്ഥ കാലത്ത് തുടക്കംകുറിച്ച അപകടംപിടിച്ച പോക്കിന് തുടർച്ചയുണ്ടാവുകയാണ്.

രാജ്യത്തിന്റെ നിലനിൽപ്പിന് തന്നെ ഗുരുതരമായ പ്രത്യാഘാതങ്ങളുണ്ടാക്കുന്ന ഒന്നാണ് അടിയന്തരാവസ്ഥ എന്ന് മനസ്സിലാക്കിയപ്പോൾ അന്നത്തെ ഇന്ത്യൻ നാഷണൽ കോൺഗ്രസിന്റെ ദേശീയാധ്യക്ഷനായിരുന്ന കെ കാമരാജ് പറഞ്ഞത്; 'എല്ലാം പോച്ച്. എൻ തപ്പ്' എന്നാണ്. ഇന്ദിരയെ പ്രധാനമന്ത്രി പദത്തിലിരുത്താൻ മുൻകൈയെടുത്ത കാമരാജിന് വരെ എല്ലാം കൈവിട്ട് പോയി, എന്റെ തെറ്റാണ് എന്ന് വിലപിക്കേണ്ടി വന്നത് തങ്ങളാഗ്രഹിച്ച രീതിയിൽ ജനാധിപത്യം പുലരാതെ പോയതുകൊണ്ടാണ്. ഇന്ന് ഇന്ത്യൻ നാഷണൽ കോൺഗ്രസിന്റെ നേതൃത്വവും അണികളും ബി ജെ പിയെയും അവരുടെ പ്രധാനമന്ത്രിയെയും വിമർശിക്കുമ്പോൾ, ജനാധിപത്യവും മതനിരപേക്ഷതയും അപകടത്തിലാവുന്നു എന്ന് വിളിച്ചുകൂവുമ്പോൾ, ഇതിനൊക്കെ തുടക്കംകുറിച്ച ഒരു ഭൂതകാല രാഷ്ട്രീയ ചരിത്രം കോൺഗ്രസിനുണ്ട് എന്നത് മറന്നുപോകാൻ പാടില്ല.

ഒരു രാജ്യത്തിന്റെ ഭരണസംവിധാനത്തെയോ രാഷ്ട്രീയസാമൂഹ്യക്രമത്തെയോ സമ്പദ്ഘടനയെയോ അട്ടിമറിക്കാൻ സാധിക്കുന്നതും അടിയന്തര പരിഹാരം ആവശ്യമായ ഒരു സന്ദിഗ്ധഘട്ടത്തിൽ ഒരു രാജ്യത്തിലെ ഭരണകൂടം ആ രാജ്യത്തിന്റെ ഭരണഘടനയിലെ വകുപ്പുകളനുസരിച്ച് ഭരണസംവിധാനത്തെ താൽക്കാലികമായി റദ്ദുചെയ്യുകയും ജനങ്ങളുടെയും ഭരണസംവിധാനത്തിന്റേയും അവകാശങ്ങളിൽ മാറ്റം വരുത്തി ആ സമയത്തെ പ്രത്യേക അവസ്ഥയെ നേരിടാൻ രാജ്യത്തെ പ്രാപ്തമാക്കുന്നതിനെയാണ് അടിയന്തരാവസ്ഥ എന്ന് പറയുന്നത്. രാജ്യത്ത് അടിയന്തരാവസ്ഥ പ്രഖ്യാപിക്കുന്നുവെങ്കിൽ ആഭ്യന്തര കലാപമോ, പ്രകൃതി ക്ഷോഭമോ, യുദ്ധപ്രഖ്യാപനമോ പോലുള്ള പശ്ചാത്തലം ഉണ്ടാവും. ഇന്ത്യയെ അടിയന്തരാവസ്ഥയിലേക്ക് തള്ളിയിടുമ്പോൾ ഇന്ദിരാഗാന്ധിക്ക് മുന്നിൽ അത്തരം അവസ്ഥകൾ ഉണ്ടായിരുന്നില്ല.

രാജ്യത്ത് കഴിഞ്ഞ തിരഞ്ഞെടുപ്പുകളിൽ നരേന്ദ്രമോദി സർക്കാരിന്റെ പിൻബലത്തോടുകൂടി ബി ജെ പി തിരഞ്ഞെടുപ്പിൽ തിരിമറി കാണിച്ചു എന്ന കുറ്റപ്പെടുത്തൽ പ്രബലമായി നിൽക്കുന്നുണ്ട്. ഇ വി എം വരെ ബി ജെ പി അട്ടിമറിച്ചു എന്ന ആരോപണംപോലെ 1971 ലെ തിരഞ്ഞെടുപ്പിൽ ഇന്ദിരാഗാന്ധിയും കോൺഗ്രസ് പാർട്ടിയും പരക്കെ തിരഞ്ഞെടുപ്പു കൃത്രിമം കാട്ടിയെന്ന് ആരോപണം ഉയർന്നിരുന്നു. ആ കാലഘട്ടത്തിൽ ബംഗ്ലാദേശ് വിമോചന യുദ്ധം പോലുള്ള നീക്കങ്ങളിലൂടെ ജനങ്ങളുടെ പ്രീതി പിടിച്ചുപറ്റാൻ ഇന്ദിരയ്ക്ക് സാധിച്ചു. എന്നാൽ, നെഹ്റുവിന്റെ നയങ്ങളെ വലിച്ചെറിഞ്ഞ ഇന്ദിരയുടെ ഭരണകാലം കടുത്ത സാ

മ്പത്തിക മാന്ദ്യത്തിലേക്ക് രാജ്യത്തെ തള്ളിയിട്ടു. തൊഴിലില്ലായ്മയും വിലക്കയറ്റവും രൂക്ഷമായി. 73 ലെ എണ്ണ പ്രതിസന്ധിയും തുടർന്ന് വിദേശ കരുതൽശേഖരത്തിലുണ്ടായ ഇടിവും ജനങ്ങളിൽ അസംതൃപ്തി വളർത്തി. രാജ്യത്ത് ദാരിദ്ര്യം സാർവ്വത്രികമായി. പട്ടിണി മരണങ്ങൾ റിപ്പോർട്ട് ചെയ്യപ്പെട്ടു. രൂക്ഷമായ ഭക്ഷ്യക്ഷാമത്തിന് രാജ്യം സാക്ഷ്യം വഹിച്ചു. ആ സമയത്താണ് റെയിൽവെ പണിമുടക്ക് പ്രഖ്യാപിക്കുന്നത്. ആ സമരത്തിന്റെ തുടർച്ചയായും സമാന്തരമായും യുവാക്കളുടെയും വിദ്യാർത്ഥികളുടെയും തൊഴിലാളികളുടെയും വിവിധ സമരങ്ങളാൽ രാജ്യം മുഖരിതമായി. ജയപ്രകാശ് നാരായണന്റെ നേതൃത്വത്തിൽ പരിപാകമാവാത്ത 'സമ്പൂർണ വിപ്ലവം' എന്ന മുദ്രവാക്യവുമായി നടത്തിയ മുന്നേറ്റവും പ്രസക്തമാണ്. 74 മാർച്ചിലെ ബിഹാർ അസംബ്ലി ഉപരോധവും പൊലീസ് വെടിവെപ്പും 27 പേരുടെ ധീര രക്തസാക്ഷിത്വവും ഭരണകൂടത്തെ പിടിച്ചുകുലുക്കാൻ പോന്നതായിരുന്നു.

ഏതാണ്ട് ഇതിന് സമാന്തരമായി ഒരു കോടതി വ്യവഹാരം കൂടി നടക്കുന്നുണ്ടായിരുന്നു. ഇന്ദിരാഗാന്ധിയോട് ലോക്സഭാ തിരഞ്ഞെടുപ്പിൽ പരാജയപ്പെട്ട രാജ് നാരായണനാണ് ഇന്ദിരക്കെതിരെ അലഹബാദ് ഹൈക്കോടതിയിൽ കേസുകൊടുത്തത്. തിരഞ്ഞെടുപ്പിൽ നടന്ന കൃത്രിമവും സർക്കാർ വസ്തുവകകൾ തിരഞ്ഞെടുപ്പ് പ്രചരണത്തിനായി ഉപയോഗിച്ചതുമൊക്കെ ചൂണ്ടിക്കാട്ടിയായിരുന്നു ആ കേസ്. തുടർന്ന് 1975 ജൂൺ 12 നു ജസ്റ്റിസ് ജഗ്മോഹൻലാൽ സിൻഹ ഭരണകൂടത്തിന്റെ വസ്തുവകകൾ തിരഞ്ഞെടുപ്പു പ്രചരണത്തിനായി വിനിയോഗിച്ചു എന്ന കുറ്റത്തിന് ഇന്ദിരാഗാന്ധിയെ കുറ്റക്കാരിയായി വിധിച്ചു. ഇന്ദിരയുടെ തിരഞ്ഞെടുപ്പു വിധി കോടതി റദ്ദാക്കി. ലോക്സഭാ സീറ്റും റദ്ദാക്കി. അടുത്ത ആറു വർഷം ഇന്ദിരാഗാന്ധി തിരഞ്ഞെടുപ്പിൽ മത്സരിക്കുവാൻ പാടില്ലെന്നും കോടതി പറഞ്ഞു. ഇന്ദിരാഗാന്ധി ആ വിധിക്കെതിരെ അപ്പീലുമായി സുപ്രീംകോടതിയെ സമീപിച്ചു. മലയാളിയായ ജസ്റ്റിസ് വി ആർ കൃഷ്ണയ്യരായിരുന്നു ന്യായാധിപൻ. 1975 ജൂലൈ 14 ന് ഇന്ദിരാഗാന്ധിക്ക് പ്രധാനമന്ത്രിയായി തുടരാമെന്ന് സുപ്രീംകോടതിയുടെ ഇടക്കാല ഉത്തരവ് പുറത്തുവന്നു. എന്നാൽ, ആ ഉത്തരവിലൂടെ ഇന്ദിരയുടെ വോട്ടുചെയ്യാനുള്ള അവകാശം കോടതി നിഷേധിച്ചു.

രാജ്യമാകെ രാഷ്ട്രീയമായി പ്രക്ഷുബ്ധമായ കാലമായിരുന്നു അത്. ഇന്ദിരാ സർക്കാരിനെതിരെ പ്രതിപക്ഷ കക്ഷികൾ ഡൽഹിയിൽ ജൂൺ 25 ന് സംഘടിപ്പിച്ച ഉജ്ജ്വലമായ മാർച്ചിൽ ജയപ്രകാശ് നാരായൺ ഇന്ദിരാഗാന്ധിയുടെ രാജി ആവശ്യപ്പെട്ടു. അനധികൃതമായും ഭരണഘടനാവിരുദ്ധവുമായി ഭരണത്തിൽ കടിച്ചുതൂങ്ങുന്ന ഇന്ദിരാഗാന്ധിയെ പ്രതിപക്ഷം രൂക്ഷമായി വിമർശിച്ചു. രാജ്യത്തിന്റെ സൈന്യവും ബ്യൂറോക്രസിയും പ്രധാനമന്ത്രി പദത്തിലിരിക്കുന്ന ഇന്ദിരയുടെ ഉത്തരവുകൾ അനുസരിക്കേണ്ടതില്ലെന്ന് ജയപ്രകാശ് നാരായൺ ഡൽഹിയിൽ പ്രഖ്യാപിച്ചു. അപ്പോഴാണ് ഭരണം അട്ടിമറിക്കാൻ പ്രതിപക്ഷ കക്ഷികൾ ശ്രമിക്കുന്നു എന്ന് പറഞ്ഞുകൊണ്ട് ആ ദിവസം അർദ്ധരാത്രി തന്നെ ഇന്ദിരാഗാ

ന്ധി രാജ്യത്ത് അടിയന്തരാവസ്ഥ പ്രഖ്യാപിച്ചത്. തൊട്ടടുത്ത ദിവസം രാജ്യത്തിന്റെ വിവിധ ഭാഗങ്ങളിൽ നൂറുകണക്കിന് നേതാക്കളെ അറസ്റ്റ് ചെയ്തു. ആഭ്യന്തര സുരക്ഷാ നിയമം മിസയാണ് ചുമത്തിയത്. രാഷ്ട്രീയ എതിരാളികളെ വേട്ടയാടാനുള്ള ഉപകരണമായി ഇന്ദിരാഗാന്ധി അടിയന്തരാവസ്ഥയെ ഉപയോഗിച്ചു.

ഇന്ദിരാഗാന്ധി ജനാധിപത്യത്തെ 'നിശ്ചലാവസ്ഥ'യിലാക്കിയ നാളുകളായിരുന്നു അത്. അന്ന് രാഷ്ട്രപതിയായിരുന്ന ഫക്രുദ്ദീൻ അലി അഹമ്മദ്, ഭരണഘടന അനുശാസിക്കുന്ന വിധത്തിൽ ഇന്ദിരയുടെ നിർദേശം പാലിച്ചു. എല്ലാ ആറുമാസം തോറും അടിയന്തരാവസ്ഥ തുടരുവാനുള്ള അനുമതി നൽകി. ഇത് 1977ൽ തിരഞ്ഞെടുപ്പ് നടക്കുന്നതുവരെ തുടർന്നു. ജനാധിപത്യം ഭൂരിപക്ഷ ഭരണമല്ലെന്നും ഒരു വ്യക്തിയുടെ ഇഷ്ടാനിഷ്ടങ്ങൾക്കനുസരിച്ച് അതിനെ പരുവപ്പെടുത്താമെന്നും ഇന്ദിരാഗാന്ധി ആ കറുത്ത കാലത്ത് ജനതയെ ബോധ്യപ്പെടുത്തി. പലപ്പോഴും പ്രധാനമന്ത്രിയായല്ല സഞ്ജയ് ഗാന്ധിയുടെ അമ്മ ഇന്ദിരാഗാന്ധിയായാണ് അവർ രാജ്യം ഭരിച്ചത്. ഒരു കോൺഗ്രസുകാരിയായോ, ബ്രിട്ടീഷുകാരിൽനിന്നും പോരാട്ടവീര്യത്തിലൂടെ സ്വാതന്ത്ര്യം നേടിയ ഇന്ത്യക്കാരുടെ പ്രതീകമായോ ഉയരാൻ ഇന്ദിരയ്ക്ക് കഴിയാതെ പോയി.

ഇന്ദിര കോൺഗ്രസ് പാർട്ടിക്കുള്ളിലെ എതിർസ്വരങ്ങളെ ഇല്ലാതാക്കി. ഭരണത്തെ തന്നിലേക്കും മകനിലേക്കും കേന്ദ്രീകരിച്ചു. എതിരായി ഉയർന്ന ശബ്ദങ്ങളെയെല്ലാം അടിച്ചമർത്തി. വലതുപക്ഷ ഭരണകർത്താക്കൾക്ക് അധികാരമെന്നത് മോഹമായി മാറുകയും മാർഗ്ഗം അല്ലാതായി തീർന്നതും ഈ കറുത്ത കാലത്തോടെയാണ്. പരമാധികാര ജനാധിപത്യ റിപ്പബ്ലിക്കിൽനിന്ന് സ്വേച്ഛാധിപത്യ റിപ്പബ്ലിക്കിലേക്ക് രാജ്യം മൂക്കുകുത്തിയ കറുത്ത കാലഘട്ടമായിരുന്നു അടിയന്തരാവസ്ഥ. ജനാധിപത്യത്തിന്റെ കാലത്തും സ്വേച്ഛാധിപത്യം ഇരച്ചുകയറി വരാമെന്ന് ഇന്ദിരാഗാന്ധി തെളിയിച്ചു. ഒരു ഭരണകൂടത്തിന് ആത്മവിശ്വാസം നഷ്ടപ്പെട്ടാൽ അത് ജനങ്ങൾക്കെതിരെ തിരിയുമെന്നും അടിയന്തരാവസ്ഥ തെളിയിച്ചു. ഇന്ന് മോദിയുടെ ഭരണകൂടം ഇന്ദിരയുടെ ഫാസിസ്റ്റ് വഴികളെ പാഠപുസ്തകം പോലെ പിന്തുടരുന്നവരാണ്. രാജ്യത്തിന്റെ ജനാധിപത്യത്തെയും ഭരണഘടനയെയും ഫെഡറലിസത്തെയും മതനിരപേക്ഷതയേയും അംഗീകരിക്കാത്ത ആർ എസ് എസിന്റെ പ്രചാരകനായ മോദിക്ക് വളരെയെളുപ്പം ഇന്ദിരയുടെ അടിയന്തരാവസ്ഥയ്ക്കും അപ്പുറമുള്ള കറുത്ത നാളുകൾ സൃഷ്ടിക്കാനാവുമെന്നത് നാം മറന്നുപോകരുത്.

അടിയന്തരാവസ്ഥക്കാലത്ത് സി പി ഐ നേതാവായിരുന്ന സി അച്യുതമേനോൻ ആയിരുന്നു കേരളത്തിൽ മുഖ്യമന്ത്രി. ഇന്ദിരാഗാന്ധിയുടെ ആജ്ഞാനുവർത്തിയെന്ന് അറിയപ്പെട്ട കോൺഗ്രസ് നേതാവ് കെ. കരുണാകരനാണ് ആഭ്യന്തര വകുപ്പ് മന്ത്രി. ഭരണകൂടം പൊലീസിനെ മർദ്ദക ഉപകരണമായി മാറ്റുന്നതിന്റെ നിഷ്ഠുരമായ ഉദാഹരണങ്ങൾ ആ കാലത്ത് കേരളത്തിൽ നിന്നുണ്ടായി. കോഴിക്കോട് റീജിയണൽ എഞ്ചി

നീയറിംഗ് കോളേജ് വിദ്യാർത്ഥിയായ രാജനെ ഉരുട്ടിക്കൊന്ന സംഭവം അടിയന്തരാവസ്ഥയുടെ കരാളതയുടെ ദൃഷ്ടാന്തമായി മാറി. അടിയന്തരാവസ്ഥക്കെതിരെ അതിശക്തമായ പ്രതിഷേധമാണ് പുരോഗമന പ്രസ്ഥാനത്തിന്റെ നേതൃത്വത്തിൽ ഉയർന്നുവന്നത്. സുന്ദരയ്യയും എ കെ ജിയും ഇ എം എസുമൊക്കെ ഒളിവിലും തെളിവിലുമായി അടിയന്തരാവസ്ഥയെ എതിർക്കാൻ ജനതയെ പ്രാപ്തരാക്കി. വി എസും പിണറായിയും കോടിയേരിയുമൊക്കെ ജയിലിലായി. ഈ ലേഖകനെ അറസ്റ്റ് ചെയ്തത് കണ്ണൂർ കുടിയാൻമലയിൽ വെച്ചായിരുന്നു. ജയിലറകൾ സമര വിളംബരത്തിന്റെ ഗാഥകൾ രചിച്ച കാലം കൂടിയായിരുന്നു അത്.

ഇന്ദിരാഗാന്ധി മാധ്യമങ്ങൾക്ക് ഏൽപ്പിച്ച വിലക്കും കുപ്രസിദ്ധമായിരുന്നു. സെൻസർഷിപ്പ് ഏർപ്പെടുത്തിയാണ് മാധ്യമങ്ങളുടെ നാവുകളെ പിടിച്ചുകെട്ടിയത്. നിരവധി പത്രപ്രവർത്തകർ ജയിലിലായി. സർക്കാരിന്റെ പരസ്യം അടിയന്തരാവസ്ഥയെ അനുകൂലിക്കുന്നവർക്ക് മാത്രമായി നിജപ്പെടുത്തി. ജനാധിപത്യത്തെ വെല്ലുവിളിച്ച ഇന്ദിര, നീതിന്യായ വിലയിരുത്തലുകൾക്ക് അടിയന്തരാവസ്ഥ വിധേയമാകാതിരിക്കാൻ വേണ്ടി 38–ാമത് ഭേദഗതിക്ക് ഭരണഘടനയെ വിധേയമാക്കി. പ്രധാനമന്ത്രി തിരഞ്ഞെടുപ്പ് സുപ്രീംകോടതി ചോദ്യംചെയ്യാൻ പാടില്ലെന്ന് വരുത്തിക്കൊണ്ട് 39–ാം ഭരണഘടനാ ഭേദഗതി വരുത്തി. പാർലമെന്റ് പാസാക്കുന്ന നിയമങ്ങൾക്കുമേൽ സുപ്രീംകോടതിക്ക് ഇടപെടാൻ സാധിക്കില്ലെന്നതായിരുന്നു 42–ാം ഭരണഘടനാ ഭേദഗതി. തമിഴ്നാട്, ഗുജറാത്ത് സർക്കാരുകളെ പിരിച്ചുവിടാനും ഇന്ദിര തയ്യാറായി. ജനാധിപത്യം മരിച്ചു ജീവിച്ച നാളുകളായിരുന്നു അത്.

ഇന്ദിരാഗാന്ധിയുടെ മകൻ സഞ്ജയ് ഗാന്ധി അടിയന്തരാവസ്ഥ കാലത്തെ ജനവിരുദ്ധ നടപടികളുടെ ഉപജ്ഞാതാവായി മാറി. രാജ്യത്ത് ഒരു കേസുപോലും ഇല്ലെങ്കിലും ആരെ വേണമെങ്കിലും പിടിച്ചുവെക്കാനും അറസ്റ്റ് ചെയ്യാനും സാധിക്കുന്ന സ്ഥിതി ഉണ്ടായി. കുടുംബങ്ങളെ പോലും അറിയിക്കാതെ നിരവധി നിരപരാധികളെ പൊലീസ് വേട്ടയാടി. 1,10,806 പേരെ ഇത്തരത്തിൽ വിചാരണ കൂടാതെ അറസ്റ്റ് ചെയ്ത് പീഡിപ്പിച്ചതായി ഷാ കമ്മീഷൻ റിപ്പോർട്ട് പറയുന്നു. രാഷ്ട്രീയ തടവുകാരും മറ്റ് തടവുകാരും അതിക്രൂരമായ പീഡനങ്ങൾക്കാണ് ഇരയായത്. ജയിലറകളിൽ നിണം കെട്ടികിടന്ന നാളുകളായിരുന്നു അത്. നിർബന്ധിത വന്ധ്യംകരണം അടിച്ചേൽപ്പിച്ചതും അപ്പോഴായിരുന്നു. 81,32,209 പുരുഷന്മാരെ നിർബന്ധിത വന്ധ്യംകരണത്തിനു വിധേയമാക്കി എന്ന് രേഖകൾ പറയുന്നു. പഴയ ദില്ലിയിലെ തുർക്മാൻ ഗേറ്റ്, ജുമാ മസ്ജിദ് പ്രദേശങ്ങളിലെ ചേരികളുടെയും താഴ്ന്ന വരുമാനമുള്ളവരുടെ വീടുകളുടെയും നശീകരണം കുപ്രസിദ്ധമായി രേഖപ്പെടുത്തപ്പെട്ടിരിക്കുന്നു. ഡൽഹിയിൽ മാത്രം 1,50,105 കുടിലുകൾ തകർക്കപ്പെട്ടു. ഇരുന്നൂറോളം പാവപ്പെട്ടവരെ വെടിവെച്ചുകൊന്നു. നിരാലംബരായ പാവങ്ങൾ നരകയാതനയിലേക്ക് വലിച്ചെറിയപ്പെട്ടു. ഇത്തരം കാര്യങ്ങൾ മൂടിവെക്കാനും വ്യാജപ്രചരണങ്ങൾക്കുമായി ദൂരദർശൻ പോലുള്ള പൊ

തു മാധ്യമങ്ങളെയും *മലയാള മനോരമ* അടക്കമുള്ള സ്വകാര്യ മാധ്യമങ്ങളെയും ഉപയോഗിച്ചു. ഇന്ത്യയുടെ ജനാധിപത്യത്തിനെതിരായുള്ള ഏറ്റവും വലിയ വെല്ലുവിളിയായി അടിയന്തരാവസ്ഥയെ ചരിത്രം രേഖപ്പെടുത്തുന്നു.

അടിയന്തരാവസ്ഥ കാലത്ത് എതിർപ്പുമായി വന്ന് ഇന്ദിരയുടെ അർദ്ധഫാസിസ്റ്റ് നയങ്ങൾക്കെതിരെ ശബ്ദിച്ചവരായിരുന്നു ആർ എസ് എസ് നിയന്ത്രിത രാഷ്ട്രീയക്കാർ. ഇന്നവർ ഭരണത്തിലേറി നടപ്പിലാക്കുന്നത് അപ്രഖ്യാപിത അടിയന്തരാവസ്ഥയാണ്. ഇവർ നടപ്പിലാക്കുന്ന പൗരാവകാശലംഘനങ്ങൾ അടിയന്തരാവസ്ഥയെ വെല്ലുന്നതാണ്. ഭരണത്തിലേറിയ കാലം മുതൽ നരേന്ദ്രമോദിയും സംഘവും രാജ്യത്തെ ഹിന്ദുത്വത്തിലേക്ക് പരിമിതപ്പെടുത്തുവാനുള്ള ശ്രമങ്ങൾക്ക് ആക്കം കൂട്ടി. സാധാരണക്കാർക്ക് ഇന്ത്യയിൽ ജീവിക്കാൻ തന്നെ ബുദ്ധിമുട്ടാണെന്ന് വന്നിരിക്കുന്നു. ജീവിക്കാൻ നിവൃത്തിയില്ലാതെ ആത്മഹത്യ ചെയ്യുന്ന പരശതം കർഷകരും ജാതിയുടെയും മതത്തിന്റെയും പേരിൽ തെരുവുനായ്ക്കളെപ്പോലെ തല്ലിക്കൊല്ലപ്പെടുന്ന മനുഷ്യരും അഭിപ്രായസ്വാതന്ത്ര്യത്തിന്റെ പേരിൽ വേട്ടയാടപ്പെടുന്ന പുരോഗമന ചിന്തകരും മാധ്യമപ്രവർത്തകരും മോദിയുടെ അപ്രഖ്യാപിത അടിയന്തരാവസ്ഥയുടെ ഇരകളാണ്.

ആർ എസ് എസ് പ്രചാരകനായ മോദിയുടെ നേതൃത്വത്തിൽ രണ്ടാമത്തെ തവണയും കേന്ദ്രഭരണം സംഘപരിവാർ നിയന്ത്രണത്തിലാവുമ്പോൾ അധികാരം വലിയതോതിൽ കേന്ദ്രീകരിക്കപ്പെടുകയാണ്. സംസ്ഥാനങ്ങളുടെ ഭരണഘടനാപരമായ അധികാരങ്ങൾ കേന്ദ്രം കവർന്നെടുക്കുന്നു. കേന്ദ്ര മന്ത്രിസഭയിൽ മന്ത്രിമാർ പലരും ഉണ്ടെങ്കിലും ഇന്ദിരാഗാന്ധിയുടെ കാലത്തെന്നതുപോലെ ഭർണം ഒരാളിൽ കേന്ദ്രീകരിക്കുന്നു. ആ കേന്ദ്രീകരണത്തിലൂടെ ഭരണഘടന അപ്രസക്തമാണെന്ന് തന്നെയാണ് മോദി വിളിച്ചുപറയുന്നത്. ദാരിദ്ര്യവും തൊഴിലില്ലായ്മയും നിരക്ഷരതയും നിർമാർജനം ചെയ്തുകൊണ്ടോ മതനിരപേക്ഷതയെയും ജനാധിപത്യത്തെയും തിട്ടപ്പെടുത്തിക്കൊണ്ടോ അല്ല, പാഠ്യപദ്ധതി തിരുത്തിയും സ്ഥാപനസ്വരൂപങ്ങളെ കാവിവൽക്കരിച്ചും ഭൂരിപക്ഷ വർഗീയതയെ താലോലിച്ചുകൊണ്ടുമാണ് മോദി, ഭരണഘടനയെ മറികടക്കാനുള്ള വഴി ഒരുക്കുന്നത്. ഈ രാഷ്ട്രീയ കാലാവസ്ഥയിൽ രാജ്യത്തിന്റെ ഭരണഘടനാസാക്ഷരത വളർത്തി ജനാധിപത്യത്തെ കൂടുതൽ ഈടുറ്റതാക്കി മാറ്റാനുള്ള പോരാട്ടങ്ങൾ ഏറെ പ്രസക്തമാണ്. മതനിരപേക്ഷതയും ഫെഡറലിസവും രാജ്യത്തിന്റെ ദേശീയപതാക തന്നെയും കാത്തുസൂക്ഷിക്കാനുള്ള ഈ പോരാട്ടത്തിന്റെ മുന്നണി പോരാളിയാകാനുള്ള ബാധ്യത നമുക്കോരോരുത്തർക്കുമുണ്ട്.

മുതലാളിത്ത വികസനവും ഇടതുപക്ഷവും

കേരളവികസനത്തെ സംബന്ധിച്ചുള്ള വിശദാംശങ്ങൾ ചർച്ച ചെയ്യുന്നതിനും അവ സാർത്ഥകമാക്കുന്നതിനും ഒറ്റമൂലികളൊന്നും തന്നെ ആരുടെ കൈകളിലുമില്ല. യാഥാർത്ഥ്യങ്ങളെ ഉൾക്കൊണ്ടു കൊണ്ട്, വസ്തുതകളെ മുൻനിർത്തി മാത്രമേ വികസനത്തെ പറ്റി സംസാരിക്കുന്നതിൽ അർത്ഥമുള്ളു. ഇന്ത്യയിൽ, ജനാധിപത്യ വിപ്ലവം പൂർത്തീകരിക്കാത്തതും അതുകൊണ്ടുതന്നെ ഭൂപ്രഭുത്വത്തിന്റെ സാമ്പത്തിക അടിത്തറ തകർത്തെറിയാൻ സാധിക്കാത്തതുമായ, ഫ്യൂഡൽ ജീർണതയുടെ മുകൾപ്പരപ്പിലാണ് മുതലാളിത്തം കെട്ടിപ്പടുത്തിട്ടുള്ളത്. ജനാധിപത്യ വിപ്ലവം നടന്ന മുതലാളിത്ത രാജ്യങ്ങളിൽനിന്നും വ്യത്യസ്തമാണ് ഈ അവസ്ഥ. അത്തരമൊരു സമൂഹമാണ് കേരളത്തിലുമുള്ളത്. ആ ഭൂമികയിൽ വികസനം എന്നത് ഒരു വായ്ത്താരിമാത്രമായി പോകാൻ സാധ്യതയുണ്ട്. അവിടെ ബദൽ വികസന പരിപ്രേക്ഷ്യവുമായി മുന്നോട്ടുപോകാൻ സാധിക്കുന്നു എന്നതാണ് ഇടതുപക്ഷത്തിന്റെ പ്രസക്തി.

സാമ്രാജ്യത്വ-മൂലധന ശക്തികളോട് കീഴടങ്ങൽ മനോഭാവത്തോടെ സന്ധിചെയ്ത കുത്തകമുതലാളിത്തം നേതൃത്വം നൽകുന്ന ഭരണകൂട വ്യവസ്ഥയാണ് ഇന്ത്യയിൽ നിലവിലുള്ളത്. ഇതിന് കീഴിൽ ഭരണഘടനാപരമായ ചട്ടക്കൂടിനകത്തുനിന്നുകൊണ്ടാണ് സംസ്ഥാനത്തിന്റെ ഭരണം കൈയ്യാളുന്നത്. അപ്പോൾ കേരളത്തിലെ വികസന നയം എന്നത് വ്യക്തതയോടെ കൈകാര്യം ചെയ്യപ്പെടേണ്ട ഒന്നാണ്. ഭൂപ്രഭുത്വം നിലവിലുള്ളതും ബൂർഷ്വാ ജനാധിപത്യവിപ്ലവം നടക്കാത്തതുമായ രാജ്യത്ത്, സാമൂഹിക - സാമ്പത്തിക വ്യതിരിക്തതയുള്ള, പുരോഗതി നേടിയ സംസ്ഥാനമായി കേരളം നിവർന്നുനിൽക്കുന്നതിനുള്ള അടിസ്ഥാന കാരണം ഭൂപ്രഭുത്വം അവസാനിപ്പിക്കാനായതാണ്. പാർലമെന്ററി

പ്രവർത്തനത്തിന്റെയും പാർലമെന്റേതര പ്രവർത്തനത്തിന്റെയും സാധ്യതകൾ ഉപയോഗപ്പെടുത്തിക്കൊണ്ടാണ് നാം ആ നേട്ടത്തിലേക്കെത്തിയത്. അഞ്ചുസെന്റുമുതൽ പതിനഞ്ചേക്കർ വരെ വിസ്തീർണമുള്ള ഭൂമി മുപ്പത്തിയാറ് ലക്ഷത്തോളം കുടുംബങ്ങൾക്ക് ഈ പ്രക്രിയയുടെ ഭാഗമായി ലഭ്യമാക്കി. അമർത്യസെന്നിനെ പോലുള്ള ലോകപ്രശസ്തരായ ചിന്തകൻമാർ കേരളത്തെക്കുറിച്ചും കേരള മോഡലിനെ കുറിച്ചും ലോകത്തോട് സംവദിക്കാൻ തയ്യാറാവുന്നത് ഈ വസ്തുതയുടെ ബലത്തിലാണ്.

കേരള വികസന മാതൃക എന്നത് ഏറെ തിളക്കമുള്ള ഒരു പ്രയോഗം തന്നെയാണ്. വിദ്യാഭ്യാസ ആരോഗ്യമേഖലകളിലെ പുരോഗതിയും സാക്ഷരതയിൽ കൈവരിച്ച ഉയർന്ന നേട്ടവും ജീവിത നിലവാരത്തിൽ പുലർത്തുന്ന ഔന്നത്യവും നാം മേൻമയായി പങ്കുവെക്കുന്നത് അതിവിടെ യാദൃച്ഛികമായി വന്നുഭവിച്ചതുകൊണ്ടല്ല. ബദലുകൾ മുന്നോട്ടുവെച്ച് ഇച്ഛാശക്തിയോടെ ലക്ഷ്യപ്രാപ്തിയിലേക്കെത്തിയതാണ്. മേൻമകളും നേട്ടങ്ങളും ഉണ്ടാക്കിയതാണ്. എല്ലാം തികഞ്ഞവരാണ് നാം എന്നല്ല പറഞ്ഞുവരുന്നത്. നമുക്ക് മുന്നിൽ ഇനിയും കടമ്പകളുണ്ട്. രണ്ടരലക്ഷത്തോളം ഭൂരഹിതരും അഞ്ചുലക്ഷത്തോളം ഭവനരഹിതരുമുള്ള നാടാണ് കേരളം. അത്തരത്തിലുള്ള പ്രതിബന്ധങ്ങളെയെല്ലാം അഭിമുഖീകരിച്ച് നവകേരളം സൃഷ്ടിക്കാനുള്ള കുതിപ്പിലാണ് കേരളം ഭരിക്കുന്ന പിണറായി വിജയൻ സർക്കാരുള്ളത്.

മുതലാളിത്ത ഭൂപ്രഭുത്വം നിലവിലുള്ള നാടാണ് നമ്മുടേത്. ആ പശ്ചാത്തലത്തിൽ നിന്നാണ് നാം കേരളത്തിന്റെ വികസനത്തെപ്പറ്റി ചർച്ച ചെയ്യുന്നത്. വികസന മാതൃകകൾ രൂപപ്പെടുത്തേണ്ടതും വികസന ബദലുകൾ സൃഷ്ടിക്കേണ്ടതും ഈ തലത്തിൽ നിന്നാണ്. രാജ്യത്തിന് മുന്നിൽ അഭിമാനത്തോടെ ഉയർത്തിപ്പിടിക്കാവുന്ന ബദലുകൾ കേരളത്തിനുണ്ടാവണം. അതിനായി വേഗത്തിൽ മുന്നോട്ടുപോവുകയാണ് എൽ ഡി എഫ് ഗവൺമെന്റ്. നവകേരള മിഷൻ അതിനുള്ള നാന്ദിയാണ്. ദരിദ്രജനവിഭാഗങ്ങളുടെ ഉന്നമനവും സർവതല സ്പർശിയായ വികസനവും യാഥാർഥ്യമാക്കുന്നതിനായാണ് സംസ്ഥാനത്ത് നവകേരള മിഷന് തുടക്കമിട്ടിട്ടുള്ളത്. ഹരിതകേരളം, ലൈഫ് സമ്പൂർണ പാർപ്പിട സുരക്ഷ, ആർദ്രം സമഗ്ര ആരോഗ്യം, സമഗ്ര വിദ്യാഭ്യാസ നവീകരണം എന്നിങ്ങനെ നാല് മിഷനുകളിലായി ആറ് മേഖലകളായി തിരിച്ചുള്ള ബൃഹദ്പ്രവർത്തനങ്ങൾക്കാണ് ഇതിലൂടെ തുടക്കമിട്ടിരിക്കുന്നത്. മാലിന്യസംസ്കരണം, ജലസമൃദ്ധി, കാർഷികവികസനം എന്നിവ സംയോജിപ്പിച്ചുകൊണ്ട് നടപ്പിലാക്കുന്ന ഹരിതകേരളം മിഷനും കുട്ടികളെ പൊതുവിദ്യാലയങ്ങളിലേക്ക് തിരികെക്കൊണ്ടുവരുന്നതിനും നിലവാരമുള്ള വിദ്യാഭ്യാസം ഉറപ്പാക്കുന്നതിനുമുള്ള ആസൂത്രിത പ്രവർത്തനങ്ങളിലൂന്നുന്ന വിദ്യാഭ്യാസ മിഷനും വെറും ഒരു വീട് എന്നതിലുപരിയായി ഓരോ വീട്ടിലെയും ഒരാൾക്കെങ്കിലും മെച്ചപ്പെട്ട തൊഴിൽ പരിശീലനവും അടിസ്ഥാന സൗകര്യങ്ങളും വിവിധ സാമൂഹിക സേവ

നങ്ങളും ചികിത്സയ്ക്കും കുട്ടികളുടെ വിദ്യാഭ്യാസത്തിനുമുള്ള സൗകര്യങ്ങളുമെല്ലാം ഒരുക്കുന്ന സുരക്ഷിത ഭവനങ്ങളെന്ന ലൈഫ്മിഷൻ കാഴ്ചപ്പാടും പ്രാഥമികാരോഗ്യകേന്ദ്രങ്ങളെ കുടുംബാരോഗ്യകേന്ദ്രങ്ങളാക്കാനും മെഡിക്കൽകോളേജുകളിൽ നൂതന സൂപ്പർസ്പെഷ്യാലിറ്റി സൗകര്യങ്ങൾ ഉറപ്പുവരുത്താനും പാവപ്പെട്ടവർക്കും സാധാരണക്കാർക്കും സുഗമമായി ആതുരശുശ്രൂഷാ സേവനങ്ങളും സൗജന്യമരുന്നും ലഭ്യമാക്കാനും ലക്ഷ്യമിടുന്ന ആർദ്രം മിഷനും യാഥാർത്ഥ്യമാകുമ്പോൾ സൃഷ്ടിക്കപ്പെടുന്നത് നവകേരളം തന്നെയാവും. ഈ വികസനത്തിന്റെ പരിപ്രേക്ഷ്യം നിശ്ചയിക്കുന്നത് സമൂഹത്തിൽ വലിയ രൂപത്തിൽ സ്വാധീനം ചെലുത്താൻ പറ്റുന്ന മേൽത്തട്ടിലുള്ള സമ്പന്നരോ, കോർപ്പറേറ്റുകളോ അല്ല. ജനങ്ങളാണ്.

ഈ വികസനലക്ഷ്യങ്ങൾ സാധ്യമാകുമ്പോൾ അടിസ്ഥാന ജനവിഭാഗങ്ങളുടെ മുന്നേറ്റമാണ് നാട്ടിലുണ്ടാവുക. പരസ്പരപൂരകമായ വികസന പന്ഥാവുകളിലേക്ക് ജനങ്ങളെ നയിക്കുന്നതിനൊപ്പം മതനിരപേക്ഷതയെ ഊട്ടിയുറപ്പിക്കുന്നതിനുള്ള പരിശ്രമങ്ങളും അഴിമതി സമ്പൂർണമായി നിർമാർജ്ജനം ചെയ്യുന്നതിനുള്ള ഇച്ഛാശക്തിയും സർക്കാർ പ്രകടിപ്പിക്കുന്നുണ്ട്. മേൽ ചൂണ്ടിക്കാണിച്ച കാര്യങ്ങളെല്ലാം ജനകീയജനാധിപത്യ-സോഷ്യലിസ്റ്റ് - കമ്യൂണിസ്റ്റ് ബദലാണെന്ന് ആരും തെറ്റിദ്ധരിക്കേണ്ടതില്ല. ഇന്നത്തെ ഭരണകൂട വ്യവസ്ഥിതിയുടെ പരിമിതികൾക്കകത്ത് നിന്നുകൊണ്ട് ചെയ്യുന്ന ജനാധിപത്യ ബദലുകൾ മാത്രമാണവ.

ഇടതുപക്ഷം സാമൂഹ്യനീതിയും മത നിരപേക്ഷതയും ഉറപ്പുവരുത്താനുള്ള നിതാന്തജാഗ്രത പുലർത്തുന്നുണ്ട്. ദളിത് അക്രമങ്ങൾക്കെതിരായ ചെറുത്തുനിൽപ്പ്, ന്യൂനപക്ഷ സംരക്ഷണം, സ്ത്രീസുരക്ഷ ഉറപ്പാക്കൽ, അഴിമതി നിർമാർജ്ജനം, അന്ധവിശ്വാസമുൾപ്പെടെയുള്ള ജാതിജീർണതക്കെതിരായ പ്രതിരോധം തുടങ്ങിയവയൊക്കെ സംഘടിപ്പിക്കുന്നത് ഇതിന്റെ ഭാഗമായാണ്. ഇതെല്ലാം തന്നെ ഭരണകൂട വ്യവസ്ഥയ്ക്കകത്തുനിന്നുകൊണ്ടുള്ള പോരാട്ടങ്ങളിലൂടെ നേടിയെടുക്കാൻ സാധിക്കേണ്ട ലക്ഷ്യങ്ങളാണ്. ഭരണഘടനാപരമായ ഉള്ളടക്കത്തിനകത്തുനിന്നുകൊണ്ട് നേടിയെടുക്കാൻ സാധിക്കുന്നതുമാണ്. വർത്തമാനത്തിൽ നമ്മുടെ ലക്ഷ്യങ്ങൾ യാഥാർത്ഥ്യമാക്കുന്നതിനുള്ള സാധ്യതയും പരിമിതിയും മനസ്സിലാക്കി മുന്നോട്ടുപോകുമ്പോഴാണ് രാഷ്ട്രീയ ഇടപെടലുകൾക്ക് കൂടുതൽ മിഴിവുണ്ടാകുന്നത്.

നമുക്ക് മുന്നിലുള്ള പരിമിതി ഇന്ത്യൻഭരണകൂടത്തിന്റെ വർഗഘടനയാണ്. അത് തൊഴിലാളി വർഗത്തിന് അനുകൂലമായി നിൽക്കുന്ന ഒന്നല്ല. ഈ പരിമിതിയുള്ളതുകൊണ്ട് മേൽസൂചിപ്പിച്ച പോരാട്ടങ്ങൾ പ്രസക്തമാണ്. അതിനോടൊപ്പം ചേർന്ന് നിൽക്കാൻ ജനകീയ ബദലുകളുമായി മുന്നോട്ടുപോകുന്ന ജനകീയ സർക്കാരിനും ഇടതുപക്ഷ പ്രസ്ഥാനങ്ങൾക്കും സാധിക്കും. കേരളത്തിൽ അതാണ് കാണാനാവുന്നത്. സമരങ്ങളോടും മുദ്രാവാക്യങ്ങളോടും പുറന്തിരിഞ്ഞുനിൽക്കുന്ന ഗവൺമെന്റല്ല ഇടതുപക്ഷത്തിന്റേത്. എന്നാൽ, ചില മാധ്യമങ്ങളും

നിക്ഷിപ്ത താൽപ്പര്യക്കാരും നിശ്ചയിക്കുന്ന അജണ്ടകളിൽ നിലപാടുകൾ സ്വീകരിക്കുന്ന ഗവൺമെന്റുമല്ലിത്.

കേരളത്തിലെ ഇടതുപക്ഷ ജനാധിപത്യ മുന്നണി ഗവൺമെന്റ്, ഇടതുപക്ഷ പാർട്ടികളും ജനാധിപത്യപ്രസ്ഥാനങ്ങളും ചേർന്നുള്ള കൂട്ടായ്മയാണ്. വിപുലമായ ഒരു ഇടതുപക്ഷ ജനാധിപത്യ മുന്നണി, രാജ്യത്ത് രൂപപ്പെടുത്തേണ്ടതിന്റെ ആവശ്യകതയാണ് ഇതിലൂടെ വെളിവാകുന്നത്. ഇന്ത്യൻ ഭരണവർഗത്തെയും ഭരണകൂടത്തെയും മാറ്റിമറിക്കാൻ ഒരു പുതിയ ഭരണകൂട വ്യവസ്ഥ പകരം വെക്കുന്നതിനുള്ള ജനകീയ ജനാധിപത്യ വിപ്ലവം ലക്ഷ്യംവെച്ച് പ്രവർത്തിക്കുന്ന പ്രസ്ഥാനമാണ് സി പി ഐ (എം). ഈ ലക്ഷ്യം കൈവരിക്കുന്നതിന് അതിവിപുലമായ ജനകീയ ജനാധിപത്യ മുന്നണി രൂപംകൊള്ളേണ്ടതായിട്ടുണ്ട്. സി പി ഐ (എം) ന്റെ ഇരുപത്തിയൊന്നാം പാർട്ടി കോൺഗ്രസ് ഭരണവർഗ നിലപാടുകൾക്കെതിരായി വിപുലമായ ജനവിഭാഗങ്ങളെ അണിനിരത്തി വലിയ പോരാട്ടങ്ങൾക്ക് നേതൃത്വം കൊടുക്കുന്നതിനായി തീരുമാനിച്ചിട്ടുണ്ട്. ഇടതുപക്ഷ ജനാധിപത്യമുന്നണി കെട്ടിപ്പടുക്കുക എന്നുള്ളത് ഒരു പ്രചരണമുദ്രാവാക്യമായിട്ടല്ല പാർട്ടി കാണുന്നത്. കേരളത്തിന്റെ അനുഭവം കൂടി മുന്നിൽവെച്ചുകൊണ്ട് ഇടതുപക്ഷ ബദൽ ദേശീയാടിസ്ഥാനത്തിൽ കെട്ടിപ്പടുക്കുന്നതിന് രാജ്യവ്യാപകമായി ഇടതുപക്ഷ സ്വാധീനം പ്രത്യേകിച്ച് സി പി ഐ (എം)ന്റെ വിപുലമായ പ്രവർത്തനം വികസിപ്പിച്ചെടുക്കേണ്ടതായിട്ടുണ്ട് എന്ന് നിരീക്ഷിക്കുകയുണ്ടായി. ഇടതുപക്ഷ ജനാധിപത്യ മുന്നണി എന്നതുകൊണ്ടർത്ഥമാക്കുന്നത് ഒരു തെരഞ്ഞെടുപ്പ് സഖ്യം എന്നുള്ള നിലയിലല്ല. ഭരണവർഗ നിലപാടുകൾക്കെതിരായി സമരം ചെയ്യുന്ന അതിവിശാലമായ ഒരു ജനകീയ കൂട്ടുകെട്ടായാണ്. വർഗസമരമെന്ന സാമൂഹ്യ പ്രതിഭാസത്തെ സാമൂഹ്യ വിപ്ലവത്തിന്റെ ത്വരിത ശക്തിയായി വികസിപ്പിക്കുന്നതിനുള്ള തൊഴിലാളി വർഗ രാഷ്ട്രീയത്തിന്റെ സാമൂഹ്യ ഇടപെടലായിട്ടാണ് അതിനെ കാണേണ്ടത്.

ഈ സാഹചര്യത്തിൽ ഇടതുപക്ഷജനാധിപത്യമുന്നണി കെട്ടിപ്പടുക്കുക എന്ന രാഷ്ട്രീയം മുന്നോട്ടുവെക്കുന്ന ഇന്ത്യയിലെ ഏറ്റവും പ്രബലമായ പാർട്ടി എന്നുള്ള നിലയിൽ സി പി ഐ (എം) ഭരണവർഗ നിലപാടുകൾക്കെതിരെയും ജനവിരുദ്ധ സമീപനങ്ങൾക്കെതിരെയും ഉയർന്നുവരുന്ന അതിവിപുലമായ മുന്നണിയുടെ കേന്ദ്രമായാണ് നിലകൊള്ളുന്നത്. അതിനാൽ തന്നെ ഇടതുപക്ഷ ഐക്യം കാത്തുസൂക്ഷിക്കാനുള്ള ബാധ്യത ഏറ്റവുമേറെയുള്ളത് സി പി ഐ (എം) ന് തന്നെയാണ്. ആ വസ്തുത മനസ്സിലാക്കുന്നതുകൊണ്ടാണ് പ്രകോപനങ്ങളെ വകവെക്കാതെ, അത്തരത്തിലുള്ള നിലപാടുകളെ തിരുത്തിയെടുത്ത് വിശാല ഇടതുപക്ഷ ഐക്യത്തിലേക്കുള്ള പുരോഗമന ധാരയെ കൂടുതൽ വിപുലമാക്കാൻ സി പി ഐ (എം) ശ്രമിച്ചുകൊണ്ടേയിരിക്കുന്നത്. ഇതൊക്കെ മനസ്സിലാക്കിയാവണം വികസന കാഴ്ചപ്പാടിനെ പറ്റിയും ഇടതുപക്ഷ നയങ്ങളെ പറ്റിയും പരാമർശിക്കേണ്ടത്.

സമരപന്ഥാവുകളിലേക്ക്

രാജ്യത്ത് ബി ജെ പി സർക്കാർ അധികാരത്തിൽ വന്നിരിക്കുന്നു. വലിയ ഭൂരിപക്ഷമാണ് അവർക്ക് ലഭിച്ചിരിക്കുന്നത്. നരേന്ദ്രമോദി സർക്കാരിനെക്കുറിച്ചും ബി ജെ പി – സംഘപരിവാർ പ്രസ്ഥാനങ്ങളെ പറ്റിയും തിരഞ്ഞെടുപ്പ് വേളയിൽ ഇടതുപക്ഷം പറഞ്ഞ കാര്യങ്ങളെല്ലാം കൂടുതൽ രൂക്ഷതയോടെ വീണ്ടും രാജ്യത്ത് നടമാടുമെന്നതിൽ ഒരു സംശയവും വേണ്ട. ജനാധിപത്യത്തിനും മതനിരപേക്ഷതയ്ക്കും ഭരണഘടനയ്ക്കും ഭീഷണി ഉയർത്തുന്നതോടൊപ്പം ആഗോളവൽക്കരണ ഉദാരവൽക്കരണ സ്വകാര്യവൽക്കരണ നയങ്ങൾ അടിച്ചേൽപ്പിക്കുകയും വർഗീയ അജണ്ടകൾ നടപ്പിലാക്കാൻ പറ്റുന്ന വിധത്തിൽ ഭരണകൂടത്തെ ജനവിരുദ്ധമായി ഉപയോഗിക്കുകയും ചെയ്യുന്ന കേന്ദ്രസർക്കാരാണ് മോദിയുടേത്. ഇടതുപക്ഷത്തിന്റെ സ്വാധീനം പാർലമെന്റിൽ കുറഞ്ഞു എന്നത് വസ്തുത ആണെങ്കിലും ഇന്ത്യ പോലുള്ളൊരു രാജ്യത്ത്, അതിന്റെ കാർഷിക വ്യാവസായിക മേഖലയിലടക്കം സകല രംഗങ്ങളിലും അസംതൃപ്തി ഉയർന്നുപൊങ്ങുന്ന ഒരു സാഹചര്യമാണ് ഉടലെടുക്കുന്നത്. വലിയ സമരരൂപങ്ങൾ തെരുവുകളിൽ നിന്ന് തെരുവുകളിലേക്ക് പടർന്നുപിടിക്കുന്ന ഒരു സാമൂഹിക കാലാവസ്ഥ രാജ്യത്ത് സൃഷ്ടിക്കപ്പെടുകയാണ്.

ഇടതുപക്ഷത്തിനുണ്ടായ തോൽവിയിൽ അതീവ ദുഃഖിതരായവർ പാർലമെന്ററി രംഗത്തുള്ള ജയപരാജയങ്ങളിൽ മതിമറന്നുള്ള വികാരപ്രകടനങ്ങൾ ഒഴിവാക്കണം. ജനപഥങ്ങളിലേക്ക് ഇറങ്ങി സമരസജ്ജരാവണം. നരേന്ദ്രമോദിയുടെ നേതൃത്വത്തിലുള്ള സർക്കാർ മുന്നോട്ടുവെക്കുന്ന ജനവിരുദ്ധ നിലപാടുകളെ പാർലമെന്റിനകത്തും പുറത്തും ചെറുക്കുന്നതിനാവശ്യമായ പോരാട്ടങ്ങളിൽ നിരന്തരം ഏർപ്പെട്ടാൽ

മാത്രമേ സുശക്തമായ ഒരു മുന്നണി ഇടതുപക്ഷത്തിന്റേതായി യാഥാർത്ഥ്യമാക്കാൻ സാധിക്കുകയുള്ളൂ. ഇത്തരത്തിൽ കെട്ടിപ്പടുക്കുന്ന ഇടതുപക്ഷ ജനാധിപത്യ മുന്നണിക്ക് മാത്രമേ രാജ്യത്തിന്റെ ഭാവി നിർണയിക്കാനുള്ള ബദൽശക്തിയായി മാറാൻ കഴിയൂ എന്ന യാഥാർത്ഥ്യമാണ് ആദ്യം ഉൾക്കൊള്ളേണ്ടത്.

വർഗ സമരമെന്നുള്ള രീതിയിൽ രൂപപ്പെട്ടുവന്നിട്ടുള്ള തൊഴിലാളി, ദരിദ്രകർഷക, കർഷക തൊഴിലാളി സമരങ്ങളെ തിരഞ്ഞെടുപ്പിന് തൊട്ടുമുമ്പ് രാജ്യത്തിന്റെ വിവിധ മേഖലകളിൽ നാം കണ്ടതാണ്. ആ വർഗ പോരാട്ടത്തിനപ്പുറത്ത് ജനജീവിതവുമായി ബന്ധപ്പെട്ട നിരവധിയായ പ്രശ്നങ്ങളെ ഉയർത്തിക്കൊണ്ടുവരാൻ ഇടതുപക്ഷം ശക്തമായി ശ്രമിച്ചെങ്കിലും കോർപ്പറേറ്റ് മാധ്യമങ്ങളുടെ സഹായത്തോടെ, സങ്കുചിതമായ ദേശീയബോധവും ഭൂരിപക്ഷവർഗീയതയിലൂന്നിയുള്ള വിദ്വേഷ പ്രചാരവേല നടത്തി, ന്യൂനപക്ഷ ശത്രുതാ ക്യാമ്പയിൻ ഉയർത്തിപ്പിടിച്ച് ബി ജെ പിയുടെ നേതൃത്വത്തിലുള്ള മുന്നണി മറികടന്നു. അവരുടെ പ്രധാനമന്ത്രി സ്ഥാനാർത്ഥിയായ നരേന്ദ്രമോദി തന്നെ ഈ വിദ്വേഷ ചേരുവകൾ ജനങ്ങൾക്ക് മുന്നിൽ വിളമ്പാനായി ലജ്ജയില്ലാതെ മുന്നോട്ടുവന്നു.

ഒരു ആർ എസ് എസ് പ്രചാരകൻ പ്രധാനമന്ത്രി പദത്തിൽ കാലാവധി പൂർത്തിയാക്കിയ ശേഷം വീണ്ടും പ്രധാനമന്ത്രിയുടെ കസേരയിലേക്കെത്തുന്നതിനുള്ള അരങ്ങൊരുക്കിയത് അങ്ങനെയൊക്കെയാണ്. മതത്തെയും വിശ്വാസങ്ങളെയും രാജ്യസുരക്ഷയെയുമൊക്കെ രാഷ്ട്രീയ നേട്ടത്തിനായി ഉപയോഗിച്ച് മോദിയും അമിത് ഷായും കൂട്ടരും വോട്ടർമാർക്കിടയിൽ ഭിന്നിപ്പുണ്ടാക്കി. കടുത്ത വർഗീയ ചേരിതിരിവിന് രാജ്യം വിധേയമായി. ചിന്തിക്കുന്ന ജനങ്ങളുള്ള പ്രദേശങ്ങളിൽ ബി ജെ പിക്ക് തിരിച്ചടിയും ലഭിച്ചു. തിരഞ്ഞെടുപ്പ് വേളയിൽ ബി ജെ പി നേതാക്കൾ ഒരു മടിയുമില്ലാതെ വർഗീയത പറഞ്ഞു. മുസ്ലീങ്ങളെ പലപ്പോഴും പരസ്യമായി ശത്രുപക്ഷത്ത് നിർത്തി. ഭൂരിപക്ഷ വർഗീയതയെ വളർത്തി രാഷ്ട്രീയലാഭം ഉണ്ടാക്കുവാനുള്ള മോദിയുടെയും അമിതിന്റെയും ശ്രമങ്ങൾക്ക് കോർപ്പറേറ്റ് മാധ്യമങ്ങൾ കളമൊരുക്കി. വയനാട്ടിൽ മത്സരിക്കാൻ കോൺഗ്രസിന്റെ എ ഐ സി സി പ്രസിഡന്റ് രാഹുൽഗാന്ധി എത്തിയപ്പോൾ, 'മാപ്പിളനാട്ടിൽപ്പോയി പാക്കിസ്ഥാൻ കൊടിയുടെ പശ്ചാത്തലത്തിൽ രാഹുൽ മത്സരിക്കുന്നു' എന്ന് മോദി പറഞ്ഞു. 'ചിതലുക'ളെന്നാണ് ബംഗ്ലാദേശിൽ നിന്ന് കുടിയേറിയ മുസ്ലീങ്ങളെ അമിത് ഷാ വിശേഷിപ്പിച്ചത്. ഭീകരവാദ കുറ്റത്തിന് നിയമനടപടികൾ നേരിടുന്ന പ്രജ്ഞാ സിംഗ് ഠാക്കൂറിന്റെ വർഗീയ പരാമർശങ്ങളോടും ചെയ്തികളോടും രാജ്യമാകെ പ്രതിഷേധിക്കുമ്പോൾ അവർ 'ഇന്ത്യയുടെ സാംസ്കാരിക പാരമ്പര്യത്തിന്റെ പ്രതീകം' എന്നാണ് മോദി വിശേഷിപ്പിച്ചത്. 'മോഹൻലാൽ ഗാന്ധി' എന്ന് മഹാത്മാ ഗാന്ധിയെ വീണ്ടും വീണ്ടും വിശേഷിപ്പിക്കാൻ മോദിക്ക് ഒരു മടിയുമുണ്ടായില്ല. സുപ്രീംകോടതി ഭരണഘടനാ ബെഞ്ചിന്റെ ശബരിമല വിധിയെ തുടർന്ന് മോദി മംഗലാപുരത്ത് തിര

ഞ്ഞെടുപ്പ് പ്രചരണത്തിനിടെ പറഞ്ഞത്, 'കേരളത്തിലെ ശബരിമലയിലേക്കെത്തുന്ന വിശ്വാസികളെ കേരള സർക്കാർ പീഡിപ്പിക്കുന്നു' എന്നാണ്. തിരഞ്ഞെടുപ്പ് പ്രചരണത്തിന്റെ ഭാഗമായി രാജ്യത്തിന്റെ മിക്ക ഭാഗങ്ങളിലേക്കും എത്തിയ മോദി, രാജ്യ സുരക്ഷയെക്കുറിച്ചും ബാലക്കോട്ട് – പുൽവാമാ ആക്രമണത്തെക്കുറിച്ചും അഭിനന്ദ് വർധമാന്റെ തിരിച്ചുവരവ് തന്റെ മികവുകൊണ്ട് സാധ്യമായതാണെന്നും അവകാശപ്പെട്ടു.

ഇത്തരത്തിൽ വ്യാജ പ്രചരണങ്ങളിലൂടെ നുണകൾ പ്രചരണായുധമാക്കി, ന്യൂനപക്ഷ വിരുദ്ധതയിലൂന്നി, വർഗീയതയും കപട ദേശീയതയും ഉയർത്തിപ്പിടിച്ച്, രാജ്യ സുരക്ഷയും പാക്കിസ്ഥാൻ വിരുദ്ധതയും തീവ്രവാദവുമൊക്കെ തിരഞ്ഞെടുപ്പ് പ്രചരണത്തിനുള്ള വിഭവങ്ങളാക്കിയ നരേന്ദ്രമോദിയും കൂട്ടരും നോട്ട് നിരോധനത്തിന്റെ ദുരിതമോ, ജി എസ് ടി ഏർപ്പെടുത്തിയതുകൊണ്ട് രാജ്യത്തിനുണ്ടായ ബുദ്ധിമുട്ടോ, കർഷകർ ജീവിക്കാൻ സാധിക്കാതെ ആത്മഹത്യ ചെയ്തത് സംബന്ധിച്ചോ, രാജ്യത്ത് തൊഴിലില്ലായ്മ പെരുകുന്നതിനെക്കുറിച്ചോ, സ്ത്രീകളും ദളിതരും നിരന്തരം ആക്രമണങ്ങൾക്ക് വിധേയരാവുന്നതിനെ പറ്റിയോ, ദരിദ്രർ കൂടുതൽ ദാരിദ്ര്യത്തിന് അടിപ്പെടുമ്പോൾ സമ്പന്നർ അതി സമ്പന്നരാവുന്ന വ്യവസ്ഥയെ സംബന്ധിച്ചോ ജനങ്ങളോട് സംവദിച്ചില്ല.

ഈ തിരഞ്ഞെടുപ്പിൽ ബി ജെ പി പ്രചരണത്തിനായും തിരഞ്ഞെടുപ്പ് അരാജകത്വ പ്രവണതകൾ നടപ്പിലാക്കാനും ചെലവാക്കിയ പണം രാജ്യത്ത് ഇതിന് മുമ്പ് ആരും ചെലവഴിച്ചിട്ടാത്തത്രയും ഭീമമായ തുകയാണ്. അറുപതിനായിരം കോടി രൂപ രാജ്യത്ത് തിരഞ്ഞെടുപ്പ് ആവശ്യങ്ങൾക്കായി രാഷ്ട്രീയപാർട്ടികൾ ചെലവഴിച്ചു എന്ന കണക്ക് പുറത്തുവിട്ട സെന്റർ ഫോർ മീഡിയ സ്റ്റഡീസ് എന്ന സ്ഥാപനത്തിന്റെ റിപ്പോർട്ടിൽനിന്നും മനസ്സിലാക്കാൻ സാധിക്കുന്നത് ആ തുകയുടെ 45.50 ശതമാനവും ചെലവഴിച്ചത് ബി ജെ പി ആണെന്നാണ്. 2014 ൽ പ്രചരണത്തിനായി 712 കോടിരൂപ വിനിയോഗിച്ച ബി ജെ പി ഇപ്പോൾ ഇരട്ടിയിലേറെ കോടികൾ തിരഞ്ഞെടുപ്പിനായി ഒഴുക്കി. 2018 മാർച്ച് 31 ന് അവസാനിച്ച സാമ്പത്തിക വർഷത്തിൽ ബി ജെ പിയുടെ വരുമാനം 1002 കോടി രൂപയാണെന്നതും ഇതിനോടൊപ്പം കൂട്ടിവായിക്കണം. ബി ജെ പിയെ നിയന്ത്രിക്കുന്ന ആർ എസ് എസിന് ഇതിന്റെ പതിൻമടങ്ങ് കോടികൾ ഗുരുദക്ഷിണ വഴി ലഭിക്കുന്നുണ്ട്. ആർ എസ് എസ് കേന്ദ്രീയ കാര്യാലയത്തിൽനിന്നും കോടികൾ തിരഞ്ഞെടുപ്പിനായി ഒഴുക്കിയെന്നതും വസ്തുതയാണ്. ബി ജെ പിയുടെ വിജയം സാമ്രാജ്യത്വ ശക്തികളുടെ ലാഭവിഹിതത്തിന്റെ കോടികളിൽ കൂടി ഉണ്ടാക്കിയതാണ്. അതിനാൽ തന്നെ രാജ്യം കോർപ്പറേറ്റുകളുടെ ഒരു കമ്പോളമാക്കി മാറ്റാനാണ് രണ്ടാം മോദി സർക്കാർ ശ്രമിക്കുക.

രാജ്യത്തിന്റെ ഭരണഘടനയും ജനാധിപത്യവും ഫെഡറലിസവും സംരക്ഷിക്കപ്പെടണമെന്ന് ആഗ്രഹിക്കുന്ന പൗരൻമാർക്ക് തീർച്ചയായും ബി ജെ പി നേതൃത്വത്തിലുള്ള മുന്നണിയുടെ സർക്കാർ രണ്ടാമതും

അധികാരത്തിൽ വരുമ്പോൾ ആശങ്കകൾ ഉണ്ടാവുന്നുണ്ട്. ആർ എസ് എസ് മുന്നോട്ടുവെക്കുന്ന രാഷ്ട്രീയ ഹിന്ദുത്വ എന്ന ആശയം എത്ര ആഴത്തിലാണ് ഈ നാടിനെ മുറിവേൽപ്പിക്കുന്നത് എന്ന് മനസ്സിലാക്കാനുള്ള നിരവധി ഉദാഹരണങ്ങൾ നമുക്ക് മുന്നിലുണ്ട്.

നരേന്ദ്രമോദി ഗുജറാത്ത് സംസ്ഥാനത്തിന്റെ മുഖ്യമന്ത്രിയായിരിക്കുമ്പോൾ ഭരണകൂടത്തിന്റെ ഒത്താശയോടുകൂടി അവിടെ അരങ്ങേറിയ 'വംശഹത്യ' ലോകത്തെയാകെ ഞെട്ടിച്ച ഫാസിസ്റ്റ് രാഷ്ട്രീയ പ്രയോഗമായിരുന്നു. നരേന്ദ്രമോദി എന്ന ആർ എസ് എസ് പ്രചാരകനായ മുഖ്യമന്ത്രിയെ ആ കാലത്ത് അന്താരാഷ്ട്ര മാധ്യമങ്ങളടക്കം കടുത്ത രീതിയിൽ വിമർശിച്ചു. ചില രാജ്യങ്ങളിലേക്ക് സഞ്ചരിക്കാൻ മോദിക്ക് വിസ ലഭിക്കാത്ത സാഹചര്യമുണ്ടായി. തുടർന്ന് ഒരു ഹിന്ദുത്വ ഭീകരവാദിയെന്ന പരിവേഷത്തിൽനിന്നും വികസന നായകനായി, രാജ്യത്തിന്റെ പ്രതീക്ഷയായി നരേന്ദ്ര മോദിയെ പൊതുസമൂഹത്തിന് സ്വീകാര്യനാക്കിയത് കോർപ്പറേറ്റുകളാണ്. അത് സാമ്രാജ്യത്വ ശക്തികളുടെ താൽപ്പര്യമായിരുന്നു. മോദിയെന്ന വ്യക്തിത്വത്തെ ഉയർത്തിക്കാട്ടുവാനായി 11,000 കോടി രൂപയുടെ പബ്ലിക് റിലേഷൻ പ്രവൃത്തികളാണ് പലതലങ്ങളിൽ നടന്നത്. രാജ്യത്തിന്റെ ചരിത്രത്തിൽ ഇതുവരെ അത്തരത്തിലുള്ളൊരു വ്യാജ വ്യക്തിത്വ നിർമിതി ഉണ്ടായിരുന്നില്ല. ഇപ്പോഴും രാജ്യത്തെ ജനതയെ തെറ്റിദ്ധരിപ്പിക്കാനായി മോദിയുടെ സൽവ്യക്തിത്വ പ്രഘോഷണ പ്രചരണങ്ങൾ കോർപ്പറേറ്റുകൾ അന്തമില്ലാതെ നടത്തിക്കൊണ്ടിരിക്കുന്നു. ഒരു നിമിഷം അത് നിലച്ചുപോയാൽ മോദിയുടെ യഥാർത്ഥ മുഖം വർഗീയ ദംഷ്ട്രകളോടെ പുറത്തുവരും.

ആർ എസ് എസ് എന്ന സംഘടന ഈ രാജ്യത്ത് നിരോധിക്കപ്പെട്ടത് മഹാത്മാ ഗാന്ധിയുടെ വധത്തെ തുടർന്നാണ്. അന്ന് കേന്ദ്രത്തിൽ ആഭ്യന്തര മന്ത്രിയായിരുന്ന സർദാർ വല്ലഭായ് പട്ടേൽ ആർ എസ് എസ് സർ സംഘചാലകിന് അവരുടെ ഭീകര പ്രവർത്തനങ്ങളെക്കുറിച്ചും എന്തുകൊണ്ട് ആർ എസ് എസിനെ നിരോധിക്കുന്നു എന്നത് സംബന്ധിച്ചും വിശദമായി എഴുതിയിട്ടുണ്ട്. ഇന്നും അവരുടെ ഭീകര പ്രവർത്തനങ്ങളിൽ നിന്നും വർഗീയ വിദ്വേഷ അജണ്ടകളിൽനിന്നും ആർ എസ് എസ് പിന്നോട്ടുപോയിട്ടില്ല. ഗാന്ധിവധത്തിന്റെ കാലത്തുണ്ടായ ഭീകരവാദ - വർഗീയ നിലപാടുകൾ കൂടുതൽ രൂക്ഷമായി നടപ്പിലാക്കുന്ന സ്ഥിതിയാണ് ആർ എസ് എസ് വെച്ചുപുലർത്തുന്നത്. അവർ നിയന്ത്രിക്കുന്ന ഭരണകൂടത്തിന് അവരെ നിയന്ത്രിക്കാൻ സാധിക്കില്ലെന്ന് മനസ്സിലാക്കിയതുകൊണ്ടാണ് ഗവൺമെന്റ് എംപ്ലോയീസ് നാഷണൽ കോൺഫെഡറേഷൻ എന്ന ഭാരതീയ മസ്ദൂർ സംഘിന്റെ ഭാഗമായുള്ള സംഘടനയെ ഉപയോഗിച്ച് കേന്ദ്ര സിവിൽ സർവീസ് നിയമങ്ങളിൽ ഭേദഗതി വരുത്തണമെന്ന് ആവശ്യപ്പെട്ട് പ്രധാനമന്ത്രി നരേന്ദ്രമോദിക്ക് കത്ത് കൊടുത്തത്. സംസ്ഥാന സർക്കാർ ഉദ്യോഗസ്ഥർക്ക് ആർ എസ് എസ് പ്രവർത്തനങ്ങളിൽ പങ്കെടുക്കുവാൻ ഏർപ്പെടുത്തിയ വിലക്ക് എടുത്തു

മാറ്റിയ ഗുജറാത്തിലെ കേശുഭായ് പട്ടേൽ സർക്കാരിന്റെ മാതൃകയിൽ കേന്ദ്രത്തിലും നിയമഭേദഗതി വേണമെന്നാണ് അവരുടെ ആവശ്യം. ആ ആവശ്യം ആർ എസ് എസ് കേന്ദ്ര നേതൃത്വത്തിന്റേതാണ്. പണ്ട് സർദാർ വല്ലഭായ് പട്ടേലിനെ ഉപയോഗിച്ച് തന്നെ ആർ എസ് എസിന്റെ മേലുള്ള നിരോധനം പിൻവലിപ്പിച്ച ആർ എസ് എസ് നേതൃത്വം ഇന്ന് രാജ്യമാക മാനമുള്ള വിലക്കുകൾ മറികടക്കാൻ കേന്ദ്രസർക്കാരിനെ പരസ്യമായി ഉപയോഗിക്കുകയാണ്. ഈയൊരു കാലാവസ്ഥയിൽ വർഗീയ അജണ്ട കളുമായി മുന്നോട്ടുപോകുന്ന കേന്ദ്രസർക്കാരിനെതിരായ ശക്തമായ സമ രങ്ങൾ അനിവാര്യമായും പൊട്ടിപുറപ്പെടേണ്ടതുണ്ട്.

രാജ്യത്ത് ഇനി പൊട്ടിപുറപ്പെടാൻ പോകുന്നത് വർഗസമരമാണ്. പാർലമെന്ററി ജനാധിപത്യ സംവിധാനത്തിൽ കൂടി ലഭിക്കുന്ന സീറ്റു കൾ മാത്രമല്ല ഇവിടെ പരിഗണനാ വിഷയമാവുക. ജനവിരുദ്ധമായ നിലപാടുകളുമായി മുന്നോട്ടുപോകുന്ന ഭരണകൂടങ്ങളെ തിരുത്തു വാനുതകുന്ന രീതിയിൽ ജനങ്ങളെ അണിനിരത്തി ശക്തമായ പോരാട്ട ങ്ങൾ ഉയർന്നുവരണം. അവയുടെ മുന്നിൽ നിൽക്കാൻ ഇടതുപക്ഷ ജനാ ധിപത്യ പ്രസ്ഥാനങ്ങൾക്ക് മാത്രമേ സാധിക്കുകയുള്ളു. ജനങ്ങൾ നേരി ടുന്ന പ്രശ്നങ്ങളെ അടിസ്ഥാനപ്പെടുത്തി തൊഴിലാളികൾ, കൃഷിക്കാർ, കർഷക തൊഴിലാളികൾ, വിദ്യാർത്ഥികൾ, സ്ത്രീകൾ, യുവജനങ്ങൾ എന്നീ വിഭാഗങ്ങൾക്കൊപ്പം ദളിത് – ന്യൂനപക്ഷ ജനവിഭാഗങ്ങളെയും അണിനിരത്തിയുള്ള അതിവിപുലമായ ജനകീയ പ്രസ്ഥാനം രാജ്യത്ത് അനിവാര്യമാവുകയാണ്. അത് തീർച്ചയായും ഒരു വർഗസമരമായിരി ക്കും. അതിനൊപ്പം മതനിരപേക്ഷ ഉള്ളടക്കത്തെ അടിസ്ഥാനപ്പെടുത്തി, കക്ഷിരാഷ്ട്രീയ വ്യത്യാസങ്ങൾക്ക് അതീതമായി ജനങ്ങളെ അണിനി രത്താൻ സാധിക്കുന്ന ഒരു മതനിരപേക്ഷ പ്രസ്ഥാനം വളർത്തിയെടു ക്കുകയും വേണം. ഇവ രണ്ടും രാജ്യത്തിന്റെ ആത്മാവിലേക്ക് വേരുക ളാഴ്ത്തണം.

ഇടതുപക്ഷ പുരോഗമന പ്രസ്ഥാനങ്ങൾക്ക് രാജ്യത്ത് ഇടമില്ല എന്നുള്ള പ്രചാരവേല ഭീരുക്കളുടെ മന്ത്രം മാത്രമാണ്. അത് ഇന്ന് തുട ങ്ങിയ ഒന്നല്ല. 1940 കളിൽ തന്നെ അത്തരത്തിലുള്ള പ്രചാരണം ഇവിടെ നടക്കുന്നുണ്ട്. 1942 ൽ ദത്തോപന്ത് ടേംഗ്ഡിയെ മലബാറിലേക്കും മധു കർ ഓകിനെ തിരുവിതാംകൂറിലേക്കും ആർ എസ് എസിനെ ശക്തിപ്പെ ടുത്താൻ നിയോഗിച്ച ആർ എസ് എസ് നേതൃത്വം ഗോൾവാൾക്കർ രൂപ പ്പെടുത്തിയതും 'വിചാരധാര'യിലൂടെ പരസ്യമാക്കിയിട്ടുള്ളതുമായ കമ്യൂ ണിസ്റ്റ് വിരുദ്ധ സോഷ്യലിസ്റ്റ് വിരുദ്ധ മനോഭാവത്തെ മുൻനിർത്തിക്കൊ ണ്ടാണ് മുന്നോട്ടുപോയിട്ടുള്ളത്. ആ പാരമ്പര്യത്തിലൂന്നി നിൽക്കുന്ന ആർ എസ് എസ് സംഘപരിവാരം അന്നുമുതലേ പുരോഗമന പ്രസ്ഥാ നങ്ങൾക്ക് രാജ്യത്ത് ഇടമില്ല എന്ന് മന്ത്രിക്കുന്നുണ്ട്. ഇന്നും അവരത് ആവർത്തിക്കുന്നു. അതിനായി എന്തും ചെയ്യുകയും ചെയ്യുന്നു. കേരള ത്തിലെ തങ്ങളുടെ വർഗീയ ധ്രുവീകരണ പ്രവർത്തനങ്ങൾക്ക് കമ്യൂ

ണിസ്റ്റുകാർ തടസ്സമാണെന്ന് നാഗ്പൂരിലെ ആർ എസ് എസ് കാര്യാലയത്തിലേക്ക് ടേംഗ്ഡി റിപ്പോർട്ട് നൽകിയപ്പോൾ, ആ പ്രതിബന്ധങ്ങൾ ഏത് വിധേനയും മറികടക്കണമെന്ന മറുപടിയാണ് അന്നത്തെ സർസംഘചാലക് ആയിരുന്ന എം എസ് ഗോൾവാൾക്കർ നൽകിയത്. തുടർന്ന് ആർ എസ് എസ് പരിശീലകർക്കായുള്ള ഒരു ക്യാമ്പ് 1943 ൽ കോഴിക്കോട് സംഘടിപ്പിച്ചപ്പോൾ ഗോൾവാൾക്കർ ആ ക്യാമ്പിൽ പങ്കാളിയായി. അദ്ദേഹത്തിന്റെ മരണം വരെ കേരളത്തിലെ പ്രതിബന്ധങ്ങൾ നീക്കാനുള്ള അന്വേഷണങ്ങളും തന്ത്രങ്ങളുമായി വർഷം തോറും അദ്ദേഹം കേരളത്തിലെ ആർ എസ് എസ് ക്യാമ്പുകളിൽ പങ്കെടുത്തു. കേരളമാണ് അടുത്ത ലക്ഷ്യമെന്ന് അമിത് ഷാ പറയുമ്പോഴും കേരളത്തെ ശ്വാസംമുട്ടിച്ച് കൊല്ലാൻ പ്രധാനമന്ത്രി നരേന്ദ്രമോദി നേരിട്ട് സഹായങ്ങൾ നിഷേധിക്കുമ്പോഴും അവരുടെയൊക്കെ ഉള്ളിലുള്ളത്, ഏത് വിധേനയും പ്രതിബന്ധങ്ങൾ തകർക്കുക എന്ന ഗോൾവാൾക്കറുടെ നിർദേശം തന്നെയാണ്. പുരോഗമന പ്രസ്ഥാനങ്ങളുടെ ഇടങ്ങൾ തകർക്കാനുള്ള ആ ആഹ്വാനം മനസ്സിലാക്കിക്കൊണ്ട് മുന്നോട്ടുപോവാനാണ് ശ്രമിക്കേണ്ടത്.

സാമൂഹ്യപരിവർത്തനത്തിന്റെ അടിസ്ഥാനമെന്നത് വർഗസമരം തന്നെയാണ്. വർഗസമരം വർഗവിഭജിത സമൂഹത്തിലെ ഒരു പ്രതിഭാസമാണ്. കമ്യൂണിസ്റ്റുകാരെ പാർലമെന്റിൽ തെരഞ്ഞെടുത്തു മാത്രമല്ല വർഗസമരവും സാമൂഹ്യപരിവർത്തനവും സാധ്യമാക്കേണ്ടത്. അതൊരു അനിവാര്യതയാണ്. രാജ്യം ആ ചരിത്രഘട്ടത്തിലേക്ക് പോകുമ്പോൾ മുന്നണി പോരാളികളായി നിൽക്കുവാനുള്ള ഉത്തരവാദിത്വം നിറവേറ്റുക എന്നതാണ് പുരോഗമന പ്രസ്ഥാനങ്ങളിൽ വിശ്വസിക്കുന്നവരുടെ കടമ. പാർലമെന്റിലോ, നിയമസഭയിലോ ഉള്ള സീറ്റുകളുടെ എണ്ണത്തിന്റെ ബലത്തിലല്ല തൊഴിലാളി വർഗത്തിന്റെയും കർഷക തൊഴിലാളികളുടെയും ദരിദ്രകർഷകരുടെയും ലോംഗ് മാർച്ച് ലോകത്തിന്റെ കണ്ണിൽ പതിഞ്ഞത്. യുവജനങ്ങളുടെ മുദ്രാവാക്യങ്ങൾ ഇന്ദ്രപ്രസ്ഥത്തെ പിടിച്ചുകുലുക്കിയത്. അത് ഇടതുപക്ഷത്തിന്റെ അടിത്തറ വികസിപ്പിക്കാനുള്ള ജനകീയ മുന്നേറ്റങ്ങളാണ്. ഇത്തരം മുന്നേറ്റങ്ങളുടെ തുടർച്ചകളിലൂടെയാണ് ഇടതുപക്ഷം ഇന്നിലേക്ക് നടന്നുകയറിയത്. തളരുമ്പോൾ പോരാട്ടമുഖങ്ങളിൽ ജ്വലിച്ചാൽ മാത്രം മതി. കൂടുതൽ ജനങ്ങളുടെ പ്രസ്ഥാനമായി മാറാൻ പുരോഗമന പ്രസ്ഥാനങ്ങൾക്ക് സാധിക്കും.

(രണ്ടാം മോദി സർക്കാർ അധികാരത്തിലേറിയ സമയത്ത് എഴുതിയ ലേഖനം)

കേരളം പുരോഗമന യുവജന പ്രസ്ഥാനത്തെ സ്വന്തമാക്കിയ വഴികൾ

സമൂഹത്തിലെ ഏറ്റവും ചലനാത്മകമായ വിഭാഗമാണ് യുവജനങ്ങൾ. സാമൂഹിക മുന്നേറ്റത്തിന്റെ ചരിത്രത്തിലെല്ലാം ഈ വിഭാഗം വഹിച്ച പങ്ക് വളരെ വലുതാണ്. സമൂഹത്തെ ഗുണപരമായി മുന്നോട്ടു നയിച്ച സാമൂഹിക പ്രസ്ഥാനങ്ങളിൽ സജീവ സാന്നിധ്യമായിരുന്നു യുവാക്കൾ. പ്രതിവിപ്ലവശക്തികൾ അവരെ ഉപയോഗപ്പെടുത്തിയ ഉദാഹരണങ്ങളും ചരിത്രത്തിലുണ്ട്. തങ്ങൾ വിശ്വസിക്കുന്ന കാഴ്ചപ്പാടുകളോട് അർപ്പണബോധത്തോടെ പ്രതികരിക്കാനുള്ള ഈ വിഭാഗത്തിന്റെ ശേഷിയാണ് ഇത്തരത്തിൽ ഇവരെ മാറ്റുന്നതിനിടയാക്കിയിട്ടുള്ളത്.

കേരളത്തിലും സാമൂഹിക മാറ്റങ്ങളുടെ ഭാഗഭാക്കായിരുന്നു യുവാക്കൾ. സമൂഹത്തിലെ വിവിധ പ്രസ്ഥാനങ്ങളിൽ സജീവമായിരുന്ന യുവത്വം പ്രത്യേക സംഘം എന്നുള്ള നിലയിൽ പ്രവർത്തനം ആരംഭിക്കുന്നത് ആധുനിക രീതിയിലുള്ള രാഷ്ട്രീയ പ്രവർത്തനങ്ങൾ ആരംഭിച്ചതോടുകൂടിയാണ്. സ്വാതന്ത്ര്യസമര പ്രസ്ഥാനത്തിന്റെ മുഖ്യധാരയിൽ ഉണ്ടായ അസംതൃപ്തിയിൽ നിന്നാണ് യുവജനപ്രസ്ഥാനത്തിന്റെ ആരംഭം കുറിക്കുന്നത്. യുവജനപ്രസ്ഥാനങ്ങളുടെ ചരിത്രം പരിശോധിക്കുമ്പോൾ അത് രൂപപ്പെടുത്തിയ രാഷ്ട്രീയ ചലനങ്ങളെ മാറ്റി നിർത്താനാവില്ല എന്ന് പറയുന്നത് അതിനാലാണ്.

സാർവ്വദേശീയ ചലനങ്ങൾ യുവാക്കളിലുണ്ടാക്കിയ സ്വാധീനം വളരെ വലുതാണ്. യുവജനങ്ങൾ ഒരു സംഘടിത സാമൂഹികശക്തിയായി ഉയരാൻ തുടങ്ങിയത് വ്യവസായ യുഗത്തോടുകൂടിയാണ്. ആ കാലഘട്ടം പുതിയ രാഷ്ട്രീയ മുന്നേറ്റങ്ങൾക്ക് പശ്ചാത്തലമൊരുക്കി. ഫ്രഞ്ച് വിപ്ലവകാലത്ത് ജെറോണ്ടിസ്റ്റുകൾക്കെതിരെ പ്രക്ഷോഭവുമായെത്തിയ ജേക്കോബിയൻമാരിൽ ഭൂരിപക്ഷവും യുവാക്കളായിരുന്നു.

നെപ്പോളിയന്റെ സൈനികശക്തിയിലും യുവാക്കളുടെ പങ്ക് വലുതായിരുന്നു. ഒരു സ്വതന്ത്ര ശക്തിയായി ആ കാലത്തൊന്നും യുവത്വം ഉയർന്നുവന്നില്ല. ഇറ്റലിയിലാണ് ആദ്യമായി യുവാക്കളുടെ സ്വതന്ത്ര പ്രസ്ഥാനം ആരംഭിക്കുന്നത് – 'യുവ ഇറ്റലി.' മസീനിയുടെ നേതൃത്വത്തിൽ ആരംഭിച്ച ആ പ്രസ്ഥാനം ഇറ്റലിയെ ഏകീകൃത റിപ്പബ്ലിക്കായി വളർത്താൻ പ്രവർത്തിച്ചു. യുവജന പ്രസ്ഥാനത്തിന്റെ എല്ലാ ലക്ഷണങ്ങളുമൊത്ത ഈ പ്രസ്ഥാനത്തിന്റെ തുടർച്ചയായി യൂറോപ്പിന്റെ വിവിധ ഭാഗങ്ങളിൽ അതുപോലുള്ള പ്രസ്ഥാനങ്ങൾ ആരംഭിച്ചു. യുവ യൂറോപ്പ്, യുവ അയർലൻഡ്, യുവ ഓട്ടോമൻസ് തുടങ്ങിയവ ഉദാഹരണങ്ങളാണ്. തുർക്കിയിലെ യുവജന പ്രസ്ഥാനമായിരുന്നു യുവ ഓട്ടോണമൻസ്. അവരുടെ പ്രവർത്തന മികവാണ് 'യുവതുർക്കി'കൾ എന്ന പ്രയോഗത്തിന് കാരണമായത്. യുവ ടുണീഷ്യൻ പ്രസ്ഥാനവും യുവഫിൻ കക്ഷിയുമൊക്കെ എടുത്തുപറയേണ്ട വിഭാഗങ്ങളാണ്.

1917 ലെ ഒക്ടോബർ വിപ്ലവം യുവജനങ്ങളുടെ ചിന്താമണ്ഡലത്തിലുണ്ടാക്കിയ കുതിപ്പ് എടുത്തുപറയേണ്ടതാണ്. ചൈനയിലെ മെയ് നാല് പ്രസ്ഥാനവും സോവിയറ്റ് യൂണിയനിലെ യങ് കമ്യൂണിസ്റ്റ് ലീഗും ആ കാലത്തെ സവിശേഷമായ യുവജന കൂട്ടായ്മകളായിരുന്നു. ഇതോടൊപ്പം മതമൗലികവാദ കാഴ്ചപ്പാടുകൾ പ്രചരിപ്പിക്കുന്ന യുവജന പ്രസ്ഥാനങ്ങളും വളർന്നുവന്നു. സമൂഹത്തിലും വിവിധ ആശയങ്ങൾ തമ്മിലുള്ള ഏറ്റുമുട്ടലുകളുടെ തുടർച്ചകൾ ഈ സംഘടനകളുടെ മേഖലയിലും വലിയ സ്വാധീനം ചെലുത്തി.

ഇന്ത്യയിലെ യുവജനപ്രസ്ഥാനങ്ങളുടെ ആവിർഭാവം ആധുനിക ചിന്താധാരകളുമായി ബന്ധപ്പെട്ടുകൊണ്ടാണ്. നവോത്ഥാനത്തിന്റെ ധാരകളുടെ സ്വാധീനത്താലാണ് യുവ ബംഗാൾ രൂപീകൃതമാവുന്നത്. ബ്രഹ്മസമാജത്തിന്റെ ചുവടുപിടിച്ചുള്ള മുന്നേറ്റമായിരുന്നു അത്. യുഗ് ബോംബെ പാർട്ടിയും വൈകാതെ യാഥാർത്ഥ്യമായി. ഇവയൊക്കെ യുക്തിവാദ ചിന്തകളും അന്ധവിശ്വാസങ്ങൾക്കെതിരായ പോരാട്ടങ്ങളുമാണ് നടത്തിയത്. നവോത്ഥാന പ്രസ്ഥാനങ്ങളിൽനിന്നും ദേശീയ സ്വാതന്ത്ര്യ പ്രസ്ഥാനങ്ങളിലേക്ക് യുവജനങ്ങൾ ആകർഷിക്കാൻ തുടങ്ങിയ കാലഘട്ടം കൂടിയായിരുന്നു അത്. ബംഗാൾ വിഭജനത്തിനെതിരായി നടന്ന പ്രക്ഷോഭങ്ങളിലും വർഗീയ കലാപങ്ങൾക്കെതിരായ ചെറുത്തുനിൽപ്പുകളിലും 1905 കളിൽ യുവാക്കൾ സജീവമായി പങ്കാളികളായി. തുടർന്ന് രൂപീകരിക്കപ്പെട്ട ഗദർ പാർട്ടി, അനുശീലൻ, യുഗാന്തർ തുടങ്ങിയ വിപ്ലവ സംഘടനകൾ ബ്രിട്ടീഷുകാർക്കെതിരായ പ്രക്ഷോഭത്തെ ശക്തമാക്കി. 1902 ൽ ആൾ ഇന്ത്യ ട്രേഡ് യൂണിയൻ കോൺഗ്രസ് രൂപീകരിക്കപ്പെട്ടതിന് പിന്നാലെ യുവജനങ്ങളെ ആകർഷിക്കാനായി യങ് വർക്കേഴ്സ് ലീഗുകൾ ആരംഭിച്ചു. ബ്രിട്ടീഷുകാർ ഈ സംഘടനയെ നിരോധിച്ചു. 1928 ൽ കൽക്കത്തയിൽ വെച്ച് രൂപംകൊണ്ട കോമ്രേഡ് ലീഗ് ബംഗാളിന്റെ പല ഭാഗങ്ങളിലും കരുത്താർജ്ജിച്ചു. ഇതിനെ ശക്തി

പ്പെടുത്താൻ കമ്യൂണിസ്റ്റ് പാർട്ടി തന്നെ ആഹ്വാനം ചെയ്യുകയുണ്ടായി. യങ് കമ്യൂണിസ്റ്റ് ലീഗെന്ന് അറിയപ്പെട്ട ഈ സംഘടന മുന്നോട്ടുവെച്ച ആശയങ്ങൾ അക്കാലത്തെ യുവജനങ്ങളെ ഏറെ ആകർഷിച്ചു. ഇതിന്റെ ഭാഗമായി നിന്ന് രാജ്യത്തിന്റെ മോചനത്തിനുവേണ്ടി ജീവത്യാഗം ചെയ്ത നിരവധി ധീരൻമാരെ നമുക്ക് കാണാനാവും. ഉദ്ദംസിംഗിനെ പോലുള്ള ഉദാഹരണങ്ങൾ ഏറെയുണ്ട്. ഇതിനൊക്കെ ശേഷമാണ് രാജ്യത്തെ ആദ്യത്തെ യുവജന പ്രസ്ഥാനമെന്ന് വിളിക്കാൻ സാധിക്കുന്ന ലക്ഷണമൊത്ത യുവജന സംഘടന ആരംഭിക്കുന്നത്. 1926 മാർച്ചിൽ ലാഹോറിൽ വെച്ച് തുടക്കംകുറിച്ച നൗജവാൻ ഭാരത് സഭയായിരുന്നു അത്. ഭഗത് സിംഗിന്റെ നേതൃത്വത്തിലായിരുന്നു ആ സംഘടന തുടക്കമിട്ടത്.

സാർവ്വദേശീയ തലത്തിലും ദേശീയതലത്തിലും ഉണ്ടായ രാഷ്ട്രീയ സാമൂഹിക ചലനങ്ങളും അതിൽ നിന്ന് രൂപപ്പെട്ടുവന്ന ചിന്തകളുമാണ് കേരളത്തിലും യുവജന പ്രസ്ഥാനത്തിന്റെ വികാസത്തിന് ഇടയാക്കിയത്. ബ്രിട്ടീഷുകാർ ഇന്ത്യയിൽ ആധിപത്യം സ്ഥാപിച്ചപ്പോൾ അതിനെതിരായി വിവിധ തലങ്ങളിലുള്ള പ്രതിഷേധങ്ങളും പ്രതിരോധങ്ങളുമുണ്ടായി. ഇന്ത്യൻ നാഷണൽ കോൺഗ്രസ് പലപ്പോഴും ബ്രിട്ടീഷുകാരോട് സന്ധിയുടെ അടിസ്ഥാനത്തിലുള്ള സമരരീതിയുമായാണ് മുന്നോട്ടുപോയത്. ഈ സമീപനം യുവജനങ്ങളിൽ കടുത്ത എതിർപ്പുണ്ടാക്കി. സ്വാഭാവികമായും വ്യത്യസ്ത ആശയങ്ങളെയും വഴികളെയും തെരഞ്ഞ യുവാക്കളിൽ ബഹുഭൂരിപക്ഷവും പിൽക്കാലത്ത് കമ്യൂണിസ്റ്റുകാരായി മാറിയെന്നതിലൂടെ അവരുടെ കാഴ്ചപ്പാടിന്റെ കൃത്യത വ്യക്തമാവുന്നു.

ഭഗത് സിംഗ്, സുഖ്ദേവ്, രാജ്ഗുരു എന്നീ സഖാക്കളുടെ രക്തസാക്ഷിത്വം ഇന്ത്യൻ യുവത്വത്തെ ഏറെ ആവേശം കൊള്ളിച്ചു. ബ്രിട്ടീഷ് സാമ്രാജ്യത്വത്തിനെതിരെ പോരാടാൻ തീരുമാനിച്ച ധീരവിപ്ലവകാരികളായിരുന്നു അവർ. പ്രക്ഷോഭത്തിന്റെ ഭാഗമായി പാർലമെന്റിലേക്ക് ബോംബ് എറിഞ്ഞതിനായിരുന്നു അവർക്ക് വധശിക്ഷ ലഭിച്ചത്. മഹാത്മാഗാന്ധി പോലും ആ വിഷയത്തിൽ ഇടപെട്ടില്ല. അതിനെതിരായും രാജ്യമാകമാനം പ്രതിഷേധം ഉയർന്നു. യുവാക്കളായിരുന്നു തീപ്പന്തങ്ങൾ പോലെ ജ്വലിച്ചത്. കേരളത്തിലും ഈ രക്തസാക്ഷിത്വം സാമ്രാജ്യത്വ വിരുദ്ധ പോരാട്ടങ്ങൾക്ക് കരുത്തുപകർന്നു. ആദ്യത്തെ യുവജന പ്രസ്ഥാനം കേരളത്തിൽ ജന്മമെടുക്കുന്നത് ഈയൊരു പശ്ചാത്തലത്തിലാണ്. ഭഗത് സിംഗ് രക്തസാക്ഷിത്വത്തിൽ പ്രതിഷേധിച്ച് തിരുവനന്തപുരത്ത് 1931 മാർച്ച് 23 ന് നടത്തിയ വൻ പ്രതിഷേധ പ്രകടനമാണ് കേരളത്തിലെ ആദ്യത്തെ യുവജന പ്രസ്ഥാനമായ യൂത്ത് ലീഗിന്റെ പിറവിക്ക് കാരണമായത്. അതേസമയം മലബാറിൽ കരിവെള്ളൂരിൽ വെച്ച് 1934 ഏപ്രിൽ 23 ന് അഭിനവ ഭാരത് യുവക് സംഘമെന്ന പേരിൽ ഒരു യുവജന സംഘടന രൂപംകൊണ്ടു.

ഇത്തരം യുവജന പ്രസ്ഥാനങ്ങൾ ദേശീയ പ്രസ്ഥാനം മുന്നോട്ടു

വെച്ച മുദ്രാവാക്യങ്ങളാണ് പ്രധാനമായും മുന്നോട്ടുവെച്ചത്. അതിനാൽ തന്നെ ദേശീയ പ്രസ്ഥാനത്തിന്റെ കൈവഴികൾ എന്ന പരിമിതിയും ഉണ്ടായിരുന്നു. കോൺഗ്രസ് പലപ്പോഴും ഈ സംഘടനകളെ തള്ളിപ്പറഞ്ഞു. കമ്യൂണിസ്റ്റ് പാർട്ടിയും സോഷ്യലിസ്റ്റ് പാർട്ടിയും വ്യാപകമായ സംഘടനാ പ്രവർത്തനങ്ങളും രാഷ്ട്രീയ പ്രവർത്തനങ്ങളും ആരംഭിച്ചതോടെ യുവജന പ്രസ്ഥാനങ്ങളുടെ പ്രവർത്തനങ്ങൾ വേണ്ടത്ര സജീവമായില്ല.

അഖിലേന്ത്യാടിസ്ഥാനത്തിൽ കമ്യൂണിസ്റ്റ് പാർട്ടിയുടെ നേതൃത്വത്തിൽ ഒരു വിദ്യാർത്ഥി സംഘടന രൂപംകൊണ്ടത് 1936 ആഗസ്ത് 12നായിരുന്നു. എന്നാൽ യുവജനങ്ങൾ ഒറ്റപ്പെട്ട യുവജന സംഘടനകളിലാണ് പ്രവർത്തിച്ചിരുന്നത്. ഇവയുടെയൊക്കെ പ്രവർത്തനം ആ കാലത്ത് ഏകീകരിക്കപ്പെട്ടിരുന്നില്ല. ഇത്തരത്തിൽ ചിന്നിച്ചിതറിക്കിടക്കുന്ന യുവജനശക്തി ഒരുമിച്ച് രാജ്യത്തിനും, യുവജനങ്ങൾക്കുമായി പ്രയോജനപ്പെടുത്തുക എന്ന ഉദ്ദേശ്യത്തോടെയാണ് 1959 ൽ അഖിലേന്ത്യാ യുവജന ഫെഡറേഷൻ (എ ഐ വൈ എഫ്) രൂപീകരിക്കുന്നത്. കമ്യൂണിസ്റ്റ് പാർട്ടിയാണ് ഇതിന് നേതൃത്വം നൽകിയത്. എ ഐ വൈ എഫിന് യുവത്വത്തിന്റെ ശക്തി പേറിയുള്ള പ്രവർത്തനങ്ങൾ വളരെ കുറച്ചു മാത്രമേ സംഘടിപ്പിക്കുവാൻ കഴിഞ്ഞുള്ളൂ. തൊഴിലില്ലായ്മക്കെതിരെയും 18 വയസ്സിൽ വോട്ടവകാശത്തിനുവേണ്ടിയും ഒക്കെ ഒറ്റയും തെറ്റയും തിരിഞ്ഞ് ഉയർത്തിയ ശബ്ദങ്ങൾക്ക് വേണ്ടത്ര മുഴക്കം ഉണ്ടായിരുന്നില്ല. ലോക കമ്യൂണിസ്റ്റ് പ്രസ്ഥാനത്തിൽ ഉണ്ടായ ആശയഭിന്നതകൾ ഇന്ത്യയിലെ ഇടതുപക്ഷ പ്രസ്ഥാനങ്ങളെ ബാധിച്ചതുപോലെ യുവജനങ്ങളെയും, യുവജനസംഘടനകളെയും ബാധിച്ചു. ഇത്തരത്തിൽ ഇന്ത്യയിലെ കമ്യൂണിസ്റ്റ് പ്രസ്ഥാനം കടുത്ത വെല്ലുവിളികൾ ആശയപരമായി നേരിടുന്ന അവസരത്തിലായിരുന്നു എ ഐ വൈ എഫിന്റെ ജനനം.

ബൂർഷ്വാ ഭൂപ്രഭു വർഗ്ഗത്തിന്റെ നേതൃത്വത്തിലുള്ള ഇന്ത്യൻ ഭരണ വ്യവസ്ഥയെ ശക്തിപ്പെടുത്തുകയാണ് കമ്യൂണിസ്റ്റ് പാർട്ടിയുടെ ലക്ഷ്യം എന്ന ചിന്ത പാർട്ടിനേതൃത്വത്തെ ക്യാൻസർ പോലെ ബാധിച്ച കാലം. അതിനായി യുവജനങ്ങളെയും വിദ്യർത്ഥികളെയും തങ്ങളുടെ വരുതിക്ക് കൊണ്ടുവരാനായി ഇത്തരം സംഘടനകളെ വന്ധ്യംകരിച്ച് റിവിഷനിസ്റ്റ് ചിന്താഗതി അവരിൽ കുത്തിവയ്ക്കുകയാണ് ഒരു വിഭാഗം ആദ്യം ചെയ്തത്. സാമൂഹ്യ പരിവർത്തനത്തിനും യുവജനങ്ങളുടെ അവകാശങ്ങൾക്കായി പോരാടുകയും ചെയ്യുക എന്നതിനു പകരം ഭരണ മുന്നണിയുടെ നയങ്ങൾക്ക് കുടപിടിക്കുവാനാണ് എ ഐ വൈ എഫ് നേതൃത്വം ശ്രമിച്ചത്. ഇത് ചൂഷക വർഗ്ഗത്തിനെതിരായ സമരാവേശം യുവാക്കളിൽ കത്തിക്കുന്നതിനു പകരം അത് ഊതി അണയ്ക്കുവാനാണ് ഉപകരിച്ചത്. യുവാക്കൾക്ക് ഇവിടെ ഒന്നും ചെയ്യാനില്ല എന്ന ചിന്തയും. തങ്ങൾ മുഖ്യധാരയിൽ നിന്ന് വിട്ടുപോകുന്നു എന്ന തിരിച്ചറിവും ഭൂരിഭാഗം യുവാക്കളെയും എ ഐ വൈ എഫിൽ നിന്ന് അകറ്റി. അങ്ങനെ എ ഐ വൈ

എഫ് നിർജീവമായിക്കൊണ്ടിരിക്കുന്ന അവസരത്തിലാണ് ഇന്ത്യൻ കമ്യൂണിസ്റ്റ് പാർട്ടി 1964 ൽ ആശയസമരത്തിന്റെ പേരിൽ പിളരുന്നത്. ഇത് യുവാക്കളിൽ പുതിയൊരുണർവ് ഉണ്ടാക്കിയെങ്കിലും വർഗ്ഗ ബഹുജന സംഘടനകളെ പിളർത്തി അവയുടെ ശക്തി ക്ഷയിപ്പിക്കേണ്ട എന്ന നിലപാടാണ് സി പി ഐ (എം) സ്വീകരിച്ചത്.

യുവജനങ്ങളുടെ ചിന്താഗതിയിൽ കടുത്ത സംതൃപ്തി പടർന്നുപിടിച്ചിട്ടും എ ഐ വൈ എഫ് നേതൃത്വം അത് കണ്ടില്ലെന്ന് നടിച്ചു. ഭരണവർഗ്ഗത്തിന് സ്തുതി പാടുന്ന പരിപാടി തുടർന്നു. ആ സമയത്താണ് 1966 ൽ പോണ്ടിച്ചേരിയിലെ മൂന്നാം അഖിലേന്ത്യാസമ്മേളനത്തിന്റെ മുന്നോടിയായി കേരളഘടകത്തിന്റെ സമ്മേളനം തൃശൂരിൽ നടക്കുന്നത്. സമ്മേളനത്തിൽ ആശയപരമായ സംഘർഷമുണ്ടാകുമെന്ന തിരിച്ചറിവിൽ സഖാക്കൾ ഇ എം എസും പി കെ വിയും കെ മോഹനനും തമ്മിൽ ചർച്ചകൾ നടത്തി. എന്നിട്ടും അധികാരി വർഗത്തിന് കുടപിടിക്കുന്ന തരത്തിലുള്ള പ്രമേയങ്ങളുമായി സംഘടനാ നേതൃത്വം രംഗത്തുവന്നു. അതോടെ സമ്മേളനം അലങ്കോലമായി. ശക്തമായ ചർച്ചകൾക്കൊടുവിൽ പ്രമേയങ്ങളൊന്നും പാസാക്കാതെയാണ് സമ്മേളനം പിരിഞ്ഞത്.

ഇത്തരമൊരു പ്രതിസന്ധി ഘട്ടത്തിലാണ് കൃത്യമായ ദിശാബോധം പകർന്നുകൊണ്ട് സ. എ കെ ജിയുടെ നേതൃത്വത്തിൽ ഒരു ഉശിരൻ യുവജനപ്രസ്ഥാനം കേരളത്തിൽ കെട്ടിപ്പടുക്കുവാൻ തീരുമാനിക്കുന്നത്. എ കെ ജി ജയിൽ മോചിതനായശേഷം എറണാകുളത്ത് വെച്ച് ഒരു ആലോചനായോഗം ചേരുകയും എം എൻ കുറുപ്പ് കൺവീനർ ആയും കെ മോഹനൻ, പാട്യം ഗോപാലൻ, സി കെ ചക്രപാണി, മലപ്പുറം മൂസ്സ തുടങ്ങിയവർ അംഗങ്ങളായും ഒരു പ്രിപ്രേറ്ററി കമ്മിറ്റി രൂപീകരിച്ചു. ദിശയറിയാതെ പകച്ചു നിൽക്കുന്ന യുവജനങ്ങൾക്ക് ദിശാബോധം നൽകുന്ന ഒരു പ്രസ്ഥാനം രൂപീകരിക്കുക എന്നതായിരുന്നു ഈ കമ്മിറ്റിയുടെ ചുമതല.

ഇതിനിടയിൽ തന്നെ എ ഐ വൈ എഫിന്റെ പ്രവർത്തനത്തിൽ അതൃപ്തരായ അനവധി യുവാക്കൾ അവിടവിടെയായി ചെറിയ ചെറിയ സംഘടനകൾ രൂപീകരിച്ച് പ്രവർത്തനം തുടങ്ങിയിരുന്നു. 1967 ൽ പാപ്പിനിശ്ശേരിയിൽ രൂപീകരിച്ച കണ്ണൂർ സോഷ്യലിസ്റ്റ് യൂത്ത് ഫെഡറേഷൻ, റവല്യൂഷണറി യൂത്ത് ഫെഡറേഷൻ തുടങ്ങിയവയൊക്കെ ഇക്കൂട്ടത്തിൽപ്പെടുത്താം. ഇവയൊക്കെ ഏകോപിപ്പിച്ച് മേൽപരാമർശിച്ച പ്രിപ്പേറ്ററി കമ്മിറ്റിയുടെ ഉപദേശപ്രകാരമാണ് 1968 ജൂൺ 22, 23 തീയതികളിൽ കോഴിക്കോട് ടൗൺ ഹാളിൽ വെച്ച് കെ എസ് വൈ എഫ് (കേരള സോഷ്യലിസ്റ്റ് യൂത്ത് ഫെഡറേഷൻ) രൂപീകരിക്കുന്നത്. ശാസ്ത്രീയ സോഷ്യലിസം ലക്ഷ്യമാക്കിക്കൊണ്ട് പ്രവർത്തനമാരംഭിച്ച ആ യുവജനസംഘടനയുടെ പരിപാടികൾ അംഗീകരിച്ചത് 1969 നവംബർ 7,8,9 തീയതികളിൽ തൃശൂരിൽ ചേർന്ന ഒന്നാം സംസ്ഥാന സമ്മേളനത്തിലാണ്.

കെ എസ് വൈ എഫ് രൂപീകരിച്ചയുടൻ തന്നെ യുവത്വത്തിനെ

ബാധിക്കുന്ന ഏറ്റവും വലിയ പ്രശ്നമായ തൊഴിലില്ലായ്മക്കെതിരെ കെ എസ് വൈ എഫ് പ്രക്ഷോഭവുമായി മുന്നോട്ടുപോയി. "തൊഴിൽ അല്ലെങ്കിൽ തൊഴിലില്ലായ്മ വേതനം", കെ എസ് വൈ എഫിന്റെ മുഖ്യ മുദ്രാവാക്യമായി മാറി. ഇത്തരത്തിലുള്ള നിരവധി മുദ്രാവാക്യങ്ങളും പ്രക്ഷോഭപരിപാടികളും സമൂഹത്തിലെ പാർശ്വവൽക്കരിക്കപ്പെട്ട വിഭാഗങ്ങൾക്ക് വേണ്ടിയുള്ള ഇടപെടലുകളും മറ്റും യുവജനങ്ങളെ ആവേശഭരിതരാക്കി. അവർ കൂട്ടത്തോടെ കെ എസ് വൈ എഫിന്റെ പതാകവാഹകരാകാൻ മുന്നോട്ടുവന്നു.

1968 ൽ 30,000 ത്തോളം അംഗങ്ങളുണ്ടായിരുന്ന കെ എസ് വൈ എഫിന് 1972 ൽ 40,016 ആയി ഇതിനെ ഉയർത്താൻ കഴിഞ്ഞു. 1974 ൽ 65,000 ഉം 1975 ൽ 95,000 ഉം 1976 ൽ 1,35,000 ഉം 1977 ൽ 1,95,000 ഉം ആയി വളർന്നു. യുവജന പന്ഥാവിൽ അഗ്നി വിതറിയെറിഞ്ഞ് വളർന്ന് വന്ന കെ എസ് വൈ എഫിന് ഏറ്റവുമധികം വെല്ലുവിളി നേരിട്ടത് അടിയന്തരാവസ്ഥക്കാലത്താണ്. അടിയന്തരാവസ്ഥക്കെതിരെ കെ എസ് വൈ എഫ് നടത്തിയ ഐതിഹാസികങ്ങളായ സമരങ്ങളും പ്രവർത്തനങ്ങളും ഇന്ത്യയിലെ യഥാർത്ഥ യുവജനവിപ്ലവപ്രസ്ഥാനം ഏതാണെന്ന് അക്ഷരാർത്ഥത്തിൽ തെളിയിച്ചു കൊടുക്കുകയായിരുന്നു.

അടിയന്തരാവസ്ഥ കഴിഞ്ഞ ഉടൻ തന്നെ കെ എസ് വൈ എഫ് ഒരു സംയുക്ത വിദ്യാർത്ഥി യുവജന ജാഥയ്ക്ക് കാസർഗോഡ് നിന്ന് തിരുവനന്തപുരത്തേക്ക് തുടക്കംകുറിച്ചു. വൈക്കം വിശ്വനായിരുന്നു ജാഥാക്യാപ്റ്റൻ. സ്വീകരണങ്ങളോ നോട്ടുമാലകളോ ഒന്നും വേണ്ട എന്ന് തീരുമാനിച്ച ഈ ജാഥയിലൂടെയാണ് അടിയന്തരാവസ്ഥക്കാലത്ത് കേരളത്തിൽ നടന്നതും മൂടിവയ്ക്കപ്പെട്ടതുമായ വസ്തുതകൾ കേരളമറിയുന്നത്. എല്ലാ പഞ്ചായത്തുകളിലും കുഗ്രാമങ്ങളിലും ജാഥ എത്തുകയും, ഓരോ സ്ഥലത്തും ദുരിതമനുഭവിച്ചവരുടെ വിവരങ്ങൾ ശേഖരിക്കുകയും ചെയ്തു. ജാഥയിൽ ലഭിച്ച നിവേദനങ്ങൾ എല്ലാം തിരുവനന്തപുരത്തേക്ക് കൊണ്ടുവന്നു. ഇങ്ങനെ ലഭിച്ചതും ശേഖരിച്ചതുമായ നിവേദനങ്ങളുടെ അന്തഃസത്തയാണ് *കിരാതപർവ്വം* എന്ന പേരിൽ കെ എസ് വൈ എഫ് പുസ്തകമായി പ്രസിദ്ധീകരിച്ചത്. ഇത്തരത്തിൽ അടിയന്തരാവസ്ഥയുടെ ഭീകര രൂപം പ്രകടമാക്കി തിരുവനന്തപുരത്ത് എത്തിയ ജാഥയെ പൊലീസ് അതിഭീകരമായി ലാത്തിചാർജ്ജ് ചെയ്തു. ഈ ജാഥ ഭരണവർഗത്തിന് എത്രമാത്രം ഹാലിളക്കി എന്നത് പൊലീസിന്റെ ഈ നടപടിയിലൂടെ തന്നെ വായിച്ചെടുക്കാം.

ഇത്തരത്തിൽ അടിയന്തരാവസ്ഥയുടെ തിക്തഫലം അനുഭവിച്ചവരെ പേറിയുള്ള ജാഥയ്ക്ക് ലഭിച്ച ജനസ്വീകരണം ഇതുപോലെ രണ്ടാമതൊന്നുകൂടി നടത്തുവാൻ കെ എസ് വൈ എഫിനെ പ്രേരിപ്പിച്ചു. അടിയന്തരവസ്ഥയിൽ ക്രൂരമായ പൊലീസ് മർദ്ദനത്തിലൂടെ മരിച്ച രാജന്റെ പിതാവ് ഈച്ചരവാര്യർ ആയിരുന്നു ഇതിന്റെ നേതൃത്വം. അടിയന്തരവസ്ഥ ക്ഷതമേൽപ്പിച്ച അനേകം വ്യക്തികളെ പ്രത്യക്ഷത്തിലും പരോ

ക്ഷത്തിലും പങ്കെടുപ്പിച്ച ഈ രണ്ടാമത്തെ ജാഥയും കേരളമാകെ പര്യടനം നടത്തി.

ഇത്തരത്തിൽ അടിയന്തരാവസ്ഥ സമയത്ത് ഉചിതമായ പ്രവർത്തനങ്ങൾ സംഘടിപ്പിച്ചും അടിയന്തരവസ്ഥയ്ക്ക് ശേഷം അതിന്റെ ഭീകര മുഖം ജനങ്ങൾക്ക് മനസ്സിലാക്കികൊടുക്കുവാനും മുന്നിട്ടിറങ്ങിയ കെ എസ് വൈ എഫ് ജനഹൃദയങ്ങളിൽ മായാത്ത മുദ്രയാണ് പതിപ്പിച്ചെടുത്തത്. വെറും 35,000 ത്തോളം പ്രവർത്തകരെയുംകൊണ്ട് കേരളത്തിൽ ഒരു വ്യാഴവട്ടക്കാലം കെ എസ് വൈ എഫ് നടന്നു തീർത്തപ്പോൾ 2,00,000 ത്തോളമായി അതിന്റെ അംഗസംഖ്യ.

എ കെ ജിയുടെ നേതൃത്വത്തിൽ കേരളത്തിൽ വീശിയടിച്ച ഈ യുവജനകൊടുങ്കാറ്റ് അയൽ സംസ്ഥാനങ്ങളിലും നാമ്പുകൾ മുളപ്പിച്ചെടുത്തു. കർണ്ണാടകയിലും തമിഴ്നാട്ടിലും, ബംഗാളിലും മറ്റുമൊക്കെ കെ എസ് വൈ എഫ് മാതൃകയാക്കി യുവജനസംഘടനകൾ ജനിച്ചു തുടങ്ങി. കർണ്ണാടക സോഷ്യലിസ്റ്റ് യൂത്ത് ഫെഡറേഷൻ എന്ന പേരിൽ കർണ്ണാടകയിലും തമിഴ് സോഷ്യലിസ്റ്റ് വാലിവർ മുന്നണി തമിഴ്നാട്ടിലും ബംഗാളിലും മറ്റുചില സംസ്ഥാനങ്ങളിലും ഡി വൈ എഫ് എന്ന പേരിലുമായിരുന്നു യുവജനസംഘടനകൾ രൂപീകരിച്ചത്. ഇവയൊക്കെ പിന്തുടർന്നത് കെ എസ് വൈ എഫിന്റെ പരിപാടിയും ഭരണഘടനയുമായിരുന്നു. 70 കളുടെ അവസാനത്തോടെ യുവശക്തി അഖിലേന്ത്യാടിസ്ഥാനത്തിൽ ഏകോപിപ്പിക്കണം എന്ന ചിന്ത വീണ്ടും ശക്തമായി. അങ്ങനെയാണ് ഇന്ത്യയിലെ ഏറ്റവും വലിയ പുരോഗമന യുവജന സംഘടനയായ ഡെമോക്രാറ്റിക് യൂത്ത് ഫെഡറേഷൻ ഓഫ് ഇന്ത്യ പിറവികൊള്ളുന്നത്.

ഇന്ത്യയെപ്പോലെ കേന്ദ്രീകൃത ഭരണം നിലനിൽക്കുന്ന ഒരു രാജ്യത്ത് ഭരണാധികാരികളുടെ തെറ്റായ നയങ്ങൾക്കെതിരെ പോരാടണമെങ്കിൽ യുവജനശക്തി ഒരുമിച്ച് കേന്ദ്രീകരിക്കുന്ന ഒരു അഖിലേന്ത്യാസംഘടന വേണം എന്ന ആവശ്യം പ്രാവർത്തികമാക്കാനുള്ള അവതരണം നടന്ന വേദി ആ സമയത്ത് ഡൽഹിയിൽ വിളിച്ചുചേർത്ത ഒരു സാമ്രാജ്യത്വ വിരുദ്ധ സമ്മേളനമായിരുന്നു. ഈ സമ്മേളനത്തിൽ ഒത്തുകൂടിയ വിവിധ സംഘടനകളിലെ പ്രതിനിധികൾ ഈ തീരുമാനത്തിനോട് അനുഭാവപൂർണ്ണമായ നിലപാടാണ് കൈക്കൊണ്ടത്. അതിനായുള്ള ചർച്ചകളും ആലോചനകളും സംവാദങ്ങളും ഒക്കെ അവിടെ നടന്നു. അവസാനമാണ് അഖിലേന്ത്യാടിസ്ഥാനത്തിൽ ഒരു യുവജനസംഘടന രൂപീകരിക്കുക എന്ന തീരുമാനത്തിലേക്കെത്തുന്നത്. ഈ തീരുമാനം പ്രാവർത്തികമാക്കുന്നതിനായി അഖിലേന്ത്യാടിസ്ഥാനത്തിൽ 33 പേർ അടങ്ങിയ ഒരു പ്രിപ്പേറ്ററി കമ്മിറ്റി രൂപീകരിച്ചു. ബംഗാളിലെ ഡി വൈ എഫിന്റെ നേതാവായിരുന്ന അമിതാബസു സെക്രട്ടറിയായും, കെ എസ് വൈ എഫിന്റെ സെക്രട്ടറിയായിരുന്ന ഇ പി ജയരാജൻ ഉൾപ്പെടെ രണ്ട് പേർ ജോയിന്റ് കൺവീനർമാരായും പ്രവർത്തിച്ചു. കേരളത്തിൽ

നിന്നും ഇ പി ജയരാജനെ കൂടാതെ ഈ ലേഖകനും എം വിജയകുമാർ, ടി പി ദാസൻ, കെ ജെ ചാക്കോ എന്നിവരും ആ കമ്മിറ്റിയിൽ ഉണ്ടായിരുന്നു. ഈ കമ്മിറ്റിയുടെ ചർച്ചയുടെയും പ്രവർത്തനത്തിന്റെയും ഫലമായാണ് ഡെമോക്രാറ്റിക് യൂത്ത് ഫെഡറേഷൻ ഓഫ് ഇന്ത്യ രൂപീകരിക്കപ്പെടുന്നത്.

രൂപീകരണത്തിന് ശേഷം പുരോഗമന യുവജന പ്രസ്ഥാനം മുന്നോട്ടുപോയ സർഗാത്മകമായ രാഷ്ട്രീയ വഴികൾ രാജ്യത്തിന്റെ ചരിത്രത്തിന്റെ തന്നെ ഭാഗമാണ്. ഡി വൈ എഫ് ഐ ഇന്ത്യയിലെ ഏറ്റവും വലതും കരുത്തുറ്റതുമായ സംഘടനയായി വളർന്നുവന്നത് പോരാട്ടത്തിന്റെ കനൽവഴികളിലൂടെയാണ്. ഇനിയും ഏറെ മുന്നേറാൻ രാജ്യത്തിന്റെ പ്രതീക്ഷയും പ്രത്യാശയുമായി മാറാൻ ഡി വൈ എഫ് ഐക്ക് സാധിക്കട്ടെ.

സംവരണത്തിന്റെ ഭൂതവും വർത്തമാനവും

പ്രധാനമന്ത്രി നരേന്ദ്രമോദി ഒരു പരാജയമാണെന്ന് രാജ്യം തിരിച്ചറിഞ്ഞിരിക്കുന്നു. കഴിഞ്ഞ ലോക്സഭാ തിരഞ്ഞെടുപ്പിന് മുൻപും തുടർന്ന് ഭരണത്തിലേറിയ ശേഷവും പ്രധാനമന്ത്രി നരേന്ദ്രമോദിയും എൻ ഡി എ സർക്കാരും ജനങ്ങൾക്ക് നൽകിയ വാഗ്ദാനങ്ങളൊന്നും പാലിക്കപ്പെട്ടിട്ടില്ല. എന്നാൽ, സാമ്രാജ്യത്വ ശക്തികൾക്ക് രാജ്യത്തെ വിഭവങ്ങൾ കൊള്ളയടിക്കാനുള്ള എല്ലാ സൗകര്യങ്ങളും ആർ എസ് എസ് നിയന്ത്രിക്കുന്ന കേന്ദ്രസർക്കാർ ചെയ്തു നൽകുകയാണ്. ക്രോണിസം മുന്നോട്ടുവെച്ച് കോർപ്പറേറ്റ് ദാസ്യമനോഭാവത്തോടെ പോകുന്ന മോദി സർക്കാർ ജനവിരുദ്ധ നയങ്ങൾ പ്രയോഗിക്കുന്നതിൽ ചരിത്രംതന്നെ സൃഷ്ടിച്ചു. ജീവിതം നഷ്ടപ്പെട്ട ജനത പ്രതിഷേധത്തിന്റെ മഹാപ്രവാഹമായി മാറുമെന്ന ഘട്ടത്തിലേക്കെത്തിയ സന്ദർഭങ്ങളിലെല്ലാം വർഗീയ വിദ്വേഷമഴിച്ചുവിടാൻ മോദി സർക്കാരും ആർ എസ് എസ് സംഘപരിവാരവും ശ്രമിച്ചു.

ആർ എസ് എസ് പ്രചാരകനായ നരേന്ദ്രമോദിയുടെ നേതൃത്വത്തിലുള്ള കേന്ദ്ര സർക്കാരിന്റെ എല്ലാ കള്ളക്കളികളും തിരിച്ചറിഞ്ഞ രാജ്യത്തെ ജനത, വൻപ്രതിഷേധവുമായി മുന്നോട്ടുപോകുന്ന വേളയിലാണ് പൊതുതിരഞ്ഞെടുപ്പ് ആഗതമാവുന്നത്. ബി ജെ പിക്കും എൻ ഡി എ മുന്നണിക്കും തിരഞ്ഞെടുപ്പിൽ വൻ തിരിച്ചടി ലഭിക്കുമെന്നത് ഉറപ്പാണ്. ഇത് ആർ എസ് എസ് സംഘപരിവാർ ക്യാമ്പിന് നന്നായി അറിയാം. കേന്ദ്രസർക്കാരിനും നരേന്ദ്രമോദിക്കുമെതിരായുള്ള ജനരോഷത്തെ മറികടക്കാനുള്ള തുറുപ്പ് ചീട്ടായാണ് ഇപ്പോൾ സംവരണ കാർഡ് ഇറക്കിയിരിക്കുന്നത്.

മുന്നോക്കക്കാരിലെ പാർശ്വവൽക്കരിക്കപ്പെട്ടവർക്ക് സംവരണം

ഏർപ്പെടുത്തുന്നത് നല്ല കാര്യമാണ്. പക്ഷേ, അതിന് ഏറെ മുന്നൊരുക്കങ്ങൾ വേണം. ഇവിടെ കേന്ദ്രസർക്കാരിന്റെ നടപടികൾ ആത്മാർത്ഥതയില്ലാത്ത വെറും ഗിമ്മിക്ക് മാത്രമാണ്. വിവിധ വിഭാഗങ്ങൾക്ക് നിലവിലുള്ള അമ്പത് ശതമാനം സംവരണത്തിന് പുറമെ സാമ്പത്തിക സംവരണം ഏർപ്പെടുത്തുമെന്നും അതിനായി ഭരണഘടനയുടെ 15, 16 അനുച്ഛേദങ്ങൾ ഭേദഗതി ചെയ്യുമെന്ന് കേന്ദ്രസർക്കാർ പറയുന്നത് നാലര വർഷം ഭരിച്ചുകഴിഞ്ഞ ശേഷമാണ്. എടുപിടിയെന്ന് പ്രഖ്യാപിക്കാനുള്ള ഒരു കാര്യമല്ല ഇത്. സംവരണത്തിന്റെ മാനദണ്ഡങ്ങൾ സംബന്ധിച്ച് കേന്ദ്രസർക്കാരിന് കൃത്യമായ മറുപടി പോലുമില്ല എന്നതിൽനിന്നും കൃത്യമായ അജണ്ടകളോടെ പുറപ്പെടുവിച്ച രാഷ്ട്രീയ ആയുധം മാത്രമാണ് മുന്നോക്ക വിഭാഗങ്ങളിലുള്ളവർക്ക് ഏർപ്പെടുത്തിയ സംവരണം എന്നത് മനസ്സിലാക്കാനാവും.

സാമൂഹ്യ യാഥാർഥ്യങ്ങളെ ശരിയായ അർഥത്തിൽ പരിഗണിച്ചാണ് സംവരണക്കാര്യത്തിൽ സി പി ഐ (എം) എക്കാലത്തും നിലപാട് സ്വീകരിച്ചിട്ടുള്ളത്. മണ്ഡൽ കമ്മീഷൻ റിപ്പോർട്ടിനെ തുടർന്നുണ്ടായ രാഷ്ട്രീയകാലാവസ്ഥയിലടക്കം സി പി ഐ (എം) ഉയർത്തിപ്പിടിച്ച നിലപാട് മാതൃകാപരമായിരുന്നു. മറ്റ് പാർട്ടികളിൽനിന്ന് വ്യത്യസ്തമായി സംവരണപ്രശ്നത്തെ വർഗപരമായ നിലപാടോടുകൂടിയാണ് കമ്യൂണിസ്റ്റ് പാർട്ടി കണ്ടത്. തൊഴിലില്ലായ്മയും ദാരിദ്ര്യവും മുതലാളിത്ത സാമൂഹ്യവ്യവസ്ഥയുടെ സൃഷ്ടിയാണ്. സംവരണം കൊണ്ടുമാത്രം ഈ പ്രശ്നത്തിന് ശാശ്വതപരിഹാരം കാണാനാകില്ല. എന്നാൽ, പരമ്പരാഗതമായി സാമൂഹ്യ പിന്നോക്കാവസ്ഥയിൽ നിൽക്കുന്ന ദുർബല വിഭാഗങ്ങളെ പൊതുതലങ്ങളിലേക്ക് എത്തിക്കാൻ സംവരണം ആവശ്യമാണ്. ഇതായിരുന്നു പാർട്ടിയുടെ നിലപാട്. പാർശ്വവൽക്കരിക്കപ്പെട്ട ദളിത്– ആദിവാസി വിഭാഗങ്ങളെ മുഖ്യധാരയിലേക്ക് ഉയർത്തുന്നതിന് സംവരണം പോലെ തന്നെ ഭൂപരിഷ്കരണവും നടപ്പിലാക്കണമെന്ന് മനസ്സിലാക്കിയതിനെ തുടർന്നാണ് 1957 ൽ കേരളത്തിലെ കമ്യൂണിസ്റ്റ് സർക്കാർ ഭൂപരിഷ്കരണം നടപ്പിലാക്കിയത്. കേരളത്തിലെപ്പോലെ കേന്ദ്ര സർവീസിലും മറ്റിതര മേഖലകളിലും പിന്നോക്കവിഭാഗത്തിന് സംവരണം ആവശ്യമാണെന്ന നിലപാട് അന്നത്തെ പോലെ ഇന്നും പാർട്ടി ഉയർത്തിപ്പിടിക്കുക തന്നെയാണ്.

പിന്നോക്കവിഭാഗക്കാർ ഉൾപ്പെടെയുള്ള രാജ്യത്തെ ജനങ്ങളുടെ പുരോഗതിക്ക് എല്ലാ ജാതിയിലുംപെട്ട പാവപ്പെട്ടവരുടെ ഐക്യനിര കെട്ടിപ്പടുക്കേണ്ടത് അനിവാര്യമാണെന്ന് പാർട്ടി വിലയിരുത്തി. അതിനാൽ മുന്നോക്കവിഭാഗത്തിലെ പാവപ്പെട്ടവരെ പിന്നോക്കവിഭാഗത്തോടൊപ്പം അണിനിരത്തുന്നത് ആവശ്യമാണെന്നും പാർട്ടി വിലയിരുത്തി. ഇതിന്റെയൊക്കെ അടിസ്ഥാനത്തിൽ മൂന്ന് അടിസ്ഥാനനിലപാടുകളിലേക്ക് പാർട്ടി എത്തിച്ചേർന്നു. ഒന്ന്, പട്ടികജാതി വർഗക്കാർക്ക് നിലവിലുള്ള സംവരണം അതുപോലെ തുടരണം. രണ്ട്, പിന്നോക്ക വിഭാഗത്തിൽപ്പെട്ട പാവപ്പെട്ട

വർക്ക് സംവരണത്തിൽ പ്രഥമപരിഗണന നൽകണം, അവരില്ലെങ്കിൽ ആ വിഭാഗത്തിലെതന്നെ മറ്റുള്ളവരെ പരിഗണിക്കണം. ഇത് അതത് സമുദായത്തിന് ലഭിച്ചുവരുന്ന സംവരണം നിലനിർത്തുന്നതിനുവേണ്ടിയാണ്. മൂന്ന്, മുന്നോക്ക വിഭാഗങ്ങളിൽ സാമ്പത്തികമായി പിന്നോക്കം നിൽക്കുന്നവർക്ക് പത്തുശതമാനത്തിൽ കവിയാത്ത സംവരണം നൽകണം. ഇതിനായി ഭരണഘടന ഭേദഗതി ചെയ്യണം. സി പി ഐ (എം) ന്റെ ഈ നിലപാട് സംവരണം യഥാർത്ഥ ആവശ്യക്കാരിലേക്ക് എത്തിക്കുവാനുള്ള ഉദ്ദേശശുദ്ധിയോടുകൂടിയുള്ളതായിരുന്നു.

പാർട്ടി സ്വീകരിച്ച ഈ നിലപാടിനെതിരെ വലിയ ശബ്ദമുയർത്തിയവരാണ് ആർ എസ് എസ് – ബി ജെ പി സംഘപരിവാരവും കോൺഗ്രസും. ജനങ്ങളെ ജാതീയമായി ഭിന്നിപ്പിക്കാനും വർഗപരമായ ഐക്യത്തെ തകർക്കാനും ആഗ്രഹിച്ചിരുന്ന മറ്റ് ബൂർഷ്വാ പാർട്ടികളും ചില സമുദായ സംഘടനകളുടെ പിറകിൽ കൂടി സംവരണത്തിന് എതിരായി നിലപാടെടുത്തു. സംവരണത്തെ അട്ടിമറിക്കാനായിരുന്നു സംഘപരിവാർ എക്കാലത്തും ശ്രമിച്ചിട്ടുള്ളത്. അവരുടെ സംവരണ വിരുദ്ധ നിലപാടുകളെ പ്രതിരോധിക്കാൻ ശക്തമായി പോരാടുന്നത് കമ്യൂണിസ്റ്റുകാരും ഇടതുപക്ഷക്കാരുമാണ്. സംവരണത്തിൽ പാർട്ടിയെടുത്ത നിലപാട് ജനങ്ങളെ ബോധ്യപ്പെടുത്താനും വലിയ അംഗീകാരം നേടിയെടുക്കാനും കഴിഞ്ഞിട്ടുണ്ട്. സംവരണം സംബന്ധിച്ച പാർട്ടിനയം അതത് സമുദായത്തിനകത്തെ പാവപ്പെട്ടവർക്ക് അനുകൂലമാണ്. ആ നിലയിൽ വർഗപരമായി എല്ലാ വിഭാഗങ്ങളിലുംപെട്ട ജനങ്ങളുടെ ഐക്യമെന്ന കാഴ്ചപ്പാടാണ് സി പി ഐ (എം) മുന്നോട്ടുവെക്കുന്നത്.

കേരളത്തിലെ ദേവസ്വം ബോർഡിൽ സി പി ഐ (എം) ഉയർത്തിപ്പിടിക്കുന്ന സംവരണനയം നടപ്പിലാക്കാനുള്ള ഇച്ഛാശക്തി എൽ ഡി എഫ് സർക്കാർ കാണിച്ചു. അതിനെയും ആർ എസ് എസ് – ബി ജെ പി സംഘപരിവാരം ശക്തമായി എതിർത്തു. യു ഡി എഫും എതിർപ്പുമായി രംഗത്തുവന്നു. ദേവസ്വം ബോർഡിൽ മുന്നോക്ക സമുദായത്തിലെ പിന്നോക്കക്കാർക്ക് പത്തുശതമാനം സംവരണം ഏർപ്പെടുത്തിയത് ഭരണഘടനാലംഘനമാണെന്ന് വരെ അവർ പ്രചാരണം നടത്തി. പിന്നോക്ക വിഭാഗത്തിന്റെ സംവരണം അട്ടിമറിക്കുന്നു എന്ന് പറഞ്ഞു. പക്ഷേ, പിണറായി വിജയൻ സർക്കാർ നല്ല കരുതലോടെയും അവധാനതയോടെയുമാണ് കേരളത്തിൽ സംവരണ വിഷയം കൈകാര്യം ചെയ്തത്. സംവരണത്തിന്റെ ഉയർന്ന പരിധിയായ 50 ശതമാനം അധികരിച്ചുവെന്ന പ്രശ്നമില്ലാതെ ആ വിഷയം കൈകാര്യം ചെയ്തു. പി എസ് സി വഴിയുള്ള നിയമനങ്ങളിൽ മുസ്ലിം ക്രിസ്ത്യൻ വിഭാഗങ്ങൾക്ക് 18 ശതമാനമാണ് സംവരണം. ദേവസ്വം നിയമനങ്ങളിൽ നിയമനത്തിൽ അഹിന്ദുക്കളെ ഒഴിവാക്കിയതിനാൽ ഈ 18 ശതമാനം മിച്ചമാണ്. ഈ പശ്ചാത്തലത്തിലാണ് പത്തുശതമാനം സംവരണം മുന്നോക്കക്കാരിലെ പിന്നോക്കക്കാർക്ക് നീക്കിവച്ചത്. അതോടൊപ്പം സംവരണത്തിന്

അർഹതയുള്ള പിന്നോക്ക ദളിത് വിഭാഗത്തിൽപ്പെട്ടവരുടെ സംവരണത്തോത് എട്ടുശതമാനം കൂടി ഉയർത്താനും എൽ ഡി എഫ് മന്ത്രിസഭ തീരുമാനിച്ചു. മുന്നോക്കക്കാരിൽ സാമ്പത്തികമായി പിന്നോക്കം നിൽക്കുന്ന വിഭാഗത്തിന് പത്തുശതമാനം സംവരണം നടത്തുമ്പോൾ ഇതുവരെ പൊതുവിഭാഗത്തിലേക്ക് പോയ തസ്തികകളിലാണ് കുറവുവരുന്നത്. അതിനാൽ ഈ തീരുമാനം പിന്നോക്കവിഭാഗങ്ങൾക്ക് ദോഷമാണെന്ന സംഘപരിവാർ വാദവും തകർന്നുപോയി. യു ഡി എഫും ബി ജെ പി സംഘപരിവാരവും കാണാതെ പോകുന്ന മറ്റൊരു വസ്തുത ദേവസ്വം നിയമനങ്ങളിൽ ആദ്യമായിട്ടാണ് പട്ടികജാതി വർഗ പിന്നോക്കാദി ജനവിഭാഗങ്ങൾക്ക് സംവരണം ലഭ്യമാകുന്നത് എന്നതാണ്. എൽ ഡി എഫ് അംഗീകരിച്ചിരിക്കുന്ന ഈ നയം ഏതെങ്കിലും തരത്തിൽ ജാതി ഭിന്നത ഉണ്ടാക്കാനുള്ള ഒന്നായിരുന്നില്ല. പാവപ്പെട്ട ജനവിഭാഗങ്ങൾക്ക് കരുതൽ നൽകുന്ന ഇടപെടലായിരുന്നു.

മുന്നോക്കക്കാരിലെ പിന്നോക്കക്കാർക്ക് നിശ്ചിതശതമാനം സംവരണം നൽകണമെന്നും അതിന് ഭരണഘടനാ ഭേദഗതി വേണമെന്നും 1990 നവംബർ നാലിന് സി പി ഐ (എം) കേന്ദ്രകമ്മിറ്റി അംഗീകരിച്ച പ്രമേയം നിർദേശിച്ചിട്ടുണ്ട്. സംവരണം സംബന്ധിച്ച പാർട്ടിയുടെ തീരുമാനം നേരത്തെ തന്നെ രൂപപ്പെടുത്തിയിട്ടുള്ളതാണെന്ന് ഇതിലൂടെ മനസിലാക്കാം. മുന്നോക്കസമുദായങ്ങളിലെ പാവപ്പെട്ടവർക്ക് പത്തുശതമാനം സംവരണമെന്ന നിർദേശം 2016ലെ നിയമസഭാ തെരഞ്ഞെടുപ്പ് പ്രകടനപത്രികയിൽ എൽ ഡി എഫും വ്യക്തമാക്കിയിട്ടുണ്ട്. അതാണ് ദേവസ്വം ബോർഡിൽ നടപ്പാക്കാൻ തീരുമാനിച്ചത്. ഈ വിഷയത്തിൽ എൽഡിഎഫിലെ ഘടകകക്ഷികൾക്കെല്ലാം ഏകാഭിപ്രായമാണ്.

ബി ജെ പി നേതൃത്വത്തിലുള്ള കേന്ദ്രസർക്കാർ മുന്നോക്കസമുദായങ്ങളിലെ സാമ്പത്തികമായി പിന്നോക്കം നിൽക്കുന്നവർക്ക് 10 ശതമാനം സംവരണം ഏർപ്പെടുത്താനുള്ള 124–ാം ഭരണഘടനാഭേദഗതി ബിൽ ലോക്സഭയ്ക്ക് പിന്നാലെ രാജ്യസഭയിലും പാസാക്കി. 10 മണിക്കൂർ നീണ്ട ചർച്ചയ്ക്കുശേഷമാണ് ഏഴിനെതിരെ 165 വോട്ടുകൾക്ക് ആ ബില്ല് പാസാക്കിയത്. സർക്കാർ മേഖലയിലെ ജോലികളിലും ഉന്നതവിദ്യാഭ്യാസ സ്ഥാപനങ്ങളിലും സംവരണം യാഥാർഥ്യമാകാൻ ഭൂരിപക്ഷം സംസ്ഥാന നിയമസഭകളും ഇനി ബില്ലിന് അംഗീകാരം നൽകണം. സർക്കാരിന്റെ ധൃതിപിടിച്ചുള്ള ഈ ഗിമ്മിക്ക് നടപ്പാക്കാനുള്ളതല്ലെന്ന് മനസ്സിലാക്കിയ പ്രതിപക്ഷം, വേണ്ടത്ര തയ്യാറെടുപ്പില്ലാതെ കൊണ്ടുവന്ന ബില്ലിന് കോടതിയിൽ നിലനിൽപ്പുണ്ടാകില്ലെന്നും ബിൽ കൂടുതൽ പരിശോധനകൾക്ക് വിധേയമാക്കണമെന്നും ആവശ്യപ്പെട്ടെങ്കിലും ആ ആവശ്യങ്ങൾ കേന്ദ്ര സർക്കാർ തള്ളി. സ്വകാര്യ സ്ഥാപനങ്ങളിലും സാമ്പത്തിക സംവരണം ഏർപ്പെടുത്തണമെന്നതടക്കമുള്ള സി പി ഐ (എം) അംഗങ്ങളുടെ ഭേദഗതി നിർദേശങ്ങളും വോട്ടിനിട്ട് തള്ളി. ബി ജെ പിക്ക്

ഒപ്പം കോൺഗ്രസ് അംഗങ്ങളും ഈ ഭേദഗതിയെ എതിർത്ത് വോട്ട് ചെയ്തു. വലതുപക്ഷ ഐക്യമാണ് അവിടെ കാണാനായത്.

ഇപ്പോൾ സർക്കാർ സർവ്വീസിൽ തൊഴിലവസരങ്ങൾ കുറഞ്ഞുവരികയാണ്. എല്ലാം സ്വകാര്യവൽക്കരിക്കുന്ന നയമാണ് കേന്ദ്രം മുന്നോട്ടുവെക്കുന്നത്. ഈയൊരു സാഹചര്യത്തിൽ സംവരണത്തിന്റെ ആനുകൂല്യം പൂർണമായി ലഭിക്കണമെങ്കിൽ സ്വകാര്യമേഖലയിലും സംവരണം വ്യാപിപ്പിക്കണം. അത്തരത്തിലുള്ള തീരുമാനത്തിലേക്കെത്താനുള്ള ഇച്ഛാശക്തി ബി ജെ പി സർക്കാരിനില്ല. കേന്ദ്രത്തിന്റെ പൊതുമേഖലാ സ്ഥാപനങ്ങളിലും സർക്കാർ സർവ്വീസുകളിലും നിയമന നിരോധനമാണ് നിലവിലുള്ളത്. ഒരുകോടി പത്തുലക്ഷം പേരുടെ തൊഴിൽ നഷ്ടപ്പെട്ടിരിക്കുകയാണ്. ഇത്തരമൊരു സാഹചര്യത്തിൽ തിരഞ്ഞെടുപ്പിനെ അഭിമുഖീകരിക്കുന്ന തൊഴിലില്ലാത്ത യുവജനങ്ങളെ കബളിപ്പിക്കുക എന്ന ഉദ്ദേശ്യമാണ് കേന്ദ്രസർക്കാരിനുള്ളത്. ഇതുകൊണ്ട് സാധാരണക്കാരായ യുവജനങ്ങൾക്ക് ഒരു ഗുണവും ലഭിക്കില്ല. തിരഞ്ഞെടുപ്പ് ലാക്കാക്കിയുള്ള ഒരു സൂത്രക്കളി മാത്രമാണിത്. അതോടൊപ്പം ജാതീയമായ ചേരിതിരിവ് ഉണ്ടാക്കുക എന്ന ലക്ഷ്യവും ഇതിന് പിറകിലുണ്ട്. ഉത്തർപ്രദേശിൽ ബി എസ് പിയും എസ് പിയും യോജിച്ച് തെരഞ്ഞെടുപ്പിനെ നേരിടാനൊരുങ്ങുകയാണ്. ഇതോടെ ബി ജെ പിയുടെ ഭാവി അപകടത്തിലാവുമെന്നാണ് വിലയിരുത്തപ്പെടുന്നത്. ഇതിനെ മറികടക്കാൻ ജാതീയ ധ്രുവീകരണം ഉണ്ടാക്കിയാൽ മതിയാകുമെന്നുള്ള സംഘപരിവാർ അജണ്ടയാണ് മുന്നോക്ക വിഭാഗങ്ങളിലുള്ളവർക്ക് സംവരണം നടപ്പിലാക്കാനുള്ള തീരുമാനത്തിന്റെ പിറകിലുള്ളത്. മുന്നോക്ക സമുദായത്തിലെ പാവപ്പെട്ടവർക്ക് വേണ്ടിയെന്ന് പറഞ്ഞ് തിരഞ്ഞെടുപ്പിനെ നേരിടാനും അതേസമയം ജാതീയമായ ധ്രുവീകരണവുമാണ് ബി ജെ പി സംഘപരിവാരം ഇതിലൂടെ ലക്ഷ്യം വെക്കുന്നത്.

അമർന്നുകത്തുന്ന പ്രതിഷേധാഗ്നി ആളിപ്പടരും

ഇന്ത്യയിലെ പട്ടികജാതി- പട്ടികവർഗ വിഭാഗങ്ങളിലുള്ളവർ കടുത്ത ആക്രമണങ്ങളെയും വിവേചനങ്ങളെയുമാണ് അഭിമുഖീകരിക്കുന്നത്. സവർണാധിപത്യ പ്രത്യയശാസ്ത്രത്താൽ നയിക്കപ്പെടുന്ന കേന്ദ്രത്തിലെ ബി ജെ പി ഭരണം പട്ടികജാതി–പട്ടികവർഗ വിഭാഗങ്ങളിലുള്ളവർക്കും മറ്റ് പിന്നോക്ക വിഭാഗക്കാർക്കും എതിരായ നയങ്ങളും നിലപാടുകളുമാണ് മുന്നോട്ടുവെക്കുന്നത്. ബി ജെ പിയെ നിയന്ത്രിക്കുന്ന ആർ എസ് എസ് എന്ന സംഘടന ജാതിവ്യവസ്ഥയെയും സാമൂഹ്യ അനാചാരങ്ങളെയും സംരക്ഷിക്കുന്നവരാണ്. എന്നാൽ, ആർ എസ് എസ് സർസംഘചാലക് മോഹൻ ഭാഗവത് ഉൾപ്പെടെയുള്ളവർ തങ്ങൾ വളരെ സംസ്കാരസമ്പന്നരാണെന്നും എല്ലാവരുമായും ഒത്തുപോവുന്നവരാണെന്നും വരുത്തി തീർക്കാനുള്ള ഗിമ്മിക്കുകളിൽ ഇപ്പോൾ ഏർപ്പെട്ടുകൊണ്ടിരിക്കയാണ്. അപ്പോഴും *വിചാരധാര, നാം അഥവാ നമ്മുടെ ദേശീയത നിർവ്വചിക്കപ്പെടുന്നു* എന്നീ ഗ്രന്ഥങ്ങളെ തന്നെയാണ് ആർ എസ് എസിന്റെ പ്രത്യയശാസ്ത്ര സമീപനങ്ങൾ വ്യക്തമാക്കുന്നതിനായി ഉപയോഗിക്കുന്നത്. *മനുസ്മൃതി* തന്നെയാണ് ഭരണഘടനയ്ക്ക് പകരം വെക്കാൻ ആർ എസ് എസ് ആഗ്രഹിക്കുന്നത്. ഈ മനോഭാവവുമായി നിൽക്കുന്ന ആർ എസ് എസിനും ബി ജെ പി അടക്കമുള്ള സംഘപരിവാർ സംഘടനകൾക്കും പട്ടികജാതി – പട്ടികവർഗ വിഭാഗങ്ങളെ മനുഷ്യരായി പരിഗണിക്കാൻ സാധിക്കില്ല. നിഷ്ഠുരമായ ദളിത് പീഡനങ്ങളും കൊലപാതകങ്ങളും അവസാനമില്ലാതെ ആവർത്തിക്കുന്നത് ഈ പശ്ചാത്തലത്തിലാണ്.

രാജ്യത്ത് ഓരോ 18 മിനിറ്റിലും പട്ടികജാതി വിഭാഗത്തിലുള്ളവർക്കെതിരായ ഓരോ അക്രമം വീതം റിപ്പോർട്ട് ചെയ്യപ്പെടുന്നുണ്ട്. ചത്ത

പശുക്കളുടെ തോലെടുത്ത് ഉപജീവനം നടത്തിയ പട്ടികജാതി വിഭാഗത്തിലുള്ളവർ തൊഴിൽരഹിതരായി. പശുവിന്റെ പേരിൽ അവർ പലയിടങ്ങളിലും കൊല്ലപ്പെട്ടു. ആർ എസ് എസ് മുന്നോട്ടുവെക്കുന്ന ഹിന്ദുത്വയിൽ പട്ടികജാതി-പട്ടികവർഗ വിഭാഗങ്ങൾക്ക് ഇടമില്ല. ഭരണഘടന വിഭാവനം ചെയ്യുന്ന സംവരണംതന്നെ എടുത്തുമാറ്റണമെന്നതാണ് സംഘപരിവാർ നിലപാട്. പടിഞ്ഞാറൻ യു പിയിൽ പട്ടികജാതി വിഭാഗത്തിലുള്ളവരുടെ ആയിരക്കണക്കിന് വീടുകൾ സംഘപരിവാർ നേതൃത്വത്തിൽ ആക്രമിച്ചു. അംബേദ്കർ സ്മരണയുമായി മഹാരാഷ്ട്രയിലെ കൊറഗാവിൽ ഒത്തുചേർന്ന പട്ടികജാതിക്കാർക്ക് നേരെ നടത്തിയ ആക്രമണം സർക്കാർ പിന്തുണയോടുകൂടിയായിരുന്നു. പട്ടികജാതി പട്ടികവർഗ വിഭാഗങ്ങളിലുള്ള ഉപജാതികൾ തമ്മിൽ സംഘർഷം സൃഷ്ടിക്കാനായി അവർക്കിടയിൽ നുഴഞ്ഞുകയറിയുള്ള പ്രവർത്തനത്തിന് ആർ എസ് എസ് സംഘപരിവാരം ശ്രമിക്കുന്നതിന്റെ ഭാഗമായി രാജ്യത്തിന്റെ പല ഭാഗത്തും സംഘർഷങ്ങൾ റിപ്പോർട്ടുചെയ്യപ്പെട്ടിട്ടുണ്ട്. സ്വത്വ രാഷ്ട്രീയത്തിന്റെ മറ്റൊരു മുഖമാണ് ഈ രീതി. ബി ജെ പി ഭരിക്കുന്ന സംസ്ഥാനങ്ങളിൽ ഭരണകൂടത്തിന്റെ സഹായത്തോടെയാണ് ഇത്തരം അക്രമങ്ങൾ സംഘടിപ്പിക്കുന്നത്. അതിനാൽ ഇത്തരം വർഗീയ അതിക്രമങ്ങളെ ചെറുത്തുതോൽപ്പിക്കാനുള്ള ബോധപൂർവ്വമായ ഇടപെടൽ പുരോഗമന പക്ഷത്തുനിന്നും ഉയർന്നുവരേണ്ടതുണ്ട്.

ബി ജെ പി നേതൃത്വത്തിലുള്ള കേന്ദ്രസർക്കാർ, പൊതുമേഖലയെ സ്വകാര്യവൽക്കരിക്കുകയും നിയമന നിരോധനം അടിച്ചേൽപ്പിക്കുകയും ചെയ്യുന്നു. ഇത് നവ ഉദാരവൽക്കരണ- സ്വകാര്യവൽക്കരണ നയങ്ങൾ നടപ്പിലാക്കുന്നതിന്റെ ഭാഗമാണ്. പല സംസ്ഥാനങ്ങളിലുമുള്ള പിന്നോക്ക ദളിത് രാഷ്ട്രീയം കൈകാര്യം ചെയ്യുന്ന പ്രാദേശിക പാർട്ടികൾ ഈ നയങ്ങളുടെ വക്താക്കളായി തന്നെയാണ് നിൽക്കുന്നത്. പൊതുമേഖലയുടെ സ്വകാര്യവൽക്കരണം വഴി സംവരണം ഇല്ലാതാവുന്നത് അവർ കണ്ടില്ലെന്ന് നടിക്കുകയാണ്. നിയമന നിരോധനവും സംവരണത്തെ പരിമിതപ്പെടുത്തുന്നു. ഈ സാഹചര്യത്തിൽ സ്വകാര്യ സ്ഥാപനങ്ങളിൽ പട്ടികജാതി-പട്ടികവർഗ വിഭാഗങ്ങൾക്ക് സംവരണം ഉറപ്പാക്കേണ്ടതുണ്ട്. അതിനാവശ്യമായ നിയമ നിർമാണത്തിന് കേന്ദ്രസർക്കാർ അടിയന്തരനടപടികൾ സ്വീകരിക്കണം.

ആർ എസ് എസ് പ്രചാരകനായ നരേന്ദ്രമോദി രാജ്യത്തിന്റെ പ്രധാനമന്ത്രിയായ ഉടനെതന്നെ പട്ടികജാതി - പട്ടികവർഗ വിഭാഗങ്ങളുടെ ക്ഷേമത്തിനായി ലഭിക്കേണ്ട പദ്ധതി വിഹിതത്തിൽ കുറവുവരുത്തി. ജനസംഖ്യാനുപാതികമായി പട്ടികജാതി വിഭാഗത്തിന് 16.6 ശതമാനവും പട്ടികവർഗ വിഭാഗത്തിന് 8.6 ശതമാനവും പദ്ധതി വിഹിതം മാറ്റിവെക്കേണ്ടതുണ്ട്. എന്നാൽ, നരേന്ദ്ര മോദി സർക്കാർ പട്ടികജാതി പ്രത്യേക ഘടകപദ്ധതിയിൽ 46,385 കോടി രൂപയുടെ കുറവും പട്ടികവർഗ ഘടകപദ്ധതിയിൽ 20,000 കോടി രൂപയുടെ കുറവും വരുത്തി. രാജ്യത്തെ

പട്ടികജാതി–പട്ടികവർഗ വിഭാഗങ്ങളുടെ ജനസംഖ്യ ആകെ ജനസംഖ്യയുടെ 25 ശതമാനമാണ്. ഇവർക്കായി നീക്കിവച്ച പദ്ധതിവിഹിതം വെറും 10 ശതമാനം മാത്രം. പട്ടികജാതി പ്രത്യേകഘടക പദ്ധതി നിർത്തലാക്കുവാനുള്ള നീക്കവുമായി മുന്നോട്ടുപോകുന്ന കേന്ദ്രസർക്കാരിനെതിരെ ശക്തമായ പ്രതിഷേധമാണ് രാജ്യമാസകലം ഉയരുന്നത്.

നാട്ടിൽ നിലനിന്നിരുന്ന സാമൂഹ്യ വിവേചനങ്ങളെ ചോദ്യം ചെയ്യാനും സമൂഹത്തിൽ പുരോഗമനപരമായ മുന്നേറ്റമുണ്ടാക്കാനും ഇന്ത്യയിലെ വിവിധ ഭാഗങ്ങളിൽ രൂപപ്പെട്ടുവന്ന നവോത്ഥാന മുന്നേറ്റങ്ങൾ സഹായകമായിട്ടുണ്ട്. സാമൂഹ്യ വിവേചനങ്ങളുടെ അടിസ്ഥാനമായിരുന്നു ജന്മിത്ത ഭൂപ്രഭുത്വം. ജന്മിത്ത ശക്തികളുടെ സാമ്പത്തികാടിത്തറ തകർക്കുന്ന സമരങ്ങളുമായി രാജ്യത്തെ പല മുന്നേറ്റങ്ങളെയും കണ്ണി ചേർക്കാൻ കഴിഞ്ഞില്ല എന്നത് വസ്തുതയാണ്. എന്നാൽ, കേരളത്തിൽ ഭൂപരിഷ്കരണം നടപ്പിലാക്കാൻ കമ്യൂണിസ്റ്റ് പാർട്ടിനേതൃത്വത്തിലുള്ള സർക്കാരുകൾ ശക്തമായി ഇടപെട്ടു. ഭൂപരിഷ്കരണം നടപ്പിലാക്കിയതിലൂടെ ജന്മിത്തത്തിന്റെ സാമ്പത്തികാടിത്തറ ഇവിടെ തകർത്തു. അതിലൂടെ ജാതിവിവേചനത്തിന്റെ രൂക്ഷതയെ ദുർബലപ്പെടുത്താനും സാധിച്ചു.

പൊതുവിദ്യാഭ്യാസം, പൊതു ആരോഗ്യസംവിധാനം, സാമൂഹ്യ സുരക്ഷാപദ്ധതികളുടെ രക്ഷാവലയം തുടങ്ങിയ നടപടികൾ കേരളത്തിലെ പട്ടികജാതി ജനതയുടെ ജീവിതത്തെ മുഖ്യധാരയിലേക്ക് ഉയർത്തുന്നതിന് ഒരു പരിധിവരെ സഹായിച്ചു. ഇന്ത്യയിലെ മറ്റു സംസ്ഥാനങ്ങളുമായി താരതമ്യപ്പെടുത്തിയാൽ മെച്ചപ്പെട്ട ജീവിതം കേരളത്തിലെ പട്ടികജാതി ജനവിഭാഗങ്ങൾക്ക് ലഭ്യമാക്കുന്നതിന് ഇത് ഇടയാക്കി. എങ്കിലും കേരളത്തിന്റെ പൊതുസമൂഹത്തിന്റെ വികാസവുമായി തട്ടിച്ചുനോക്കിയാൽ പട്ടികജാതി പട്ടികവർഗ ജനവിഭാഗങ്ങളുടെ ജീവിതനിലവാരം പിന്നോക്കം തന്നെയാണെന്ന് കാണാം. ഇത് പരിഹരിക്കുന്നതിനുള്ള നടപടിയെ പറ്റിയും നവകേരള സൃഷ്ടിക്കുവേണ്ടി യത്നിക്കുമ്പോൾ ആലോചിക്കേണ്ടതുണ്ട്.

കേരളത്തിലെ പട്ടികവർഗ വിഭാഗങ്ങളുടെ ജീവിത പരിസരത്തെ പ്രത്യേകം തന്നെ പരിഗണിക്കേണ്ടതുണ്ട് എന്ന് തോന്നുന്നു. കേരളത്തിൽ ഇടത് വലത് മുന്നണി സർക്കാരുകൾ മാറി മാറി വരുന്നത് നിമിത്തം പട്ടികവർഗ മേഖലയിൽ ഇടതുപക്ഷ സർക്കാരുകൾ കൊണ്ടുവരുന്ന മുന്നേറ്റങ്ങളെ പാടേ ഇല്ലാതാക്കുന്ന ഭരണനിർവഹണ രീതികളാണ് വലതുപക്ഷ സർക്കാരുകൾ നടപ്പാക്കാറ്. കഴിഞ്ഞ യു ഡി എഫ് സർക്കാർ കാലത്ത് ആദിവാസി വിഭാഗത്തിൽ നിന്നുള്ള മന്ത്രി തന്നെ അഴിമതി നടത്തിയെന്ന ആരോപണങ്ങൾ ഉയർന്നത് അവരുടെ കാഴ്ചപ്പാടിന്റെ ഭാഗമായാണ്. ഈയൊരു സാഹചര്യത്തിൽ ആദിവാസി വിഭാഗങ്ങളെ മുഖ്യധാരയിലേക്ക് ഉയർത്തുന്നതിന് കുറച്ചുകൂടി ഊന്നൽ നൽകുന്നത്

നന്നായിരിക്കും. ഇടതുഭരണ തുടർച്ചയിലൂടെ മാത്രമേ അത് യാഥാർത്ഥ്യമാക്കാൻ സാധിക്കുകയുമുള്ളു.

കേരളത്തിലെ പട്ടികവർഗ വിഭാഗത്തിലുള്ളവർ പൊതുവിൽ അരികുവൽക്കരിക്കപ്പെട്ട ജനവിഭാഗങ്ങളാണ്. പൊതുധാരയിലേക്ക് വരാതെ കഴിയുന്നത്ര തങ്ങളിലേക്ക് ഒതുങ്ങി ജീവിക്കുന്ന അവരുടെ രീതിയെ മാറ്റിയെടുക്കുക തന്നെ വേണം. അവരുടെ തനിമകളിലേക്ക് കടന്നുകയറാനല്ല, അതൊക്കെ അവരാഗ്രഹിക്കുന്ന വിധത്തിൽ നിലനിർത്തിക്കൊണ്ട് അവരെ മുഖ്യധാരാ ജീവിത നിലവാരത്തിലേക്ക് കൈപിടിച്ചുയർത്തിയേ മതിയാവൂ. അതിന് കൃത്യമായ വരുമാനം ഉറപ്പുവരുത്തണം. അതിനായി ഓരോ ആദിവാസി കുടുംബത്തിലെയും ഒരംഗത്തിന് സർക്കാർ ജോലി നൽകുവാൻ സാധിക്കും വിധത്തിൽ പബ്ലിക് സർവ്വീസ് കമ്മീഷന്റെ നിയമന പ്രക്രിയയെ പ്രാപ്തമാക്കേണ്ടതിനെക്കുറിച്ച് ചിന്തിക്കേണ്ടതുണ്ട്. ഒരു ആദിവാസി കുടുംബത്തിലെ ഒരാൾക്ക് സർക്കാർ ജോലി ഉറപ്പാകുമ്പോൾ അതിലൂടെ ആ കുടുംബത്തിന്റെ ജീവിത പശ്ചാത്തലം മെച്ചപ്പെടും. ആദിവാസി വിഭാഗങ്ങളിലുള്ളവർ വിദ്യാഭ്യാസ കാര്യത്തിലടക്കം പിന്നോക്കം പോകുന്ന അവസ്ഥയെ മറികടക്കുവാനും ഇതുവഴി സാധിക്കും. പഠിച്ച് മികവ് തെളിയിച്ചാൽ നല്ലൊരു സർക്കാർ ജോലി ലഭിക്കുമെന്ന ഉറപ്പ് അവരുടെ കാഴ്ചപ്പാടിനെ തന്നെ മാറ്റാൻ ഉപയുക്തമാവും. സ്കൂൾ വിദ്യാഭ്യാസം പാതിവഴിക്ക് മുടക്കിയ ആദിവാസി വിഭാഗത്തിലുള്ളവരെ കണ്ടെത്തി വിവിധ തലങ്ങളിലുള്ള തുല്യതാ പരീക്ഷകളിലൂടെ വിദ്യാഭ്യാസം നൽകുന്ന പരിപാടി സാക്ഷരതാ മിഷന്റെ ആഭിമുഖ്യത്തിൽ ആവിഷ്കരിക്കുന്നതിനെക്കുറിച്ചും ചിന്തിക്കേണ്ടതുണ്ട്. പലതരം ഇടപെടലുകൾ നടത്തിയിട്ടും കോടിക്കണക്കിന് രൂപ പട്ടികവർഗ വിഭാഗങ്ങളുടെ ഉന്നമനത്തിനായി വിനിയോഗിച്ചിട്ടും ഫലം കാണാത്ത പശ്ചാത്തലത്തിൽ ഇത്തരത്തിലുള്ള സ്പെഷ്യൽ റിക്രൂട്ട്മെന്റിനെക്കുറിച്ച് ആലോചിക്കുന്നത് നന്നായിരിക്കും.

ദാരിദ്ര്യാവസ്ഥയിലുള്ള നിരവധി പട്ടികജാതി കുടുംബങ്ങൾ കോളനികളിലും മറ്റുമായി ഇന്നും നമ്മുടെ സംസ്ഥാനത്തുണ്ട്. അവർക്ക് ഭൂമിയോ നല്ലൊരു വീടോ ഇല്ല. കുടുംബത്തിലെ ഒരാൾക്ക് സർക്കാർ ജോലികാണും. മിക്കവാറും തൂപ്പുജോലി പോലുള്ള ജോലിയാവും അത്. അവർക്ക് മാസത്തിൽ വേതനം ലഭിക്കുമെങ്കിലും അത് ആ കുടുംബത്തിന്റെ സകല ചെലവുകൾക്കും തികയുകയില്ല എന്നതാണ് യാഥാർത്ഥ്യം. ഇത്തരത്തിലുള്ള പട്ടികജാതി കുടുംബങ്ങൾക്ക് സർക്കാർ നൽകുന്ന സഹായങ്ങൾ ലഭിക്കുന്നതിന് കുടുംബാംഗത്തിനുള്ള സർക്കാർ ഉദ്യോഗം തടസമാവുന്നതായി കാണാനാവും. സർക്കാർ ജോലിയുള്ള കുടുംബത്തിന് ഒരു സർക്കാർ ആനുകൂല്യവും ലഭിക്കുവാനുള്ള യോഗ്യതയില്ല എന്നതാണ് മാനദണ്ഡം. കൂട്ടുകുടുംബം പോലെ നിരവധി അംഗസംഖ്യയുള്ള റേഷൻ കാർഡിലെ ഒരാൾക്ക് തുച്ഛവേതനമുള്ള സർക്കാർ ജോലിയുണ്ടെങ്കിൽ ആ കുടുംബത്തിന് അവകാശ

പ്പെട്ട ഭൂമിയോ, വീടോ ലഭ്യമാകില്ല എന്ന അവസ്ഥ പഠനവിധേയമാക്കേണ്ടതാണ്. പട്ടികജാതി വിഭാഗങ്ങൾക്ക് സർക്കാർ ജോലി ഉറപ്പാക്കുന്നത് മുഖ്യധാരയിലേക്ക് അവരെ കൈപിടിച്ചുയർത്താനാണെങ്കിലും മുകളിൽ പറഞ്ഞതുപോലുള്ള അവസ്ഥ ഉദ്ദേശിച്ചതിന്റെ വിപരീതഫലമാണ് ഉണ്ടാക്കുന്നത്. ഇത്തരത്തിലുള്ള മാനദണ്ഡങ്ങൾ പാർശ്വവൽകൃത ജനവിഭാഗങ്ങളുടെ ജീവിതത്തെ എന്നും ദാരിദ്ര്യവൽക്കരിച്ചുകൊണ്ടിരിക്കും. അതിനെ മറികടക്കാനുള്ള പഠനവും നടപടികളും കേരളത്തിന് ആവശ്യമാണ്.

കേരളത്തിലെ ഇടതുപക്ഷ ജനാധിപത്യമുന്നണി സർക്കാർ പട്ടികജാതി ജനവിഭാഗത്തിന്റെ പ്രശ്നങ്ങൾ സവിശേഷ പ്രാധാന്യത്തോടെ കണ്ട് ഇടപെടുന്നുണ്ട്. വിദ്യാഭ്യാസ ആനുകൂല്യവും തൊഴിലവസരങ്ങളും വർധിപ്പിച്ച് സർക്കാർ സ്വീകരിക്കുന്ന നിലപാടുകൾ അഭിനന്ദനാർഹമാണ്. പട്ടികജാതി വിഭാഗത്തിനുള്ള വിദ്യാഭ്യാസ ആനുകൂല്യങ്ങൾ 25 ശതമാനം ഉയർത്താനായി. ഈ മേഖലയിൽ ചികിത്സാധന സഹായമായി 58.45 കോടി രൂപ നൽകി. 250 പട്ടികജാതി സങ്കേതങ്ങളുടെ സമഗ്ര വികസനത്തിന് ഏർപ്പെടുത്തിയ അംബേദ്കർ പദ്ധതിയും ശ്രദ്ധേയമായി. ഈ മേഖലയിലെ ഫണ്ട് ഫലപ്രദമായി കൈകാര്യം ചെയ്യുന്നതിന് സർക്കാരിന് കഴിഞ്ഞു. ദേവസ്വം ബോർഡിന്റെ ക്ഷേത്രങ്ങളിൽ പട്ടികജാതി വിഭാഗത്തിൽപ്പെട്ടവരെ പൂജാരികളാക്കിയും ദേവസ്വം ബോർഡുകളിൽ സംവരണം ഏർപ്പെടുത്തിയും ശക്തമായ ചുവടുവയ്പ്പ് സംസ്ഥാന സർക്കാർ സ്വീകരിച്ചിട്ടുണ്ട്.

സാമൂഹ്യനീതിയുടെ പ്രശ്നങ്ങൾ വർഗസമരത്തിന്റെ ഭാഗമായി കണ്ട് പട്ടികജാതി പട്ടികവർഗ ജനവിഭാഗങ്ങളുടെ പ്രശ്നങ്ങളിൽ സവിശേഷ പ്രാധാന്യത്തോടെ ഇടപെടുന്നതിന്റെ ആവശ്യകത പുതിയ കാലഘട്ടത്തിൽ കൂടുതൽ പ്രസക്തമാവുന്നുണ്ട്. ഇവിടെ പട്ടികജാതി–പട്ടികവർഗ വിഭാഗങ്ങളുടെ എല്ലാ മുന്നേറ്റങ്ങളേയും തകർത്തുതരിപ്പണമാക്കുന്ന നിലപാട് സ്വീകരിക്കുന്ന ആർ എസ് എസ് നയിക്കുന്ന ബി ജെ പി സംഘപരിവാർ ശക്തികളെ എതിർക്കാനോ, രാജ്യത്തെ ഇത്തരമൊരവസ്ഥയിലേക്ക് കൊണ്ടെത്തിച്ച കോൺഗ്രസിന്റെ നയങ്ങളെ തുറന്നുകാട്ടാനോ തയ്യാറാകാതെ ഇടതുപക്ഷത്തെ സ്വത്വരാഷ്ട്രീയത്തിന്റെ മറവിൽ എതിർക്കുന്ന ചില സംഘടനകൾ മറ്റ് ഇന്ത്യൻ സംസ്ഥാനങ്ങളിൽ നിന്നും വ്യത്യസ്തമല്ല കേരളമെന്ന് സ്ഥാപിക്കാൻ ശ്രമിക്കുകയാണ്. അവരെ തിരിച്ചറിഞ്ഞ് പ്രതിരോധിക്കുവാനും തയ്യാറാവേണ്ടതുണ്ട്.

കേരളത്തിലെ അവസ്ഥയല്ല മറ്റ് ഇന്ത്യൻ സംസ്ഥാനങ്ങളിലുള്ളത്. ജന്മിത്ത ഭൂപ്രഭുത്വവും അയിത്തവും അനാചാരങ്ങളും കൊടികുത്തിവാഴുന്ന നിരവധി പ്രദേശങ്ങൾ രാജ്യത്തിന്റെ വിവിധ ഭാഗങ്ങളിലുണ്ട്. പട്ടികജാതി–പട്ടികവർഗ വിഭാഗങ്ങൾക്ക് ചത്ത പശുവിന്റെ വിലപോലും നൽകാത്ത ജാതിവ്യവസ്ഥയെയും ജന്മിത്ത ഭൂപ്രഭുത്വത്തെയും താങ്ങിനിർ

ത്തുന്ന ഭരണമാണ് മോദിയുടേത്. അധികാരത്തിലെത്താൻ ജാതിയെ സമർഥമായി ഉപയോഗിക്കുന്ന ഇന്ത്യയിലെ ബൂർഷ്വാ രാഷ്ട്രീയ പാർട്ടികളുടെ രീതിശാസ്ത്രം ജാതിവ്യവസ്ഥയെ ശക്തിപ്പെടുത്തുക യാണ് ചെയ്യുന്നത്. ജാതിവ്യവസ്ഥയെ പോഷിപ്പിച്ച് കർഷകത്തൊഴിലാളി കളടക്കമുള്ള നിസ്വവർഗത്തെ വിഘടിപ്പിച്ച് വർഗപരമായി സംഘടിക്കാൻ അനുവദിക്കാതെ നിരന്തരം ചൂഷണംചെയ്യുന്ന രീതിയാണ് മുതലാളി ത്തശക്തികൾ സ്വീകരിക്കുന്നത്. അതിനാൽ ജാതിവ്യവസ്ഥക്കെതിരായ സമരം മുതലാളിത്തവ്യവസ്ഥക്കെതിരായ സമരംകൂടിയാണ്.

പട്ടികജാതി പട്ടികവർഗ വിഭാഗങ്ങൾക്ക് നേരെ നടക്കുന്ന ക്രൂരമായ പീഡനത്തിനും അടിച്ചമർത്തലുകൾക്കുമെതിരെ കർഷകത്തൊഴിലാളി യൂണിയൻ രാജ്യവ്യാപകമായി പ്രതിഷേധവുമായി മുന്നോട്ടുപോവുന്നത് ഈ വർത്തമാനത്തിലാണ്. അമർന്നുകത്തുന്ന പ്രതിഷേധാഗ്നിയെ ആളി ക്കത്തിക്കുന്ന വർഗസമരത്തിന്റെ പുതിയ അധ്യായങ്ങളാണ് രാജ്യം രചി ക്കാൻ പോവുന്നത്.

ഭരണവും
ഭരണകൂടവും ജീവനക്കാരും

എൽ ഡി എഫ് സർക്കാർ അധികാരത്തിലേറി കുറച്ചു കഴിഞ്ഞപ്പോൾ സർക്കാരിന്റെ പ്രവർത്തനം വിലയിരുത്താനായി സി പി ഐ (എം) സംസ്ഥാനകമ്മിറ്റി ചേർന്നിരുന്നു. ആ സമയത്ത് മിക്ക മാധ്യമങ്ങളും നൽകിയ വാർത്തകൾ ഭാവനയും ലേഖകരുടെ ആഗ്രഹവും ചേർത്ത് ചാലിച്ചതായിരുന്നു. മുഖ്യമന്ത്രിയുടെ പേരെടുത്ത് വിമർശിച്ചു, ഭരണവും പാർട്ടിയും രണ്ട് തട്ടിലാണ്, ചില വകുപ്പുകളുടെ കാര്യത്തിൽ മന്ത്രിമാരെ വ്യക്തിപരമായി വിലയിരുത്തി എന്നൊക്കെയാണ് മാധ്യമങ്ങൾ എഴുതിപ്പിടിപ്പിച്ചത്. സത്യത്തിന്റെ തരിമ്പ് പോലും ആ വാർത്തകളിലുണ്ടായിരുന്നില്ല. തീർത്തും തുറന്ന മനസ്സോടെയുള്ള ആരോഗ്യപരമായ ചർച്ചയാണ് അവിടെ നടന്നത്. മാർക്സിസ്റ്റ് ലെനിനിസ്റ്റ് സംഘടനാ തത്ത്വമാണ് അവിടെ പ്രകാശിച്ചത്.

ഇത്തരത്തിലുള്ളൊരു വാർത്താ നിർമിതിയിലേക്ക് മാധ്യമങ്ങളെ നയിച്ചത് അവർക്ക് ഭരണവും ഭരണകൂടവും തമ്മിലുള്ള വ്യത്യാസം വേർതിരിച്ചറിയാൻ സാധിക്കാത്തതുകൊണ്ടാണ്. ഇടതുപക്ഷ ജനാധിപത്യ മുന്നണി അധികാരത്തിൽ വന്നാലുടൻ നിലവിലുള്ള ഭരണകൂടവും ഇടതുപക്ഷമാവും എന്ന ചിന്ത അപക്വമാണ്. അതിൽ നിന്നാണ് അത്തരം വാർത്തകൾ ഉണ്ടാവുന്നത്.

പാർലമെന്ററിവ്യവസ്ഥ അനുവദനീയമായ രാജ്യങ്ങളിൽ മാർക്സിസ്റ്റ്–ലെനിനിസ്റ്റ് പാർട്ടികൾ ജനകീയ അടിത്തറ വിപുലീകരിക്കാൻ പാർലമെന്ററി ജനാധിപത്യ വ്യവസ്ഥയിൽ അണിചേരുന്നത് അസാധ്യമായ കാര്യമല്ല. അവിടങ്ങളിൽ പാർലമെന്ററി വ്യവസ്ഥയെ വർഗസമരത്തിന്റെ ഉപകരണമായി ഉപയോഗിക്കാനാണ് മാർക്സിസ്റ്റ്–ലെനിനിസ്റ്റുകൾ ശ്രമിക്കുന്നത്.

രാജ്യത്തെ ഭരണവർഗത്തെ വിലയിരുത്താൻ, വിപ്ലവത്തിന്റെ ഘട്ടത്തെയും വിപ്ലവശക്തിയുടെ അണിചേരലുകളെയും അതിന്റെ നേതൃത്വത്തെയും വിലയിരുത്തണം. വിപ്ലവസ്വഭാവത്തെ മനസ്സിലാക്കുകയും പരിവർത്തനഘട്ടത്തിന്റെ പ്രത്യേകത തിരിച്ചറിയുകയും വേണം. ഈ കാര്യങ്ങളിൽ മാർക്സിസ്റ്റ്–ലെനിനിസ്റ്റ് കാഴ്ചപ്പാടനുസരിച്ച് പരിപാടികൾ ആസൂത്രണം ചെയ്യാൻ സാധിക്കണം. അപ്പോഴാണ് ഇന്ത്യൻ സമ്പദ് വ്യവസ്ഥയുടെ പ്രത്യേകത ഉൾക്കൊള്ളാനാവുക. ലോകവ്യാപകമായി സോഷ്യലിസ്റ്റ് പരിവർത്തനത്തിന്റെ പ്രശ്നങ്ങൾ ഉന്നയിക്കുമ്പോഴും ജനാധിപത്യവിപ്ലവത്തിന്റെ ഉള്ളടക്കത്തെ പരിഗണിക്കേണ്ടതുണ്ട്.

ജനകീയ ജനാധിപത്യവിപ്ലവം ലക്ഷ്യമായി അംഗീകരിച്ച പാർട്ടിയാണ് സി പി ഐ (എം). 'നമ്മുടെ വിപ്ലവത്തിന്റെ സ്വഭാവം, അതിന്റെ വികാസത്തിന്റെ ഉന്നതഘട്ടത്തിൽ, അനിവാര്യമായും ഫ്യൂഡൽ വിരുദ്ധവും സാമ്രാജ്യത്വവിരുദ്ധവും കുത്തകവിരുദ്ധവും ജനാധിപത്യപരവുമാണ്. നമ്മുടെ വിപ്ലവത്തിന്റെ ഘട്ടം, അതുനേടിയെടുക്കാനുള്ള സമരത്തിൽ വിവിധ വർഗങ്ങൾ വഹിക്കുന്ന പങ്ക് എന്തെന്ന് നിർണയിക്കുന്നു. സോഷ്യലിസം നേടിയെടുക്കാനുള്ള മുന്നേറ്റത്തിലെ ഒരു അവശ്യഘട്ടം എന്ന നിലയിൽ, ഇന്നത്തെ കാലഘട്ടത്തിൽ, തൊഴിലാളിവർഗം, ജനാധിപത്യ വിപ്ലവത്തിന് നേതൃത്വം കൊടുക്കേണ്ടിയിരിക്കുന്നു. ഇത് പഴയ രീതിയിലുള്ള ബൂർഷ്വാ ജനാധിപത്യ വിപ്ലവമല്ല. മറിച്ച്, തൊഴിലാളി വർഗം സംഘടിപ്പിക്കുന്നതും അവർ തന്നെ നയിക്കുന്നതുമായ പുതിയ രീതിയിലുള്ള ജനകീയ ജനാധിപത്യ വിപ്ലവമാണ്.' വ്യത്യസ്തമായ നിലപാടുകളിലൂന്നി ജനകീയ ജനാധിപത്യ വിപ്ലവം സാധിതമാക്കാനായി പ്രവർത്തനങ്ങൾ സംഘടിപ്പിക്കുന്ന കമ്യൂണിസ്റ്റ് പാർട്ടികളും വിഭാഗങ്ങളും ഇന്ത്യയിലുണ്ട്.

വർഗവിഭജിതമായ സമൂഹത്തിൽ വർഗസമരമെന്നത് സാമൂഹ്യ പ്രതിഭാസമാണ്. വർഗസമരത്തെ അഭിമുഖീകരിക്കാതെ സാമൂഹ്യ പരിവർത്തനത്തിലേക്ക് കടക്കാൻ സാധിക്കുകയില്ല. പല കമ്യൂണിസ്റ്റ് പാർട്ടികളും വിഭാഗങ്ങളും മാർക്സിസത്തിന്റെ മർമ്മപ്രധാനമായ ഈ ഭാഗം അവഗണിക്കുകയോ തള്ളിക്കളയുകയോ ചെയ്യുന്നവരാണ്. വർഗ സമരസിദ്ധാന്തത്തിന് പകരം വർഗസഹകരണ നിലപാട് മുന്നോട്ടേക്ക് വെക്കുന്ന വലതുപക്ഷ നിലപാട് കൈകാര്യം ചെയ്യുന്നവരാണ് ഇതിലൊരുകൂട്ടർ. എന്നാൽ, വർഗസഹകരണമെന്നത് മാർക്സിസ്റ്റ് വിരുദ്ധമാണെന്ന് ധരിച്ച് വർഗങ്ങളെ പ്രത്യേകം സംഘടിപ്പിക്കേണ്ടതില്ല എന്ന കാഴ്ചപ്പാടാണ് ഇടതുതീവ്രവാദ വിഭാഗങ്ങൾ നക്സലൈറ്റ് കാലഘട്ടം മുതൽ മുന്നോട്ടുവെച്ചിട്ടുള്ളത്. രണ്ട് വ്യതിയാനങ്ങളിലും സമാനതകളുണ്ട്. എന്നാൽ, ആദ്യം പറഞ്ഞ വിഭാഗം ജനങ്ങളുടെ ജീവിതവുമായി ബന്ധപ്പെട്ട പ്രശ്നങ്ങളിൽ സമരങ്ങളും പ്രക്ഷോഭങ്ങളും സംഘടിപ്പിക്കുന്നതോടൊപ്പം ഇടതുപക്ഷ ശക്തികളെ യോജിപ്പിച്ച് മുന്നോട്ടുപോകാനുള്ള സന്നദ്ധതയും പ്രവർത്തനങ്ങളും ഇപ്പോൾ മുന്നോട്ടു

വെക്കുന്നുണ്ട്. അത് സ്വാഗതാർഹമാണ്. സമാധാനപരമായ സഹവർത്തിത്വത്തെയും പരിവർത്തനത്തെയും പാർലമെന്ററി സംവിധാനത്തിലൂടെ കൈകാര്യം ചെയ്യാമെന്ന കാഴ്ചപ്പാടാണ് ഇക്കൂട്ടർ വച്ചുപുലർത്തുന്ന വലതുപക്ഷ സമീപനം.

പാർലമെന്ററി വ്യവസ്ഥയെ ഉപയോഗിക്കാതെ, ഭരണവർഗത്തിനെതിരായി ജനങ്ങൾ സ്വയമേവ വിപ്ലവകാരികളായി മാറി, വർഗബഹുജനവിഭാഗങ്ങളെ അണിനിരത്താതെയുള്ള സായുധ പോരാട്ടത്തിലൂടെ അതിസാഹസികമായി വിപ്ലവത്തിലേക്ക് കടക്കാമെന്ന മാർക്സിസ്റ്റ് വിരുദ്ധ നിലപാടാണ് മറ്റൊരു വിഭാഗം വച്ചുപുലർത്തുന്നത്. അരാഷ്ട്രീയവും അരാജകത്വവും ഉൾചേർത്ത് വനാന്തരങ്ങളിലെ ഒത്തുചേരലിലൂടെ ഇന്ത്യൻ വിപ്ലവം കൈകാര്യം ചെയ്യാമെന്നാണിവർ പ്രതീക്ഷിക്കുന്നത്. അപ്രായോഗികവും മാർക്സിസ്റ്റ് വിരുദ്ധവുമാണ് ഈ നിലപാട്. പാർലമെന്ററി ജനാധിപത്യസംവിധാനം ഉപയോഗിക്കാവുന്ന കാലഘട്ടത്തിൽ, ജനകീയ അടിത്തറ വിപുലപ്പെടുത്താനായി ആ ആയുധത്തെ ഉപയോഗിക്കാതെ, ഒറ്റപ്പെടലിന്റെ വിഫലതന്ത്രം പ്രയോഗിക്കുന്നത് തീർത്തും അർത്ഥശൂന്യമാണ്. പാർലമെന്ററി പ്രവർത്തനത്തെയും പാർലമെന്റേതര പ്രവർത്തനങ്ങളെയും ശാസ്ത്രീയമായി കൂട്ടിയോജിപ്പിച്ച് പോകുന്ന നിലപാടാണ് മാർക്സിസ്റ്റ് നിലപാട്.

പാർലമെന്ററി പ്രവർത്തനത്തിന്റെ ഭാഗമായി കമ്യൂണിസ്റ്റുകാർക്ക് ഭൂരിപക്ഷം കിട്ടിയാൽ ഭരിക്കേണ്ടത്, നിലവിലുള്ള ഭരണകൂടവ്യവസ്ഥയ്ക്ക് കീഴിലായിരിക്കും. ഭരണകൂടത്തെ സി പി ഐ (എം) നോക്കികാണുന്നത് ഇങ്ങനെയാണ്. 'മുതലാളിത്ത വികസന പാത പിന്തുടരുന്നതിനായി വിദേശഫിനാൻസ് മൂലധനവുമായി കൂടുതൽകൂടുതൽ സഹകരിക്കുന്നതും വൻകിട ബൂർഷ്വാസിയാൽ നയിക്കപ്പെടുന്നതുമായ ബൂർഷ്വാ–ഭൂപ്രഭുവർഗ ഭരണത്തിന്റെ ഉപകരണമാണ് ഇന്നത്തെ ഇന്ത്യൻ ഭരണകൂടം. നാടിന്റെ ജീവിതത്തിൽ ഭരണകൂടം നിർവഹിക്കുന്ന പങ്കിന്റെയും നടത്തുന്ന പ്രവർത്തനത്തിന്റെയും സത്ത അടിസ്ഥാനപരമായി നിർണയിക്കുന്നത് ഈ വർഗസ്വഭാവമാണ്.' അത്തരത്തിലുള്ള ഒരു ഭരണകൂടം നിലനിൽക്കുമ്പോൾ പരിവർത്തനമെന്നത് അനിവാര്യമായി മാറുന്നു. ഇന്ത്യൻ തൊഴിലാളി വർഗത്തിന്റെ നേതൃത്വത്തിൽ കർഷക ജനസാമാന്യവുമായി സമഞ്ജസമായ ഐക്യം ഊട്ടിയുറപ്പിച്ചുകൊണ്ട്, എല്ലാവിഭാഗം ജനാധിപത്യശക്തികളെയും അണിനിരത്തുന്ന ഒരു ജനകീയ ജനാധിപത്യ വിപ്ലവമാണ് ഇന്ത്യൻ പരിവർത്തനത്തിനായുള്ള ഈ കാലഘട്ടത്തിലെ മുഖ്യദൗത്യം.

പാർലമെന്ററി പ്രവർത്തനത്തിൽ അണിനിരക്കുമ്പോഴും ജനകീയ പ്രക്ഷോഭങ്ങളെ തുടർന്ന് നിയമസഭകളും പാർലമെന്റും പാസാക്കുന്ന നിയമങ്ങൾ, വലതുപക്ഷ നിലപാടുകളുടെ ഭാഗമായി പലപ്പോഴും നടപ്പാക്കപ്പെടില്ല. ആ നിയമങ്ങൾ നടപ്പാക്കിയെടുക്കുന്നതിന് വേണ്ടി പാർലമെന്റേതര മാർഗങ്ങളായ സമരങ്ങളും പ്രക്ഷോഭങ്ങളും സ്വീകരി

ക്കേണ്ടിവരും. ത്യാഗപൂർണമായ ഒരു പ്രവർത്തനം തന്നെയാണ് അത്.

ഭരണകൂട വ്യവസ്ഥ മേൽ ചൂണ്ടിക്കാണിച്ച വർഗങ്ങളുടെ താൽപ്പര്യ സംരക്ഷണത്തിന്റെ ഉപകരണമാവുന്നതുകൊണ്ടുതന്നെ ജനങ്ങൾ ആഗ്രഹിക്കുന്നതുപോലെ ജനാധിപത്യ അവകാശങ്ങളും ദളിത്-പിന്നോക്ക, മുന്നോക്കവിഭാഗത്തിലെ ദരിദ്ര ജനവിഭാഗങ്ങളുടെ പ്രശ്നങ്ങളെല്ലാം പൂർണമായ തോതിൽ പരിഹരിക്കപ്പെടുന്നില്ല. എന്നാൽ, പലതും ചെയ്യാനാവും. ഒന്നും ചെയ്യാനാകില്ല എന്നത് നിരാശാജനകവും തെറ്റായതുമായ നിലപാടാണ്.

മതനിരപേക്ഷ ഉള്ളടക്കത്തോടെ, ജനങ്ങളുടെ പ്രശ്നങ്ങൾക്ക് ഒരുപരിധിവരെ പരിഹാരം കാണാനും കേരളത്തിൽ ചെയ്തത് പോലെ ജന്മിത്തം അവസാനിപ്പിക്കാനും സ്വത്തിന്റെ വിഭജനം സംഘടിപ്പിക്കാനുമൊക്കെ സാധിക്കും. ജനതയെ സാക്ഷരരാക്കാനും അധികാരവികേന്ദ്രീകരണത്തിലേക്ക് നാടിനെ നയിക്കാനും എല്ലാവർക്കും ഭൂമിയും വീടും നൽകാനും സാധിക്കും. ഇത്തരത്തിൽ ചെയ്യാനൊരുപാടുകാര്യങ്ങളുണ്ട്. അതൊക്കെ വർഗവീക്ഷണവും ഇച്ഛാശക്തിയുമുള്ള സർക്കാരിന് സാധിതമാക്കാൻ കഴിയും. എന്നാൽ, ഭൂരിപക്ഷം ജനവിഭാഗങ്ങളും അഭിമുഖീകരിക്കുന്ന എല്ലാ മൗലികമായ പ്രശ്നങ്ങൾക്കും പരിഹാരം കാണാൻ പാർലമെന്ററി വ്യവസ്ഥയിലെ ഭരണസംവിധാനത്തിനാകില്ലെന്ന കാര്യം മാർക്സിസം അടിവരയിടുന്നുണ്ട്.

ഭരണകൂടത്തിന് മൂന്ന് പ്രധാനഭാഗങ്ങളാണുള്ളത്. ഒന്ന്, എക്സിക്യൂട്ടീവ്, രണ്ട്, ജുഡീഷ്യറി, മൂന്ന്, ലജിസ്ലേറ്റർ. ഇതിൽ ലജിസ്ലേറ്റർ മാത്രമേ അഞ്ചുകൊല്ലം കൂടുമ്പോൾ പാർലമെന്ററി ജനാധിപത്യ സംവിധാനത്തെ അടിസ്ഥാനപ്പെടുത്തി തിരഞ്ഞെടുപ്പുകൾ നടത്തുന്നുള്ളു. അതുതന്നെ പണാധിപത്യത്തിന്റെ മുൻകൈയിൽ പ്രാവർത്തികമാക്കാനാണ് ഭരണവർഗം ഇന്ത്യയിൽ ശ്രമിച്ചുകൊണ്ടിരിക്കുന്നത്. കോൺഗ്രസും ബി ജെ പിയും പ്രതിനിധാനം ചെയ്യുന്ന പാർലമെന്ററി ജനാധിപത്യത്തിന്റെ കൈവഴിയാണിത്.

ലജിസ്ലേറ്റീവ് വഴി ഭരണമാറ്റം സംഭവിക്കുമ്പോൾ എക്സിക്യൂട്ടീവും ജുഡീഷ്യറിയും ഇടതടവില്ലാതെ തുടരുക തന്നെയാണ്. കേവലം തുടരുന്നു എന്നുമാത്രമല്ല, ഭരണവർഗ നിലപാടിനെ അരക്കിട്ടുറപ്പിക്കുവാൻ ഭരണവർഗ കാഴ്ചപ്പാടോടെ നിലകൊള്ളുകയുമാണത്. സി പി ഐ (എം) പരിപാടിയിൽ പറയുന്നു:

> അമ്പത് വർഷത്തെ ബൂർഷ്വാ-ഭൂപ്രഭുവാഴ്ച ഭരണകൂടാധികാരത്തിന്റെ എല്ലാ സ്ഥാപനങ്ങളെയും കാർന്നുതിന്നിരിക്കുന്നു. മുതലാളിത്ത വികാസത്തിന്റെ വളർച്ച പ്രതിഫലിപ്പിച്ചുകൊണ്ട് അത്യധികം കേന്ദ്രീകൃതമായ ഉദ്യോഗസ്ഥവൃന്ദത്തെ അടിസ്ഥാനപ്പെടുത്തിയാണ് ഭരണനിർവഹണ രീതി. ജനസാമാന്യത്തിൽ നിന്ന് തീർത്തും അകന്ന് ചൂഷകവർഗങ്ങളുടെ താൽപ്പര്യങ്ങൾ അനുസരണയോടെ നിറവേറ്റുന്ന സവിശേഷാനുകൂല്യങ്ങളുള്ള

> ഉദ്യോഗസ്ഥ മേധാവികൾ മുഖേനയാണ് പരമോന്നത തലത്തിൽ കേന്ദ്രീകരിച്ച് അധികാരം പ്രയോഗിക്കപ്പെടുന്നത്. സമൂഹത്തിലെ ജനാധിപത്യഘടനയെ ദുർബലപ്പെടുത്തുന്ന ഘടകങ്ങളാണ് ഉദ്യോഗസ്ഥ വൃന്ദത്തിന്റെ വൻതോതിലുള്ള വളർച്ചയും ഭരണ വർഗങ്ങളുമായി അവർക്കുള്ള ശക്തമായ ബന്ധങ്ങളും ഉദ്യോഗ സ്ഥവൃന്ദത്തിലെ വ്യാപകമായ അഴിമതിയും.

ഇത്തരത്തിലുള്ള ഉദ്യോഗസ്ഥവൃന്ദങ്ങളെ പേറുന്ന ഭരണകൂട എക്സിക്യൂട്ടീവ്, മാറിമാറിവരുന്ന ഗവൺമെന്റുകളുടെ താൽപ്പര്യത്തെയും നയങ്ങളെയുമല്ല പ്രതിനിധീകരിക്കുന്നത്. ജുഡീഷ്യറിയുടെ സ്വഭാവവും മറിച്ചല്ല. ഭരണവർഗ നയത്തെയും താൽപ്പര്യങ്ങളെയുമാണ് ഈ രണ്ടു വിഭാഗങ്ങളും പ്രകാശിപ്പിക്കുന്നത്.

കേരളത്തിലെ എൽ ഡി എഫ് ഗവൺമെന്റ് എല്ലാ മേഖലയിലും നടപ്പിലാക്കാനുദ്ദേശിക്കുന്നത് ഭരണകൂട വ്യവസ്ഥയ്ക്ക് വിധേയപ്പെട്ട നയങ്ങളും നിലപാടുകളുമാണ്. എന്നാൽ, നിലനിൽക്കുന്ന എക്സിക്യൂട്ടീവും ജുഡീഷ്യറിയും ഇതിനോടെല്ലാം ക്രിയാത്മകമായി പ്രതികരിക്കുമെന്ന പ്രതീക്ഷ, ഭരണവർഗ സമീപനത്തിന്റെ ഉള്ളടക്കത്തെപ്പറ്റി ബോധ്യമില്ലാത്തതുകൊണ്ടാണ് ഉണ്ടാവുന്നത്.

യഥാർത്ഥത്തിൽ കേന്ദ്രത്തിലും സംസ്ഥാനത്തിലുമുള്ള ഭരണകൂട സംവിധാനം തെരഞ്ഞെടുക്കുന്ന സംസ്ഥാന ഗവൺമെന്റിനെയല്ല പ്രതിനിധീകരിക്കുന്നത്, മറിച്ച് നിലവിലുള്ള ഭരണകൂട വ്യവസ്ഥയെയാണ്. നയപരമായുള്ള ഈ വ്യത്യാസത്തെ മനസ്സിലാക്കിക്കൊണ്ട് ഭരണം കൈകാര്യം ചെയ്യുക എന്നത് അതീവ പ്രയാസകരമായ ഒന്നുതന്നെയാണ്. എങ്കിൽപ്പോലും ഭരണകൂട വ്യവസ്ഥയ്ക്ക് വിധേയപ്പെട്ട നയങ്ങളും നിലപാടുകളും ജനങ്ങൾക്ക് ആശ്വാസം പകരുന്ന രീതിയിൽ മതനിരപേക്ഷ ഉള്ളടക്കത്തോടെ നടപ്പിലാക്കാൻ ഗവൺമെന്റിനും ഭരണകൂടത്തിനും സാധിക്കേണ്ടതുണ്ട്. അതിന് സാധിക്കുന്നുണ്ടോ എന്ന പരിശോധന സി പി ഐ (എം) നടത്തിയപ്പോഴാണ് ഭരണത്തെയും ഭരണകൂടത്തെയും വേർതിരിച്ച് മനസ്സിലാക്കാൻ സാധിക്കാത്ത ചില മാധ്യമങ്ങൾ വക്രീകരിച്ച വാർത്തകളുമായി ജനങ്ങളെ തെറ്റിദ്ധരിപ്പിച്ചത്.

എൽ ഡി എഫ് ഗവൺമെന്റ്, കോർപ്പറേറ്റുകളെയോ, വൻകിട സാമ്പത്തിക ശക്തികളെയോ, ഭൂപ്രഭുക്കളെയോ, സാമ്രാജ്യത്വ–ധന മൂലധന ശക്തികളെയോ അല്ല പ്രതിനിധാനം ചെയ്യുന്നത്. ഭരണകൂടമാവട്ടെ മേൽചൂണ്ടിക്കാണിച്ചവയുടെയെല്ലാം താൽപ്പര്യമാണ് സംരക്ഷിക്കുന്നത്. ഈ വൈരുദ്ധ്യത്തെ മനസ്സിലാക്കി വിട്ടുവീഴ്ചയോടെ ഭരണസംവിധാനത്തെ മുന്നോട്ടുനയിക്കേണ്ടതുണ്ട്. വിട്ടുവീഴ്ചയെന്നാൽ കീഴടങ്ങലെന്നല്ല അർത്ഥം. പരസ്പരം ബോധ്യപ്പെടലാണ്. പ്രായോഗികത മെനഞ്ഞെടുക്കലാണ്. മുമ്പ് കോൺഗ്രസും ഇപ്പോൾ ബി ജെ പിയും പ്രതിനിധീകരിക്കുന്ന ഭരണകൂട വ്യവസ്ഥയ്ക്ക് കീഴിലാണ്

കേന്ദ്രവും സംസ്ഥാനങ്ങളും നിലനിൽക്കുന്നത്. കേരളത്തിന്റെ പ്രത്യേക വികസന മാതൃക ലോകം ഇന്ന് ചർച്ച ചെയ്യുന്നത് പാർലമെന്ററി വ്യവസ്ഥയെ കമ്യൂണിസ്റ്റ് ഇടതുപക്ഷം ഭൂരിപക്ഷം വരുന്ന സാധാരണക്കാർക്ക് വേണ്ടി പരുവപ്പെടുത്തിയെടുത്തതുകൊണ്ടാണ്. അത് നവോത്ഥാന പ്രസ്ഥാനത്തിന്റെ നേരവകാശികളെന്ന നിലയിൽ കമ്യൂണിസ്റ്റുകാർക്ക് പ്രവർത്തിക്കാനായതുകൊണ്ടുകൂടിയാണ്.

ഭരണകൂടവും ഭരണവും തമ്മിലുള്ള വ്യത്യാസം മനസ്സിലാക്കി, പരിമിതികളും സാധ്യതകളും തിരിച്ചറിഞ്ഞ് കൂടുതൽ വേഗതയിൽ കേരളത്തെ മുന്നോട്ട് നയിക്കാൻ തീർച്ചയായും സർവ്വീസ് മേഖലയിലെ ഇടതുപക്ഷാഭിമുഖ്യമുള്ള ജീവനക്കാർക്ക് സാധിക്കേണ്ടതുണ്ട്. വലതുപക്ഷത്തിന്റെ, ബൂർഷ്വാസിയുടെ താൽപ്പര്യമാവരുത് ജീവനക്കാർ പ്രകാശിപ്പിക്കേണ്ടത്. സാധാരണക്കാരായ ജനങ്ങളുടെ കൂടെയാണ് അവർ നിൽക്കേണ്ടത്. അങ്ങനെയാവുമ്പോൾ തീർച്ചയായും എൽ ഡി എഫ് സർക്കാരിന് കൂടുതൽ വേഗത്തിൽ, ദിശാബോധത്തോടെ മുന്നോട്ടു പോകാൻ സാധിക്കും. ഈ തിരിച്ചറിവോടുകൂടി എൽ ഡി എഫ് സർക്കാരിന് ശക്തിപകരാനുള്ള ബാധ്യത എല്ലാ ജീവനക്കാർക്കും ജനാധിപത്യവിശ്വാസികൾക്കും പുരോഗമനേച്ഛുക്കൾക്കുമുണ്ട്.

വീണ്ടും സാമൂഹ്യപരിഷ്കരണത്തിന്റെ കേരളപർവ്വം

നവോത്ഥാനത്തിന്റെ വിപരീതമാണ് പുനരുത്ഥാനം. പുനരുജ്ജീവനമെന്നും അതിനെ വിശേഷിപ്പിക്കാം. സമൂഹത്തെയും സംസ്കാരത്തെയും സാഹിത്യത്തെയും രാഷ്ട്രീയത്തെയുമൊക്കെ ജനങ്ങളിലേക്ക് നയിച്ച്, കാലോചിതമായ പരിഷ്കാരങ്ങൾ വരുത്തി നവീകരിക്കുന്നതിന് നവോത്ഥാനം പശ്ചാത്തലമൊരുക്കുമ്പോൾ; പുനരുത്ഥാനം കാലഹരണപ്പെട്ട പ്രാചീന മൂല്യങ്ങളെ കുഴിച്ചെടുത്ത് ജീവൻ വെപ്പിക്കാനാണ് ശ്രമിക്കുന്നത്. പുനരുത്ഥാനമെന്നുള്ള അർത്ഥത്തിൽ ഇംഗ്ലീഷിൽ ഉപയോഗിക്കാനാവുന്നത് റിവൈവലിസം എന്ന പദമാണ്. നവോത്ഥാന മൂല്യങ്ങൾക്ക് സമൂഹത്തിൽ മേൽക്കോയ്മ ഇല്ലാതാവുന്ന ഘട്ടങ്ങളിൽ വർഗീയത, മതമൗലികവാദം, സങ്കുചിത ദേശീയവാദം, അശാസ്ത്രീയത, പലവിധ അനാചാരങ്ങൾ തുടങ്ങിയവ സജീവമാവും. അതാണ് പുനരുത്ഥാന ഘട്ടം.

രാജ്യത്തെ പുനരുത്ഥാനത്തിന്റെ വഴികളിലേക്ക് തിരികെ നടത്താനാണ് ഭരണഘടനയ്ക്ക് പകരം *മനുസ്മൃതി*യാണ് വേണ്ടതെന്ന വാദവുമായി നടക്കുന്ന ആർ എസ് എസ് സംഘപരിവാരം ശ്രമിക്കുന്നത്. ഭരണഘടനയെ മാത്രമല്ല ജനാധിപത്യത്തെയും അട്ടിമറിക്കാൻ അവർ നിരന്തരം ശ്രമിക്കുന്നു. മഹാത്മാഗാന്ധിയെ നാഥുറാം വിനായക് ഗോഡ്സേ വെടിവെച്ചു കൊല്ലുന്നത് ജനാധിപത്യവും മതേതരത്വവും ഉയർത്തിപ്പിടിച്ചതുകൊണ്ടാണ്. രാഷ്ട്രീയ ഹിന്ദുത്വയ്ക്ക് ഭീഷണിയായി ഗാന്ധിജി നെഞ്ചുയർത്തി നിന്നപ്പോഴാണ് അദ്ദേഹത്തിന്റെ ഇടനെഞ്ചിലേക്ക് ആർ എസ് എസ് സംഘപരിവാരം വെടിയുണ്ട പായിച്ചത്. ഗാന്ധിജി എന്ന വ്യക്തിയെയല്ല, അദ്ദേഹം ഉയർത്തിയ ആശയത്തെയാണ് രാഷ്ട്രീയ ഹിന്ദുത്വയുടെ ഫാസിസ്റ്റ് ആശയധാര ഏറ്റുമുട്ടിയത്. ഗാന്ധി രക്തസാക്ഷി ദിനത്തിൽ സംഘപരിവാർ ശക്തികൾ മഹാത്മാഗാന്ധി

യുടെ ചിത്രത്തിലേക്ക് പ്രതീകാത്മകമായി വെടിയുതിർക്കുകയും സന്തോഷസൂചകമായി മധുരം വിളമ്പുകയും ചെയ്തത് രാഷ്ട്രീയ ഹിന്ദുത്വയുടെ ആശയ പ്രകാശനമാണ്. അവർ പുരോഗമനധാരയുടെ സകല വെളിച്ചങ്ങൾക്ക് നേരെയും വെടിയുതിർത്തുകൊണ്ടേയിരിക്കും.

ആർ എസ് എസിനും ബി ജെ പി അടക്കമുള്ള പരിവാർ സംഘടനകൾക്കും കേരളം ഒരു മരീചികയാണ്. കേരളത്തിന്റെ പ്രബുദ്ധത അവരെ തിരിച്ചറിയുകയും മാറ്റി നിർത്തുകയും ചെയ്യുന്നതിൽ മടിച്ചുനിൽക്കുന്നില്ല. ഒരു ഘട്ടത്തിൽ ഇന്ത്യൻ നാഷണൽ കോൺഗ്രസിന്റെ സഹായത്തോടെ ബി ജെ പിക്ക് കേരള നിയമസഭയിലേക്ക് കാലുകുത്താൻ സാധിച്ചെങ്കിലും ഇന്ന് ആ നിയോജക മണ്ഡലം ഒന്നാകെ ആ തെറ്റായ തീരുമാനത്തിന്റെ പേരിൽ ഖേദിക്കുക തന്നെയാണ്.

കേരളത്തിന്റെ പൊതുസമൂഹത്തെ പാട്ടിലാക്കാൻ പലവിധത്തിലുള്ള തന്ത്രങ്ങൾ പയറ്റി പരാജയപ്പെട്ടുനിൽക്കുന്ന വേളയിലാണ് സുപ്രീം കോടതിയുടെ ഭരണഘടനാ ബഞ്ചിന്റെ ശബരിമല യുവതീ പ്രവേശന വിധി സംഘികൾക്ക് മുന്നിലേക്ക് വന്നത്. സ്ത്രീകൾക്ക് പ്രവേശനം നിഷേധിച്ചിരുന്ന മഹാരാഷ്ട്രയിലെ ശനി ശിംഘ്നാപൂർ ക്ഷേത്രത്തിൽ സ്ത്രീപ്രവേശനം അനുവദിച്ച മുംബൈ ഹൈക്കോടതി വിധിയെ തുടർന്ന് അവിടെ സ്ത്രീകളെ പ്രവേശിപ്പിക്കാനായി മുന്നിൽനിന്ന ബി ജെ പിയും ആർ എസ് എസും ശബരിമലയിലെ യുവതീ പ്രവേശന വിധിയെ ആദ്യം സ്വാഗതം ചെയ്തു. ഈ വിധി പ്രസ്താവനത്തിന് ഹേതുവായ 12 വർഷം നീണ്ടുനിന്ന നിയമ വ്യവഹാര നാളുകളിൽ സംഘികൾ യുവതീ പ്രവേശനത്തിന് അനുകൂലമായ നിലപാടാണ് കൈക്കൊണ്ടത്. ശബരിമല യുവതീ പ്രവേശനത്തിനായി സുപ്രീംകോടതിയെ സമീപിച്ച യങ്ലോയേഴ്സ് അസോസിയേഷനിലെ വനിതാഅഭിഭാഷകർ ആർ എസ് എസിന്റെ ദുർഗാവാഹിനിയുമായി ബന്ധപ്പെട്ട് പ്രവർത്തിക്കുന്നവരാണെന്ന കാര്യവും ദേശീയ മാധ്യമങ്ങൾ പുറത്തുവിട്ടു. എന്നാൽ, കേരളത്തിന്റെ പ്രബുദ്ധതയ്ക്ക്, സാഹോദര്യത്തിന്, മതനിരപേക്ഷതയ്ക്ക് പോറലേൽപ്പിക്കാമെന്ന വ്യാമോഹത്താൽ ശബരിമല യുവതീ പ്രവേശനത്തിനായുള്ള സുപ്രീംകോടതി വിധി സംസ്ഥാനത്ത് നടപ്പിലാക്കാൻ സാധിക്കില്ലെന്ന നിലപാട് ആർ എസ് എസ് – ബി ജെ പി സംഘപരിവാരം കൈക്കൊണ്ടു. അവർ ശബരിമല കേന്ദ്രീകരിച്ച് കലാപത്തിന് തിരികൊളുത്തി.

സവർണ ബ്രാഹ്മണ പൗരോഹിത്യത്തിന്റെ കൈകളിലുള്ള കടിഞ്ഞാണിനനുസരിച്ചാണ് ആർ എസ് എസ് സംഘപരിവാരം നിലപാടുകളുമായി മുന്നോട്ടുപോകുന്നത്. സവർണ വിഭാഗത്തിലുള്ള സമുദായങ്ങളെ ഏകോപിപ്പിച്ച് കേരളത്തിന്റെ നവോത്ഥാന പാരമ്പര്യത്തിന് മുകളിലേക്ക് കറുപ്പ് പടർത്താൻ അവർ ശ്രമിച്ചു. ശബരിമല യുവതീ പ്രവേശനത്തിനെതിരായ സംഘി–സവർണ ലോബിയുടെ നിലപാട് ഒരു രോഗലക്ഷണം മാത്രമാണ്. സ്ത്രീ–പുരുഷ സമത്വമെന്ന മൗലീകാവകാശത്തെ

നിരാകരിക്കൽ മാത്രമല്ല ഇവിടെ പ്രശ്നം. ഇത് നാം ആർജ്ജിച്ച നവോത്ഥാന നേട്ടങ്ങളെയാകെ മായ്ച്ചുകളയാനുള്ള പുനരുത്ഥാന ശക്തികളുടെ വെല്ലുവിളിയാണ്. സമൂഹത്തിൽ നിന്നും നവോത്ഥാന പ്രസ്ഥാനത്തിന്റെ ഭാഗമായി നാം മായ്ച്ചുകളഞ്ഞ ജാതി ജീർണതകളെ തിരികെ എഴുന്നള്ളിക്കാനുള്ള പരിശ്രമമാണ്. കേരളത്തെ വീണ്ടും 'ഭ്രാന്താലയ'മാക്കി മാറ്റാനുള്ള സവർണ ബ്രാഹ്മണിക്കൽ അജണ്ടാ നിർവഹണമാണ്. അത് പ്രയോഗവൽക്കരിക്കാൻ തിടുക്കം കൂട്ടുകയാണ് ആർ എസ് എസ് സംഘപരിവാരം. അതിനെയാണ് മലയാളത്തിന്റെ പെണ്ണകങ്ങൾ മതിലുകെട്ടി പ്രതിരോധിച്ചത്.

കേരളത്തെ സംബന്ധിച്ച് എന്നും നവോത്ഥാനത്തിന്റെയും പുനരുത്ഥാനത്തിന്റെയും രണ്ട് ധാരകൾ നിലനിന്നിരുന്നു. ഇന്ത്യൻനാഷണൽ കോൺഗ്രസ് സജീവമായിരുന്ന കാലത്ത് 1930 കളിൽ ഗുരുവായൂർ സത്യഗ്രഹമടക്കമുള്ള നവോത്ഥാന മുന്നേറ്റങ്ങളിൽ അന്നത്തെ കെ പി സി സി നേരിട്ടിടപെട്ടു. ആ കാലഘട്ടത്തിൽ പി കൃഷ്ണപിള്ളയും എ കെ ജിയും ഇ എം എസുമൊക്കെ കെ പി സി സി അംഗങ്ങളായിരുന്നു. അവർ അത്തരം സമരങ്ങളുടെ മുന്നിലുണ്ടായിരുന്നു. എന്നാൽ, കോൺഗ്രസിലെ ഒരു വിഭാഗം നേതാക്കൾ പുനരുത്ഥാനവാദത്തിന്റെ വക്താക്കളായി നിലകൊണ്ടു. അവർ സാമൂഹ്യ പരിഷ്കരണ ശ്രമങ്ങളെ വിമർശിച്ചു. പിന്നോട്ടടിപ്പിക്കാൻ ശ്രമിച്ചു. അതിനാൽ കോൺഗ്രസ് സോഷ്യലിസ്റ്റ് പാർട്ടിയിലേക്കും തുടർന്ന് കമ്യൂണിസ്റ്റ് പാർട്ടിയുടെ സംഘാടനത്തിലേക്കും നവോത്ഥാന മൂല്യങ്ങളെ ഉയർത്തിപ്പിടിച്ച കോൺഗ്രസുകാർ മുന്നേറി. സമൂഹത്തിൽ പുരോഗമനപരമായ മാറ്റത്തിന് വേണ്ടിയുള്ള അവരുടെ ആന്തലായിരുന്നു ആ മാറിനടത്തം. തുടർന്ന് അവരുടെ ഇച്ഛാശക്തിയോടുള്ള പ്രവർത്തനങ്ങളുടെ ഭാഗമായി കേരളത്തിന്റെ നവോത്ഥാന ധാരയുടെ ഏറ്റവും തിളക്കമുള്ള ഏടെന്ന് വിശേഷിപ്പിക്കാവുന്ന ഭൂപരിഷ്കരണ പ്രസ്ഥാനത്തിലേക്ക് മലയാളികൾ മുന്നേറി.

നവോത്ഥാന പ്രസ്ഥാനത്തിന്റെ തുടർച്ച കമ്യൂണിസ്റ്റുകാർ ഏറ്റെടുത്തത് കൊണ്ടുമാത്രമാണ് ഭൂപരിഷ്കരണം സംസ്ഥാനത്ത് യാഥാർത്ഥ്യമായത്. അതിലൂടെ ജന്മിത്ത ഭൂപ്രഭുത്വം കേരളത്തിൽ ഇല്ലാതായി. അതേസമയം ജന്മിത്ത ഭൂപ്രഭുത്വത്തിന്റെ കൈയ്യിലെ ആയുധങ്ങളായി പുനരുത്ഥാന ലക്ഷണങ്ങൾ പ്രകടിപ്പിച്ച അവശിഷ്ട കോൺഗ്രസുകാരും വലതുപക്ഷവും നിലകൊണ്ടു. അവർ പാവപ്പെട്ട കർഷകത്തൊഴിലാളികളെയും ദരിദ്രകർഷകരെയും വേട്ടയാടാൻ കൂട്ടുനിന്നു. കുടികിടപ്പവകാശത്തിന് വേണ്ടി പൊരുതുന്നവരെ കൊല്ലാൻ കൂട്ടുനിന്നു. മിച്ചഭൂമി സമരത്തെ അട്ടിമറിക്കാൻ കച്ചകെട്ടിയിറങ്ങി. ജന്മിത്ത ഭൂപ്രഭുത്വത്തിന്റെ എച്ചിൽപ്പട്ടികളുടെ റോളിൽ നിറഞ്ഞാടിയ വലതുപക്ഷത്തിന് നവോത്ഥാനത്തിന്റെ പിൻമുറക്കാർ എന്ന വിശേഷണം ഒരിക്കലും ചേരില്ല. അവർ പുനരുത്ഥാന ലക്ഷണങ്ങൾ പ്രകടിപ്പിച്ച അവസ്ഥയിൽനിന്നും മുഴു പുനരുത്ഥാനവാദക്കാരായി മാറുന്ന സാഹചര്യത്തിലേക്ക് ജീർണ്ണപൂർണ്ണമായി.

നേരത്തെ ഇന്ത്യൻ നാഷണൽ കോൺഗ്രസിൽ നിന്ന് നവോത്ഥാന വാദികൾ കോൺഗ്രസ് സോഷ്യലിസ്റ്റ് പാർട്ടിയിലേക്കും കമ്യൂണിസ്റ്റ് പാർട്ടിയിലേക്കും പുരോഗമനേച്ഛയോടെ പോയെങ്കിൽ, ഇന്ന് ഇന്ത്യൻ നാഷണൽ കോൺഗ്രസിലെ മുഴു പുനരുത്ഥാനവാദികൾ ആർ എസ് എസ് സംഘപരിവാരത്തിലേക്ക് ഊളിയിടുകയാണ്. രാഷ്ട്രീയ ജീർണതകളുടെ ഭ്രാന്താലയമായി ഇന്ത്യൻ നാഷണൽ കോൺഗ്രസ് മാറിയിരിക്കുന്നു. അതിനാലാണ് കേരളത്തെ വീണ്ടും ഭ്രാന്താലയമാക്കി മാറ്റാനുള്ള ആർ എസ് എസ് സംഘപരിവാരത്തിന്റെ ശ്രമങ്ങളുടെ പിറകിൽ ത്രിവർണ പതാകയുമേന്തി കോൺഗ്രസ് നിലകൊള്ളുന്നത്.

ഈയൊരു വർത്തമാനത്തിൽ കേരളത്തിലെ ജനങ്ങൾ തിരഞ്ഞെടുത്ത ജനകീയ സർക്കാരിന് വെറും കാഴ്ചക്കാരായി നോക്കിയിരിക്കാൻ സാധിക്കില്ല. ഇടതുപക്ഷ ജനാധിപത്യ മുന്നണി സർക്കാർ സംസ്ഥാനത്തിന്റെ സാമൂഹ്യപരിഷ്കരണ – നവോത്ഥാന പ്രസ്ഥാനങ്ങളുടെ മുന്നേറ്റങ്ങളെക്കുറിച്ചും അതിലൂടെ ഉണ്ടായ സാമൂഹ്യ മാറ്റങ്ങളെക്കുറിച്ചും മുഖ്യമന്ത്രി പിണറായി വിജയന്റെ നേതൃത്വത്തിൽ ജനങ്ങളോട് സംവദിച്ചു. ജനങ്ങളിൽ നിന്നുമുണ്ടായ പ്രതികരണം ആശാവഹമായിരുന്നു. അവർ പുനരുത്ഥാനത്തിന്റെ വക്താക്കളെ സമൂഹത്തിൽനിന്നും ഒറ്റപ്പെടുത്താനുള്ള മാർഗമായി കേരള നവോത്ഥാനത്തിന്റെ ഓരോ സ്പന്ദനങ്ങളെയും സമൂഹത്തെ ഓർമ്മിപ്പിക്കണമെന്ന ആവശ്യം മുന്നോട്ടുവെച്ചു. അങ്ങനെയാണ് നവോത്ഥാന പ്രസ്ഥാനത്തിന്റെ ഭാഗമായിരുന്ന സംഘടനകളുടെ യോഗം വിളിച്ചുകൂട്ടാൻ സർക്കാർ തയ്യാറായത്.

നേരത്തെ സാമൂഹ്യപരിഷ്കരണ – നവോത്ഥാന മുന്നേറ്റങ്ങളുടെ കുന്തമുനയെന്നപോൽ നിന്ന സംഘടനകൾ വഴിമാറി നടന്ന ഘട്ടങ്ങളിൽ കേരളത്തിലെ ഇടതുപക്ഷം അവരുടെ നിലപാടുകളെ മുഖം നോക്കാതെ വിമർശിച്ചിട്ടുണ്ട്. അവർ നവോത്ഥാന ധാരയുടെ തുടർച്ചകൾ സൃഷ്ടിക്കേണ്ടവരായി സമൂഹത്തിൽ നിലനിൽക്കാനാണ് ഇടതുപക്ഷ പുരോഗമന പ്രസ്ഥാനം ആഗ്രഹിക്കുന്നത്. നവോത്ഥാന പാരമ്പര്യത്തിന്റെ വക്താക്കളായി നിന്നുകൊണ്ട് പുനരുത്ഥാന ശക്തികൾക്കെതിരെ ശബ്ദിക്കാനുള്ള വേദിയൊരുക്കുവാനുള്ള നീക്കമെന്നത് നവോത്ഥാനത്തിന്റെ വഴികളെ കൂടുതൽ ശക്തിപ്പെടുത്തുന്നതാണ്. തുടർച്ചകൾക്ക് വേണ്ടിയുള്ളതാണ്.

ഈ മുന്നേറ്റത്തെ മനസ്സിലാക്കാനുള്ള പ്രാപ്തി കേരളത്തിന്റെ പ്രതിപക്ഷത്തിന് ഇല്ലാത്തതുകൊണ്ടല്ല, അവർ പുനരുത്ഥാന ശക്തികളായി നിൽക്കുന്നിടത്തോളം അവർക്ക് നവോത്ഥാന വിരുദ്ധ നിലപാട് മാത്രമേ മുന്നോട്ടുവെക്കാൻ സാധിക്കുകയുള്ളു എന്നതുകൊണ്ടാണ് 'എടുക്കാചരക്കുകൾ' എന്ന തീർത്തും പ്രതിലോമകരമായ വിശേഷണത്തോടെ നവോത്ഥാന പാരമ്പര്യമുള്ള സംഘടനകളെയും അവർ പണ്ട് ഉയർത്തിപ്പിടിച്ച ആശയങ്ങളെയും കോൺഗ്രസ് നേതൃത്വത്തിൽ പ്രതിപക്ഷം വിലകുറച്ചുകണ്ടത്. നവോത്ഥാന പാരമ്പര്യമുള്ള സംഘടനകളെ ജാതി

സംഘടനകളായും വോട്ടുബാങ്കുകളായും നിലനിർത്തുക എന്നതാണ് കോൺഗ്രസിന്റെയും ബി ജെ പിയുടെയും ലക്ഷ്യം. നവോത്ഥാന ധാരയുടെ ഭാഗമായി നിൽക്കുന്ന പക്ഷമാണ് പ്രതിപക്ഷമെങ്കിൽ അവർക്ക് ഈ നവോത്ഥാന തുടർച്ചയുടെ ഭാഗമായി മാറാൻ സാധിക്കുമായിരുന്നു. അതിന് പിണറായി സർക്കാർ അവരെ ക്ഷണിച്ചതുമാണ്. എന്നാൽ, നവോത്ഥാന തുടർച്ചാ പരിപാടിയുടെ സംഘാടക സമിതിയുടെ ഭാരവാഹിത്വ സ്ഥാനത്തുനിന്നും തന്നെ മാറ്റണമെന്ന ആവശ്യമുയർത്തിപ്പിടിച്ചതിലൂടെ പുനരുത്ഥാനവാദത്തിന്റെ വക്താവായി പ്രതിപക്ഷനേതാവും പ്രതിപക്ഷവും സ്വയം ഉടുപ്പണിയുകയായിരുന്നു.

സംസ്ഥാന സർക്കാർ വിളിച്ചുചേർത്ത നവോത്ഥാന പാരമ്പര്യമുള്ള സംഘടനകളുടെ യോഗത്തിൽനിന്നും ഉരുത്തിരിഞ്ഞുവന്ന ആശയമാണ് വനിതാമതിൽ. സ്ത്രീ–പുരുഷ സമത്വമെന്ന മൗലീകാവകാശത്തെ ഉയർത്തിപ്പിടിക്കാൻ സമൂഹത്തെ പ്രാപ്തമാക്കുന്നതിന് വേണ്ടി, കേരളത്തെ വീണ്ടും ജാതി ജീർണതകൾ നുരയ്ക്കുന്ന ഭ്രാന്താലയമാക്കി മാറ്റാതിരിക്കാനുള്ള ചരിത്രപരമായ ഇടപെടൽ എന്നുള്ള നിലയിൽ അടയാളപ്പെടുത്താനുള്ള സമാനതകളില്ലാത്ത മുന്നേറ്റം. വനിതാമതിൽ വർഗീയ വിധ്വംസക ശക്തികളെ പ്രതിരോധിക്കാനുള്ള ശക്തിദുർഗമായി മാറി. പുരോഗമന ജനാധിപത്യമൂല്യങ്ങളെ സംരക്ഷിക്കുവാനുള്ള പെൺകരുത്തായി മാറി. മതനിരപേക്ഷതയെ കൂടുതൽ തിളക്കമുള്ളതാക്കി മാറ്റാനുള്ള മാതൃത്വത്തിന്റെ ആഹ്വാനമായി മാറി. സ്ത്രീ–പുരുഷ സമത്വമടക്കം ഭരണഘടന മുന്നോട്ടുവെക്കുന്ന മൗലീകാവകാശങ്ങളെ കാത്തുസൂക്ഷിക്കാനുള്ള ഇന്ത്യൻ ജനതയോടുള്ള പെണ്ണാഹ്വാനമായി കേരളത്തിന്റെ വനിതാ മതിൽ മാറി.

ലോകത്തിലെ നവോത്ഥാന പ്രസ്ഥാനങ്ങൾ തുടർച്ചയില്ലാതെ കിതച്ചുനിന്ന ദേശങ്ങളിൽ കേരളത്തിൽ പടുത്തുയർത്തിയ പെണ്ണുശിരിന്റെ പ്രകമ്പനങ്ങൾ അലയടിക്കുന്നുണ്ട്. കേരളം വീണ്ടും മാതൃകയാവുകയാണ്. കൈവരിച്ച നേട്ടങ്ങളെ കൂടുതൽ മിനുക്കിയെടുത്ത് മുന്നോട്ടുപോകാനുള്ള ആർജ്ജവം കേരളം ലോകത്തിന് മുന്നിൽ മുന്നോട്ടുവെക്കുന്നു. ഭൂപരിഷ്കരണ പ്രസ്ഥാനം പോലെ, സാക്ഷരത പോലെ, ജനകീയാസൂത്രണ പ്രസ്ഥാനം പോലെ, സ്ത്രീശാക്തീകരണ മുന്നേറ്റങ്ങൾ പോലെ ഇതാ കേരളത്തിന്റെ മണ്ണിൽനിന്നും വീണ്ടും ഒരു ചരിത്രഗാഥ പിറന്നിരിക്കുന്നു. സാമൂഹ്യപരിഷ്കർത്താവ് എന്നുള്ള നിലയിൽകൂടി മുഖ്യമന്ത്രി പിണറായി വിജയന്റെ പേര് ചരിത്രത്തിൽ കോറിയിടപ്പെട്ടിരിക്കുന്നു. തുല്യതയുടെയും നീതിബോധത്തിന്റേയും കാര്യത്തിൽ കൂടുതൽ പ്രബുദ്ധമായ ഒരു സാമൂഹ്യ നിർമിതിക്കുവേണ്ടിയുള്ള ആർജ്ജവത്തോടെ മലയാളികൾ നവകേരളത്തിലേക്ക് മുന്നേറുകയാണ്.

ഫാസിസത്തിനെതിരായ പോരാട്ടം

ഏറ്റവും പിന്തിരിപ്പനും അങ്ങേയറ്റത്തെ സങ്കുചിത ദേശീയതാവാദികളും കടുത്ത സാമ്രാജ്യത്വവാദികളുമായ ശക്തികളുടെ പരസ്യവും ഭീകരവുമായ സ്വേച്ഛാധിപത്യവുമെന്നാണ് ഫാസിസത്തിന്റെ വർഗസ്വഭാവത്തെക്കുറിച്ച് ജോർജി ദിമിത്രോവ് പറഞ്ഞിരിക്കുന്നത്. ഇരുപതാം നൂറ്റാണ്ടിൽ രണ്ട് ലോകമഹായുദ്ധങ്ങൾക്കിടയിൽ ഉയർന്നുവന്ന രാഷ്ട്രീയാധികാരത്തിന്റെ രൂപംകൂടിയാണ് ഫാസിസം. മുതലാളിത്ത വ്യവസ്ഥ അതീവഗുരുതരമായ പ്രതിസന്ധിയിലേക്ക് കൂപ്പുകുത്തുകയും അധ്വാനവർഗത്തിന്റെ നേതൃത്വത്തിലുള്ള വിപ്ലവപ്രസ്ഥാനങ്ങൾ ഭരണവർഗത്തിന് ഭീഷണി ഉയർത്തുകയും ചെയ്ത വേളയിൽ ജർമനിയിലെ ഭരണവർഗം തീവ്രമായ രൂപംകൈക്കൊള്ളുകയും അത് ബൂർഷ്വാ ജനാധിപത്യത്തെപ്പോലും വേണ്ടെന്ന് വെക്കുകയും ചെയ്തു. ഫാസിസം ഒരു പ്രത്യയശാസ്ത്രമാണ്.

ഇന്ത്യയിൽ രാഷ്ട്രീയമായും സാമ്പത്തികമായും വർഗപരമായും ഫാസിസം സ്ഥാപിക്കാനുള്ള സാഹചര്യം നിലവിലില്ല. രാജ്യത്തെ ഭരണവർഗത്തിന് അവരുടെ വർഗതാൽപ്പര്യം നടപ്പിലാക്കുന്നതിന് തടസ്സമേതുമില്ല. ഭരണവർഗത്തിലെ വിഭാഗങ്ങൾക്കൊന്നും പാർലമെന്ററി ജനാധിപത്യ സംവിധാനത്തെയും ഭരണഘടനാക്രമത്തെയും അട്ടിമറിച്ച് മറ്റൊരു വ്യവസ്ഥയിലേക്ക് പോകാനുള്ള താൽപ്പര്യമില്ല. നിലവിലുള്ള ആർ എസ് എസ് നിയന്ത്രിത നരേന്ദ്രമോദി സർക്കാരിന് തങ്ങളുടെ വർഗതാൽപ്പര്യത്തിന്റെ സംരക്ഷണം നിർവഹിക്കുന്നതിന് വേണ്ടി, നിലവിലുള്ള സംവിധാനത്തെ അൽപ്പം സ്വേച്ഛാധിപത്യപരമായി മുന്നോട്ടു കൊണ്ടുപോകാനുള്ള ത്വരമാത്രമേയുള്ളൂ.

നരേന്ദ്രമോദി പ്രതിനിധീകരിക്കുന്ന ബി ജെ പി എന്ന രാഷ്ട്രീയ

പാർട്ടി കേവലം ഒരു ബൂർഷ്വാപാർട്ടി മാത്രമല്ല. രാഷ്ട്രീയ സ്വയം സേവക് സംഘ് നിയന്ത്രിക്കുന്ന സംഘപരിവാർ സംഘടനകളിൽ ഒന്നാണ്. ഭൂരിപക്ഷ വർഗീയതയെയാണ് ആ വലതുപക്ഷപാർട്ടി പ്രതിനിധാനം ചെയ്യുന്നത്. ആർ എസ് എസ് ഫാസിസ്റ്റ് സ്വഭാവങ്ങൾ വെച്ചുപുലർത്തുന്ന ഒരു സംഘടനയാണ്. ആർ എസ് എസ് രൂപീകരിക്കപ്പെട്ടത് മുസോളിനിയുടെ ഫാസിസ്റ്റ് ഓർഗനൈസേഷനുകളിൽ നിന്ന് ആവേശമുൾക്കൊണ്ടാണ്. ആർ എസ് എസ് രൂപീകരണത്തിന്റെ ചാലകശക്തിയായി വർത്തിച്ച ബി എസ് മുൻജെ, മുസോളിനിയെ നേരിട്ടുകണ്ട് ബലില്ല എന്ന ഫാസിസ്റ്റ് ഓർഗനൈസേഷന്റെ പ്രവർത്തനങ്ങൾ മനസ്സിലാക്കി ഇന്ത്യയിലേക്ക് വന്നതിന് ശേഷമാണ് ആർ എസ് എസ് രൂപീകൃതമാവുന്നത്. കെ ബി ഹെഡ്ഗേവാറും വി ഡി സവർക്കറും എം എസ് ഗോൾവാൾക്കറുമൊക്കെ ഫാസിസത്തെയും നാസിസത്തെയും തീവ്രമായി ആരാധിച്ചു. ഹിറ്റ്ലർ ആർ എസ് എസിന് ശ്രേഷ്ഠനായ ഒരു വീരപുരുഷനാണ്. ആർ എസ് എസും നാസിസവും ഫാസിസവും തമ്മിലുള്ള ഉറ്റബന്ധത്തെക്കുറിച്ച് മാൻസിയ കാസലോരിയെപോലുള്ള ഗവേഷകർ ശ്രദ്ധേയമായ പഠനങ്ങൾ നടത്തിയിട്ടുണ്ട്. ഹിറ്റ്ലറുടെ യഹൂദനരവംശഹത്യയെ സവർക്കർ പിന്തുണയ്ക്കുന്നുണ്ട്. ഇന്ത്യയിലെ മുസ്ലീം പ്രശ്നം പരിഹരിക്കാൻ സവർക്കർ നിർദേശിച്ച പോംവഴിയും അതുതന്നെയായിരുന്നു. 'ഒരു രാഷ്ട്രം രൂപീകരിക്കുന്നത് അവിടെ താമസിക്കുന്ന ഭൂരിപക്ഷമാണ്. ജർമ്മനിയിൽ യഹൂദരെ എന്താണ് ചെയ്തത്? ന്യൂനപക്ഷമായതിനാൽ അവർ ജർമ്മനിയിൽ നിന്നും ഉൻമൂലനം ചെയ്യപ്പെട്ടു' ഇന്ത്യയിലെ ന്യൂനപക്ഷ വിഭാഗങ്ങളും ഇതുപോലെ ഉൻമൂലനം ചെയ്യപ്പെടേണ്ടവരാണെന്നാണ് കാലങ്ങളായി ആർ എസ് എസ് പറഞ്ഞുകൊണ്ടിരിക്കുന്നത്. അതിനായി അവർ ഫാസിസ്റ്റ് രീതിശാസ്ത്രങ്ങൾ നിരന്തരം പ്രയോഗിച്ചുകൊണ്ടിരിക്കുകയും ചെയ്യുന്നു.

ആർ എസ് എസിനാൽ നിയന്ത്രിക്കപ്പെടുന്ന പാർട്ടിയാണ് ബി ജെ പി. അതിനാൽ തന്നെ സാഹചര്യങ്ങൾ ഒത്തുവന്നാൽ അവർ സ്വേച്ഛാധിപത്യകക്ഷിയായി മാറാൻ ശ്രമിക്കുമെന്നതിൽ തർക്കമില്ല. തീർത്തും പിന്തിരിപ്പൻ പാർട്ടിയായ ബി ജെ പിയെ ലക്ഷണമൊത്ത ഫാസിസ്റ്റ് പാർട്ടി എന്ന് വിളിക്കാൻ സാധിക്കില്ല. ഇത്തരത്തിൽ ശരിയായ രീതിയിലുള്ള നോക്കിക്കാണൽ ആവശ്യമാണ്. എങ്കിൽ മാത്രമേ മോദി സർക്കാരിനും ബി ജെ പിക്കുമെതിരായ ശരിയായ തന്ത്രം ആവിഷ്കരിക്കാനും പ്രയോഗിക്കാനും സാധിക്കുകയുള്ളു.

ആർ എസ് എസ് ബി ജെ പിയിലൂടെയും മറ്റ് പരിവാർ സംഘടനകളിലൂടെയും മുന്നോട്ടുവെക്കുന്നത് ഹിന്ദുത്വ പ്രത്യയശാസ്ത്രമാണ്. അതിനെ വിഭ്യംജിച്ച് നിൽക്കുന്ന രാജ്യസ്നേഹവുമായി കൂട്ടിക്കെട്ടി വർഗീയ ധ്രുവീകരണത്തിനായാണ് അവർ ശ്രമിക്കുന്നത്. അതിലൂടെ ലക്ഷ്യമിടുന്നത് ന്യൂനപക്ഷങ്ങളെയാണ്. അതൊരു ഫാസിസ്റ്റ് രീതിയാണ്. ഭൂരിപക്ഷ വർഗീയതയെ സ്വരുക്കൂട്ടിക്കൊണ്ട് മതന്യൂനപക്ഷങ്ങളെ അടിച്ച

മർത്തുക എന്നതാണ് പ്രയോഗവൽക്കരിക്കുന്നത്. അത് ബീഫ് വിഷയത്തിൽവരെ അവർ കലർത്തിവെക്കുന്നുണ്ട്. പക്ഷേ, ഇന്നത്തെ ഇന്ത്യൻ സാഹചര്യത്തിൽ മതനിരപേക്ഷ ജനാധിപത്യ ശക്തികളും ബൂർഷ്വാസികളിലെ ഒരു വിഭാഗവും ഇത്തരം ഫാസിസ്റ്റ് പ്രവണതകൾ, വികസനത്തിനും സുസ്ഥിരമായ മുതലാളിത്ത വ്യവസ്ഥയ്ക്കും എതിരാണെന്ന് അഭിപ്രായം പ്രകടിപ്പിക്കുന്നു. അതിനാൽത്തന്നെ മതനിരപേക്ഷതയും ജനാധിപത്യവും ഇല്ലാതാക്കുന്ന, ഹിന്ദുത്വവർഗീയതയിലും നവ ഉദാരവൽക്കരണ നയങ്ങളുടെ പ്രയോഗത്തിലും ഊന്നിക്കൊണ്ടാണ് ബി ജെ പി സർക്കാർ മുന്നോട്ടുപോകുന്നത്. അത് പലപ്പോഴും സ്വേച്ഛാധിപത്യ സ്വഭാവവും പ്രകടിപ്പിക്കുന്നുണ്ട്.

ദിമിത്രോവ് പറയുന്നു: 'ഫൈനാൻസ് മൂലധനത്തിന്റെ അധികാര ശക്തിതന്നെയാണ് ഫാസിസം. തൊഴിലാളി വർഗത്തിനും കൃഷിക്കാരിലെ വിപ്ലവബോധമുള്ള വിഭാഗത്തിനും ബുദ്ധിജീവികൾക്കും എതിരായ ഭീകരമായ പ്രതികാരത്തിനുള്ള സംഘടനയാണ് അത്. വിദേശനയത്തിൽ മറ്റ് രാഷ്ട്രങ്ങളോട് മൃഗീയമായ പക വളർത്തുന്ന ഫാസിസം സങ്കുചിത ദേശീയത്വത്തിന്റെ ഏറ്റവും പ്രാകൃതരൂപമാണ്.' ആർ എസ് എസ് പ്രചാരകനായ നരേന്ദ്രമോദി, ധനമൂലധനത്തിന്റെ താൽപ്പര്യങ്ങൾ നടപ്പിലാക്കാനുള്ള നടപടികൾ സ്വീകരിക്കുന്നത് ഇതിനോടൊപ്പം കൂട്ടിവായിക്കേണ്ടതാണ്. രാജ്യത്ത് നടപ്പിലാക്കിയ 500, 1000 നോട്ടുകൾ നിയമസാധുതയില്ലാതാക്കിയ നടപടി, സാമ്രാജ്യത്വത്തിന്റെയും ആഗോളകുത്തകകളുടെയും സാമ്പത്തിക അജൻഡയുടെ ഭാഗമാണ്. ഇന്ത്യയിൽ കറൻസി ഇടപാടുകൾ പരമാവധി കുറച്ച് ഡിജിറ്റൽ ഇടപാടുകൾ പ്രോത്സാഹിപ്പിക്കാൻ അമേരിക്ക കുറേക്കാലമായി ബോധപൂർവം ശ്രമിച്ചുവരുന്നുണ്ട്. ഇവിടുത്തെ ഡെബിറ്റ്, ക്രെഡിറ്റ് കാർഡുകളുടെ വലിയ പങ്കും കൈയാളുന്ന അമേരിക്കൻ കമ്പനികളായ മാസ്റ്റർകാർഡിനും വിസയ്ക്കുമാണ് ഡിജിറ്റൽ ഇടപാടുകളിലൂടെ ലാഭം കുന്നുകൂടുക. ഗൂഗിൾ, മൈക്രോസോഫ്റ്റ് പോലുള്ള അമേരിക്കൻ ഐ ടി കുത്തകകൾക്കും ഇത് നേട്ടമാണ്. 2015-16 വർഷത്തിൽ മാത്രം എണ്ണായിരം കോടി രൂപയുടെ നേട്ടമാണ് രാജ്യത്തെ ഡെബിറ്റ് കാർഡ് ഉപയോഗത്തിലൂടെ കമ്പനികൾക്ക് ഉണ്ടായത്. വരും വർഷങ്ങളിൽ പ്രതിവർഷം 68,000 കോടിരൂപയുടെ ലാഭമുണ്ടാകുമെന്നാണ് സാമ്പത്തിക വിദഗ്ധർ പറയുന്നത്. 2020 ഓടു കൂടി കാർഡ് ഇടപാടുകളുടെ മൂല്യം പത്തിരട്ടിയോളം വർധിച്ച് 35 ലക്ഷം കോടി രൂപയിലെത്തുമെന്നാണ് കരുതുന്നത്. ആ തുക ഇന്ത്യൻ ജി ഡി പിയുടെ 15 ശതമാനത്തോളം വരുമെന്നതാണ് യാഥാർത്ഥ്യം. ഇത്, നാക്കെടുത്താൽ ദേശീയതയെക്കുറിച്ച് പറയുന്ന ആർ എസ് എസ് സംഘപരിവാരത്തിന്റെ നേതൃത്വത്തിലുള്ള ഭരണകൂടം ധനമൂലധനശക്തികൾക്കുവേണ്ടി നടപ്പിലാക്കിയതാണ്. നരേന്ദ്രമോദിയുടെ ഈ നടപടി ചേർന്നുനിൽക്കുന്നത് ഹിറ്റ്ലറുടെ ഫാസിസ്റ്റ് രീതിയോടാണ്. ബൂർഷ്വാ ദേശീയത്വത്തിലുപരിയായി മൃഗീയമാ

യ സങ്കുചിത ദേശീയത്വത്തെക്കുറിച്ച് വാചാലമാവുകയും അതേ സമയം രാഷ്ട്രീയ കവർച്ചയ്ക്ക് നിലമൊരുക്കുകയും ചെയ്യുന്ന ഭരണസമ്പ്രദായമാണത്. ഈ നടപടിയിലൂടെ തൊഴിലാളി വർഗവും കൃഷിക്കാരും ദുരിതത്തിലാഴുന്നുണ്ട്. എന്നാൽ, ഹിറ്റ്ലറുടെ രീതിശാസ്ത്രം പൂർണാർത്ഥത്തിൽ പ്രയോഗിക്കാൻ നരേന്ദ്രമോദിക്ക് സാധിക്കാത്തത് മുകളിൽ പറഞ്ഞതുപോലെ ഫാസിസം സ്ഥാപിക്കാനുള്ള സാഹചര്യം നിലവിലില്ലാത്തത് കൊണ്ടാണ്.

ബുദ്ധിജീവികൾക്കെതിരെ സംഘപരിവാർ സംഘടനകൾ നടത്തുന്ന കടന്നാക്രമണങ്ങൾ രാജ്യം ഏറെ ചർച്ച ചെയ്യുന്നുണ്ട്. അത് ഫാസിസ്റ്റ് രീതിശാസ്ത്രത്തിന്റെ പ്രയോഗമാണ്. കൽബുർഗിയും പൻസാരെയും ധബോൽക്കറും കൊല്ലപ്പെടുന്നത് ആ പശ്ചാത്തലത്തിലാണ്. എം ടിയെയും കമലിനെയും പോലുള്ള സാംസ്കാരിക നായകർ വേട്ടയാടപ്പെടുന്നത് അത്തരമൊരന്തരീക്ഷത്തിലാണ്. എന്നിട്ടും ഫാസിസ്റ്റ് ധാരയിലുള്ള രാഷ്ട്രീയം പൊതുജനങ്ങളെ സ്വാധീനിക്കുന്നുണ്ട്. പൊതുജനങ്ങളുടെ അടിയന്തരമായ ആവശ്യങ്ങളെയും അവകാശങ്ങളെയും ഫാസിസം വഞ്ചനാപരമായ വാചാലതയോടെ സമീപിക്കുന്നതുകൊണ്ടാണ് അത് സംഭവിക്കുന്നത്. നവമാധ്യമങ്ങളിൽ ഇടപെടുന്ന സംഘികൾ, സംവാദത്തിലേർപ്പെടുമ്പോൾ തങ്ങൾ സംഘികളല്ലെന്നാണ് പറയുക. ആവശ്യംപോലെ നിഷ്പക്ഷരുടെയും ഇടതുപക്ഷത്തെ ഇഷ്ടപ്പെടുന്നവരുടെയും യഥാർത്ഥ ഗാന്ധിയരുടെയുമൊക്കെ വേഷങ്ങൾ അണിഞ്ഞുകൊണ്ടാണ് അവർ സംഘപരിവാരത്തിന്റെ രാഷ്ട്രീയത്തിന് ശക്തി പകരുന്നത്. ഹൃദയശൂന്യതയിലും ബൂർഷ്വാ ആത്മവഞ്ചനയിലും അവർ പിന്തിരിപ്പത്വത്തിന് പുതിയ മാനങ്ങൾ സൃഷ്ടിക്കുന്നു. രാജ്യത്തിന്റെ ദേശീയ പ്രത്യേകതകൾക്കും വിവിധ സാമൂഹ്യഘടകങ്ങളുടെ പ്രത്യേകതൾക്കും അനുയോജ്യമായി ഫാസിസ്റ്റ് പ്രയോക്താക്കൾ തങ്ങളുടെ വഞ്ചനാപരമായ വായാടിത്തം രൂപപ്പെടുത്തുമെന്നർത്ഥം. ഇത് ആർ എസ് എസിന്റെ സംഘപരിവാർസംഘടനകളുടെ പ്രവർത്തന രീതിയാണ്.

സ്വേച്ഛാധിപത്യശക്തികളെ കൂടെ നിർത്തിക്കൊണ്ട് തങ്ങളുടെ ലാഭം കുന്നുകൂട്ടാനുള്ള ശ്രമത്തിലാണ് സാമ്രാജ്യത്വശക്തികൾ. വിവിധരാജ്യങ്ങളിലെ ഭരണവർഗവും അവരുടെ വർഗഭരണവും നവ ഉദാരവൽക്കരണ നയങ്ങൾ നടപ്പിലാക്കുന്നതിന് വേണ്ടി സ്വേച്ഛാധിപത്യത്തെയാണ് ആശ്രയിക്കുന്നത്. ജനാധിപത്യവും തിരഞ്ഞെടുക്കപ്പെട്ട സർക്കാരുമുണ്ടെങ്കിലും രാജ്യത്ത് സ്വേച്ഛാധിപത്യഭരണം അടിച്ചേൽപ്പിക്കാനാണ് നരേന്ദ്രമോദി ശ്രമിക്കുന്നത്. മതാടിസ്ഥാനത്തിലുള്ള വർഗീയതയോടൊപ്പം നവ ഉദാരവൽക്കരണ നയങ്ങൾ നടപ്പിലാക്കുകയാണ് ബി ജെ പി സർക്കാർ. അമേരിക്കൻ സാമ്രാജ്യത്വ സേവയാണ് സ്വേച്ഛാധിപത്യ രീതി പിൻപറ്റുന്ന ഭരണകൂടങ്ങളുടെ പൊതുസ്വഭാവം. തുർക്കി അത്തരമൊരു രാഷ്ട്രമാണ്. സാമ്രാജ്യത്വസഖ്യങ്ങളുടെ ഭാഗമാകാനും ഇത്തരം രാഷ്ട്രങ്ങൾ ഉത്സുകരാണ്. പ്രത്യേക സൈനിക സഹകരണ കരാറിലൂടെ ഇന്ത്യ അ

ത്തരത്തിൽ സഖ്യത്തിലേർപ്പെടുന്നുണ്ട്. ഫാസിസ്റ്റ് വിരുദ്ധതപോലെ പ്രാധാന്യമുള്ളതാണ് സ്വേച്ഛാധിപത്യ വിരുദ്ധതയും. നവഉദാരവൽക്കരണ അജണ്ടയും ഹിന്ദുത്വ അജണ്ടയും ഭീഷണിയായി നിൽക്കുമ്പോൾ, സങ്കീർണവും ബഹുമുഖവുമായ പ്രശ്നങ്ങളെ അഭിമുഖീകരിക്കേണ്ടി വരും. അതിനാൽ രാജ്യത്തെ ആർ എസ് എസ് സംഘപരിവാരത്തിനോടുള്ള പോരാട്ടം ലളിതമായ ഒന്നല്ല.

രാഷ്ട്രീയമായും പ്രത്യയശാസ്ത്രപരമായും പ്രതിരോധിക്കുന്നതിനൊപ്പം സാംസ്കാരികവും സാമൂഹ്യവുമായ പോരാട്ടം കൂടി രാജ്യത്തിന്റെ വർത്തമാനം ആവശ്യപ്പെടുന്നുണ്ട്. സംഘപരിവാരത്തിനും വലതുപക്ഷ വർഗീയശക്തികൾക്കുമെതിരായുള്ള ചെറുത്തുനിൽപ്പ് നവ ഉദാരവൽക്കരണനയത്തിനെതിരായ പ്രക്ഷോഭവുമായി ചേർത്ത്കെട്ടണം. ഭരണകൂടത്തിന്റെ വക്താക്കളായി, ഭരണവർഗപാർട്ടികളായി ബി ജെ പിയും കോൺഗ്രസും നിൽക്കുമ്പോൾ വർഗീയതയ്ക്കെതിരായ രാഷ്ട്രീയസമരത്തിൽ ഏറെ ജാഗരൂകരായി നിൽക്കേണ്ടിവരും. അതിനാൽ ജനാധിപത്യ മതനിരപേക്ഷ ശക്തികളുടെ ഐക്യനിര കൂടുതൽ ശക്തിപ്പെടുത്തി, ഇടതുപക്ഷ ജനാധിപത്യ ശക്തികളെ വിശാലമാക്കി വർഗീയ രാഷ്ട്രീയം മുന്നോട്ടുവെക്കുന്ന ഫാസിസ്റ്റ് പ്രവണതകളെ നേരിടേണ്ടതുണ്ട്.

കർഷക - കർഷക തൊഴിലാളി ഐക്യത്തിന്റെ പ്രസക്തി

വിഖ്യാത അമേരിക്കൻ ചിന്തകൻ നോം ചോംസ്കി, ഇരുണ്ട കാലത്തെ വഴിവിളക്കെന്നാണ് ഇന്ത്യയിലെ കർഷക - കർഷക തൊഴിലാളി ഐക്യത്തിന്റെ ഐതിഹാസിക സമരത്തെ വിശേഷിപ്പിച്ചത്. വിവിധ രാജ്യങ്ങളിലെ വലതുപക്ഷ ഗവൺമെന്റുകളെ ആയുധമാക്കി സാമ്രാജ്യത്വ ശക്തികളും കോർപ്പറേറ്റുകളും നടത്തുന്ന ചൂഷണങ്ങൾക്കെതിരെ സംഘടിത പോരാട്ടങ്ങളല്ലാതെ മറ്റു പോംവഴികളൊന്നുമില്ല എന്ന ആശയം ഇന്ത്യയും പ്രകാശിപ്പിച്ചിരിക്കുന്നു. അധ്വാനിക്കുന്ന മനുഷ്യർ നയിക്കുന്ന ഇത്തരം പ്രക്ഷോഭങ്ങൾക്ക് നവലിബറലിസത്തിന്റെ ചൂഷണ നയങ്ങളെ തിരുത്താൻ പ്രാപ്തിയുണ്ടെന്ന് ലോകത്തെ ബോധ്യപ്പെടുത്തിയിരിക്കുന്നു. ഇന്ത്യയിലെ കർഷക - കർഷക തൊഴിലാളി ഐക്യത്തിന്റെ പ്രക്ഷോഭം അസാധാരണമായ നിശ്ചയ ദാർഢ്യം കൈമുതലാക്കി, സ്വതന്ത്ര ഇന്ത്യയുടെ ചരിത്രത്തിലെ ഏറ്റവും വലിയ ജനകീയ പോരാട്ടമായി മാറി. ഈ സമരത്തിന് രാഷ്ട്രീയവും സംഘടനാപരവുമായ ദിശാബോധം നൽകിയത് അഖിലേന്ത്യ കിസാൻ സഭയും അഖിലേന്ത്യാ കർഷക തൊഴിലാളി പ്രസ്ഥാനവുമാണ്. രാജ്യത്തിന്റെ മുക്കിലും മൂലയിലുമുള്ള കർഷകരും കർഷക തൊഴിലാളികളും ബഹുജനങ്ങളും മറ്റ് തൊഴിലാളി വിഭാഗങ്ങളും കർഷക പ്രക്ഷോഭത്തിന് ഐക്യദാർഢ്യമേകി. കർഷക - കർഷക തൊഴിലാളി ഐക്യത്തിന്റെ പ്രസക്തിയാണ് ഈ പ്രക്ഷോഭം ഉയർത്തിപ്പിടിച്ചത്. തൊഴിലാളി മേഖലയിൽ രൂപപ്പെട്ട ഐക്യത്തിന്റേയും സമരത്തിന്റേയും മാതൃകയിൽ കാർഷിക മേഖലയിൽ ഐക്യമുന്നണിയും സമരങ്ങളും ശക്തിപ്പെടുത്തേണ്ടതിന്റെ പ്രധാന്യത്തെക്കുറിച്ച് സി പി ഐ (എം) നേരത്തെ വ്യക്തമാക്കിയിട്ടുണ്ട്.

1990 കൾക്ക് ശേഷം ഇന്ത്യയിൽ അടിച്ചേൽപ്പിക്കപ്പെടുന്ന ഉദാരവൽക്കരണ-സ്വകാര്യവൽക്കരണ സാമ്പത്തിക നയങ്ങൾ പ്രധാനമായും കർഷകരെയും കർഷക തൊഴിലാളികളെയുമാണ് ദുരിതത്തിലാഴ്ത്തിയത്. കാർഷിക മേഖലയിൽ മുതലാളിത്തം വളർന്നപ്പോൾ കൃഷിയുടെ സ്വഭാവം മാറി. വിപണിക്ക് വേണ്ടിയുള്ള ഉൽപ്പാദനമെന്നുള്ള നിലയായി. മുതലാളിത്തത്തിന്റെ വിപണിയിൽ ലഭിക്കുന്ന വിലയാണ് കർഷകന് ലഭിച്ചത്. കർഷക തൊഴിലാളികൾ കൃഷിഭൂമിയിൽ നിന്ന് ആട്ടിയോടിക്കപ്പെട്ടതും ഈ കാലയളവിലാണ്. കാർഷിക വിപണിയിൽ ആദായവില നിഷേധിക്കപ്പെട്ടതോടെ കൃഷി നഷ്ടത്തിലായി. കർഷകർ കടക്കെണികളിൽ അകപ്പെട്ടു. ആത്മഹത്യയിലേക്ക് അവരുടെ ജീവിതം വലിച്ചെറിയപ്പെട്ടു. വൻകിട മുതലാളി വർഗം, വിലക്കയറ്റവും വിലത്തകർച്ചയും കൃത്രിമമായുണ്ടാക്കി കർഷകരെ ചൂഷണം ചെയ്യുകയും തങ്ങളുടെ ലാഭം കുന്നുകൂട്ടുകയും ചെയ്തപ്പോൾ, കർഷക ജനസാമാന്യം പാപ്പരായി മാറി. രാജ്യം ഇതുവരെ കാണാത്ത വിധത്തിലുള്ള കാർഷിക പ്രതിസന്ധിയാണ് ഇതുമൂലം ഉണ്ടായത്. തുടർന്നാണ് കർഷക- കർഷക തൊഴിലാളി സംഘടനകളുടെ നേതാക്കൾ 2015 ജൂലൈയിൽ 16 ഇന അവകാശ പത്രിക മുന്നോട്ടുവെച്ച് പ്രക്ഷോഭത്തിനിറങ്ങിയത്.

കർഷകരും കർഷക തൊഴിലാളികളും മറ്റ് തൊഴിലാളി വിഭാഗങ്ങളും ദളിത്-ആദിവാസി വിഭാഗങ്ങളിലുള്ളവരും തുടങ്ങി അടിസ്ഥാന വിഭാഗങ്ങളെയാകെ കുത്തുപാളയെടുപ്പിക്കുന്ന നയങ്ങളാണ് യാതൊരു ചർച്ചകളുമില്ലാതെ 2020 ൽ ബി ജെ പി നേതൃത്വത്തിലുള്ള കേന്ദ്ര സർക്കാർ രാജ്യത്ത് അടിച്ചേൽപ്പിച്ചത്. കോർപ്പറേറ്റ് ബഹുരാഷ്ട്ര ഭീമന്മാർക്ക് തുണയാകുന്ന, അമിത വാണിജ്യവൽക്കരണം ലക്ഷ്യമാക്കുന്ന കാർഷികനിയമങ്ങളെ തുറന്നുകാട്ടി രാജ്യതലസ്ഥാനത്ത് ആരംഭിച്ച പ്രക്ഷോഭം വൻ വിജയമായി മാറി. മഹാപ്രക്ഷോഭം ആരംഭിച്ച വേളയിൽ നിയമങ്ങൾ പിൻവലിക്കില്ലെന്ന ധാർഷ്ട്യത്തിലായിരുന്നു കേന്ദ്ര കൃഷിമന്ത്രി നരേന്ദ്ര സിങ് തോമർ അടക്കമുള്ളവർ. ദേശീയപാതകൾ ഉപരോധിച്ച് ഗതാഗതം സ്തംഭിപ്പിച്ചുള്ള പ്രതിഷേധത്തിന് കർഷകരും കർഷക തൊഴിലാളികളും തുടക്കമിട്ടത് ജീവിതം തിരിച്ചുപിടിക്കുവാൻ വേണ്ടിയായിരുന്നു. മരംകോച്ചുന്ന തണുപ്പിനെയും ഉരുകിയൊലിപ്പിക്കുന്ന ചൂടിനെയും വകവയ്ക്കാതെയായിരുന്നു വന്ദ്യവയോധികരും കൊച്ചുകുട്ടികളും ഗർഭിണികളും ഉൾപ്പെടെയുള്ള ജനസഞ്ചയം പ്രക്ഷോഭത്തിന്റെ ഭാഗമായി റോഡുകളിലും തെരുവിലും ടെന്റുകളിലും കഴിഞ്ഞത്. രണ്ടാംഘട്ടമായി, തങ്ങളുടെ നിത്യജീവിതം താറുമാറാക്കിയ സമ്പന്നാനുകൂല നിലപാടുകൾക്കെതിരെ ഉത്തർപ്രദേശ്, രാജസ്ഥാൻ, മധ്യപ്രദേശ്, ഹരിയാന, പഞ്ചാബ് തുടങ്ങിയ സംസ്ഥാനങ്ങളിൽനിന്ന് കർഷകരും കർഷക തൊഴിലാളികളും സമര കേന്ദ്രങ്ങളിലേക്ക് ഒഴുകിയെത്തി. മോദി ഭരണത്തിന്റെയും അതിന്റെ ഉപകരണങ്ങളായ ഡൽഹി പൊലീസിന്റെയും പലവിധ അടിച്ചമർത്തൽ നീക്കങ്ങൾ പരാജയപ്പെടു

ത്തിയായിരുന്നു ഈ മുന്നേറ്റം. പൊലീസ്, പട്ടാള വാഹനങ്ങൾ ഓടിച്ചു കയറ്റിയും കണ്ണീർവാതക ഷെല്ലുകളും വെടിയുണ്ടകളും വർഷിച്ചും രാജ്യത്തെ കാർഷിക മേഖലയുടെ രോഷത്തെ ചോരയിൽ മുക്കിക്കൊല്ലാനാണ് പ്രധാനമന്ത്രി മോദിയും കൂട്ടരും ശ്രമിച്ചത്. ജെ എൻ യു വിദ്യാർഥിപ്രതിഷേധ നാളുകളിലെന്നപോലെ ഗുരുതര വകുപ്പുകൾ ചുമത്തിയുള്ള കള്ളക്കേസുകളിൽ കുടുക്കുകയായിരുന്നു മറ്റൊരു തന്ത്രം. 'ദേശവിരുദ്ധ ശക്തികളുടെ പ്രവർത്തനം' എന്ന് മുദ്രകുത്തി കർഷക പ്രക്ഷോഭത്തിന് നേരെ ഹീനമായ അപവാദ പ്രചാരണങ്ങൾ നടത്താനും ഭരണവർഗം മുന്നോട്ടുവന്നു. ഗവൺമെന്റ് അനുകൂല മാധ്യമ ശൃംഖലകളുടെയും കോർപ്പറേറ്റ് നുണനാവുകളുടെയും കള്ളക്കഥകൾ അതിജീവിച്ചാണ് കർഷകസമരം വിജയത്തിലേക്ക് മുന്നേറിയത്. തല്ലിയാലും കൊന്നാലും പിൻമാറില്ലെന്ന് കാർഷിക ഇന്ത്യ തീരുമാനിച്ചപ്പോൾ ബി ജെ പി സർക്കാരിന് മറ്റ് വഴികളില്ലാതെ കാർഷിക നിയമങ്ങൾ പിൻവലിക്കുമെന്ന് പ്രഖ്യാപിക്കേണ്ടിവന്നു. 2021 നവംബർ 19 ന് കാർഷിക നിയമങ്ങൾ പിൻവലിക്കുമെന്ന് പ്രധാനമന്ത്രി നരേന്ദ്ര മോദി പ്രഖ്യാപിച്ചു. ഒരുവർഷത്തെ പോരാട്ടത്തിനിടയിൽ നിരവധി പ്രക്ഷോഭകർ രക്തസാക്ഷികളായി. കർഷക – തൊഴിലാളി ഐക്യത്തിന്റെ ഈ പ്രക്ഷോഭപർവ്വം രാജ്യത്തിനും ഇന്ത്യയിലെ ബഹുഭൂരിപക്ഷം വരുന്ന സാധാരണക്കാരായ ജനങ്ങൾക്കും നൽകുന്ന പ്രതീക്ഷ ചില്ലറയല്ല.

കർഷക പ്രക്ഷോഭത്തിന്റെ ഒരു പ്രത്യേകത എടുത്തുപറയേണ്ടതുണ്ട്. കർഷക- കർഷക തൊഴിലാളികളോടൊപ്പം ധനിക കർഷകരും ഈ പ്രക്ഷോഭത്തിൽ പങ്കാളികളായിരുന്നു എന്നതാണ് പുതിയ പ്രതിഭാസം. ഭരണവർഗത്തിൽ തന്നെ ഭിന്നിപ്പുണ്ടാകുന്ന വിധത്തിൽ കർഷക പ്രക്ഷോഭം വളരുകയായിരുന്നു. ഇക്കൂട്ടർ പൊതുവിൽ ചാഞ്ചാട്ടമുണ്ടാകുന്ന ഒരു വിഭാഗമെന്നാണ് വർഗപരമായി വിശകലനം ചെയ്യാറ്. എങ്കിലും അവരെ കൂടി പ്രക്ഷോഭത്തിൽ ഉൾച്ചേർക്കാനായി എന്നത് സമരത്തിന്റെ നേട്ടമായി കാണേണ്ടതുണ്ട്.

നേരത്തെ 1980–81 കാലത്ത് കൃഷിക്കാരുടെ വലിയ മുന്നേറ്റം രാജ്യത്തുണ്ടായിരുന്നു. എല്ലാ വിഭാഗത്തിലുള്ള കൃഷിക്കാരും കർഷക തൊഴിലാളികളും ആ പ്രക്ഷോഭത്തിൽ അണിനിരന്നു. പ്രക്ഷോഭകരുടെ പ്രധാന ആവശ്യം തങ്ങളുടെ ഉൽപ്പന്നങ്ങൾക്ക് ആദായവില ലഭിക്കണം എന്നതായിരുന്നു. കൃഷിക്കാവശ്യമായ വളങ്ങളും മറ്റും ചുരുങ്ങിയ വിലയ്ക്ക് ലഭ്യമാക്കണമെന്നും നികുതികളും ലെവികളും വൻതോതിൽ വർധിപ്പിച്ച നടപടി പിൻവലിക്കണമെന്നും താങ്ങാനാവാത്ത കടഭാരത്തിൽ നിന്നും മോചനം നൽകണമെന്നും കർഷകർ ആവശ്യപ്പെട്ടു. കൂലിക്കൂടുതലിനുവേണ്ടിയും ഋണബാധ്യതയിൽ നിന്ന് ആശ്വാസം ലഭിക്കുന്നതിന് വേണ്ടിയുമാണ് കർഷക തൊഴിലാളികൾ പ്രധാനമായും സമരത്തിനിറങ്ങിയത്. അവശ്യസാധനങ്ങൾ ന്യായമായ വിലയ്ക്ക് പൊതുവിതരണ ശൃംഖലയിലൂടെ ലഭിക്കണമെന്ന് മറ്റ് അധ്വാനിക്കുന്ന

ജനങ്ങളും മുദ്രാവാക്യം ഉയർത്തി. 80 ലെ പ്രക്ഷോഭത്തെ പരിശോധിക്കുമ്പോൾ ഭൂപ്രഭുക്കളും ബൂർഷ്വാസികളും തമ്മിലുള്ള സംഘർഷം കാണാനാവും. കൃഷിക്കാരുടെ പ്രതിഷേധം ഉറവപൊട്ടുന്നത് ഭൂപ്രഭുക്കളുടെ അസംതൃപ്തിയിൽ നിന്നായിരുന്നു. വളത്തിനുള്ള സബ്സിഡിയും മറ്റും വെട്ടിക്കുറച്ചത് മൂലമുണ്ടായ നഷ്ടമായിരുന്നു അവരുടെ അസംതൃപ്തിക്ക് കാരണം. അത് നികത്തണമെന്ന് അവർ ആവശ്യപ്പെട്ടു. ഒരു പ്രക്ഷോഭമായി രൂപംകൊണ്ടപ്പോൾ കാർഷിക മേഖല അടിച്ചമർത്തുന്ന വിലനയമടക്കം ഗവൺമെന്റിന്റെ കർഷക നയത്തെയാകെ ചോദ്യം ചെയ്തുകൊണ്ട് കൃഷിക്കാരുടെയും കർഷക തൊഴിലാളികളുടെയും മുന്നേറ്റം വളർന്നുപന്തലിച്ചു. തുടർന്ന് അധികാരത്തിലിരുന്ന കോൺഗ്രസ് നേതൃത്വത്തിലുള്ള കേന്ദ്രസർക്കാർ പല ആനുകൂല്യങ്ങളും ഏർപ്പെടുത്താൻ നിർബന്ധിതരായി. കർഷക തൊഴിലാളികളും കർഷകരും തമ്മിലുള്ള വിപുലമായ ഐക്യത്തിന് ആ സമരം കാരണമായി. ആ സമരത്തിന്റെ ഭാഗമായ തൊഴിലാളി വർഗം അവകാശപത്രികയ്ക്ക് അംഗീകാരം നൽകുക വഴി തൊഴിലാളി - കർഷക - കർഷക തൊഴിലാളി ഐക്യത്തിനും പ്രക്ഷോഭം കാരണമായി.

അന്നത്തെ പ്രക്ഷോഭത്തിന് ശേഷം രാജ്യത്ത് കാർഷിക മേഖലയിൽ നിരവധി രൂക്ഷമായ പ്രതിസന്ധികൾ ഉടലെടുത്തിട്ടും വലിയ നിലയിലുള്ള പ്രക്ഷോഭങ്ങൾ ഉയർന്നുവരാൻ കാലമേറെ കഴിയേണ്ടി വന്നു. വർഗസമരങ്ങൾ ഒരേ ദിശയിൽ ഒരേ രീതിയിൽ അല്ല നടക്കുന്നത് എന്നതിനുള്ള ഉദാഹരണമാണ് ഇത്. വൻപിച്ച മുന്നേറ്റങ്ങളും വലിയ രീതിയിലുള്ള തിരിച്ചടികളും വർഗസമരത്തിന്റെ ഭാഗമായി കാണാനാവും. സമചിത്തതയോടെ ഈ രണ്ട് മുഖങ്ങളെയും അഭിമുഖീകരിക്കാൻ നമുക്ക് കഴിയണം. വിജയിക്കുമ്പോൾ അത്യാഹ്ലാദവും പരാജയപ്പെടുമ്പോൾ അമിതമായ ദുഃഖവും ഉണ്ടാവാൻ പാടില്ല. വേലിയേറ്റങ്ങളും വേലിയിറക്കങ്ങളും ഉള്ളത് പോലെ പരാജയത്തിന്റെ പടുകുഴിയിൽനിന്നും മുന്നോട്ടുകുതിക്കാനും വിജയത്തിന്റെ ഉയർച്ചകളിൽ നിന്ന് പിന്നോട്ടു പോകാനുമുള്ള സാധ്യതയെ ശാസ്ത്രീയമായി മനസ്സിലാക്കാൻ വർഗസമരത്തെ ആയുധമാക്കുന്നവർക്ക് സാധിക്കണം.

വർഗ പ്രസ്ഥാനങ്ങളും ബഹുജന പ്രസ്ഥാനങ്ങളും തന്താങ്ങളുടെ താൽപ്പര്യങ്ങൾ ഉയർത്തിപ്പിടിച്ചുകൊണ്ടുള്ള മുദ്രാവാക്യങ്ങളുയർത്തി സമരങ്ങളിൽ ഏർപ്പെടുമ്പോൾ തന്നെ രാജ്യം അഭിമുഖീകരിക്കുന്ന പ്രശ്നങ്ങളുടെ കാരണങ്ങൾ മനസ്സിലാക്കി മൗലികമായി വിലയിരുത്താനുള്ള പ്രാപ്തിയും വളർത്തിയെടുക്കണം. ഇന്നത്തെ ഇന്ത്യൻ പരിതസ്ഥിതിയിൽ പാർലമെന്ററി പ്രവർത്തനവും പാർലമെന്റേതര പ്രവർത്തനവും ചേർന്നുപോകുന്ന ഒരു പ്രത്യേക നിലയാണുള്ളത്. പാർലമെന്ററി പ്രവർത്തനത്തിന്റെ അവസരമുള്ളിടത്തോളം കാലം അതിനെ നിരസിക്കാൻ സാധിക്കുകയില്ല. വലതുപക്ഷ അവസരവാദത്തെയും ഇടതുപക്ഷ തീവ്ര നിലപാടുകളെയും എതിർത്തും പാർലമെന്ററി പ്രവർത്തന

ത്തെയും പാർലമെന്റേതര പ്രവർത്തനങ്ങളെയും സമന്വയിപ്പിച്ചും വർഗ സമരത്തെ മുന്നോട്ടുനയിക്കാനുള്ള അവബോധമാണ് ഇപ്പോൾ ആവശ്യമായുള്ളത്.

ഇടതുപക്ഷ ജനാധിപത്യ മുന്നണി എന്നത് പാർലമെന്ററി പ്രവർത്തനത്തെയും പാർലമെന്റേതര പ്രവർത്തനങ്ങളെയും കൂട്ടിയോജിപ്പിച്ച് വർഗസമരത്തെ മുന്നോട്ടുനയിക്കുന്നതിനുള്ള വേദിയാണ്. തൊഴിലാളികൾ, കൃഷിക്കാർ, കർഷക തൊഴിലാളികൾ, സ്ത്രീകൾ, യുവജനങ്ങൾ, വിദ്യാർത്ഥികൾ, അധ്യാപകർ, ജീവനക്കാർ തുടങ്ങിയവരൊക്കെ അഭിമുഖീകരിക്കുന്ന പ്രശ്നങ്ങൾക്ക് പരിഹാരം കാണുവാനുള്ള ജനാധിപത്യ സമരമുഖങ്ങളിലൂടെയാണ് ഈ മുന്നണി ശക്തിപ്പെടുക. ഇന്ത്യൻ വിപ്ലവത്തിന്റെ കേന്ദ്രബിന്ദുവായ ജനകീയ ജനാധിപത്യ വിപ്ലവത്തിന്റെ ഇങ്ങേയറ്റം മാത്രമാണിത്. നിലവിലുള്ള ഭരണകൂടത്തെ മാറ്റി പുതിയൊരു ഭരണകൂടത്തെ സ്ഥാപിക്കാനുള്ള മുന്നണിയാണ് ജനകീയ ജനാധിപത്യ മുന്നണി. എന്നാൽ, ഇടതുപക്ഷ ജനാധിപത്യ മുന്നണി എന്നത് നിലവിലുള്ള ഭരണകൂടത്തിന്റെ ജനവിരുദ്ധ നിലപാടിന്റെ ഭാഗമായി മേൽ സൂചിപ്പിച്ച വിഭാഗങ്ങൾ നേരിടുന്ന പ്രശ്നങ്ങളെ അതിജീവിക്കാൻ അവർ സ്വന്തം നിലയിൽ ഉയർത്തിക്കൊണ്ടുവരുന്ന പ്രസ്ഥാനങ്ങളുടെ പൊതു വേദിയാണ്. ഇതൊരു രാഷ്ട്രീയ കൂട്ടുകെട്ടല്ല. ഇന്ത്യയിൽ ഇടതുപക്ഷ ജനാധിപത്യ മുന്നണിയുണ്ടാക്കുകയും വിപുലപ്പെടുത്തുകയും ചെയ്യുക എന്ന കടമ നിർവഹിച്ചുകൊണ്ടല്ലാതെ ജനകീയ ജനാധിപത്യ മുന്നണി കെട്ടിപ്പടുക്കാൻ സാധിക്കുകയില്ല.

തങ്ങളുടെ മുദ്രാവാക്യങ്ങൾ നേടിയെടുക്കാനുള്ള പ്രക്ഷോഭങ്ങളിലൂടെ തൊഴിലാളികളും കർഷകരും കർഷക തൊഴിലാളികളും അധ്വാനിക്കുന്ന മറ്റ് ജനവിഭാഗങ്ങളും ഭരണകൂടത്തിന്റെ ചൂഷണ, മർദ്ദക സ്വഭാവത്തെ ആഴത്തിൽ തിരിച്ചറിയുന്നുണ്ട്. ഭരണകൂടത്തെ ആത്യന്തികമായി മാറ്റാതെ തങ്ങളുടെ പ്രശ്നങ്ങൾക്ക് പരിഹാരം കാണാനാവില്ല എന്ന ഉയർന്ന രാഷ്ട്രീയബോധത്തിലേക്കും നാം ആഗ്രഹിക്കുന്ന പുതിയൊരു വ്യവസ്ഥയുടെ സ്ഥാപനത്തിലേക്കും ഇതുവഴി മാത്രമേ എത്താനാവുകയുള്ളു.

ഓരോരോ വർഗബഹുജന സംഘടനകളും ഈ ലക്ഷ്യത്തെ മുൻനിർത്തിയാണ് അവരവരുടെ പോരാട്ടമുഖങ്ങൾ ശക്തിപ്പെടുത്തേണ്ടത്. നിരന്തരമായുള്ള ആ പ്രക്രിയയുടെ ഭാഗമായി ഇന്ത്യയിലെ തൊഴിലാളി – കർഷക – കർഷക തൊഴിലാളി പ്രസ്ഥാനവും തങ്ങളുടെ താൽപ്പര്യങ്ങൾ സാധിതമാക്കാനുള്ള നിരവധിയായ പോരാട്ടങ്ങളിൽ ഏർപ്പെടുന്നുണ്ട്. രാജ്യം സ്വാതന്ത്ര്യം നേടി ഇത്രയേറെ കാലമായിട്ടും രാജ്യത്തെ ദരിദ്ര കർഷകർക്കും കർഷക തൊഴിലാളികൾക്കും ഭൂമി ലഭിച്ചിട്ടില്ല. പിന്നോക്കാവസ്ഥയിലാണ് ഇപ്പോഴും ഈ ജനവിഭാഗങ്ങളുള്ളത്. തൊഴിലാളി – കർഷക – കർഷക തൊഴിലാളി ഐക്യം ശക്തിപ്പെടുത്തി, ഇടതുപക്ഷ ജനാധിപത്യ മുന്നണിയെ വിപുലപ്പെടുത്തി ജനകീയ ജനാധി

പത്യ വിപ്ലവത്തിലേക്ക് മുന്നേറുന്നതിനൊപ്പം ഭരണകൂടത്തിന്റെ പുതിയ പ്രയോഗങ്ങളെ തിരിച്ചറിഞ്ഞ് അതിനെതിരായ ചെറുത്തുനിൽപ്പ് വിപുലപ്പെടുത്തുകയും വേണം. ഭരണത്തിലിരിക്കുന്ന ബൂർഷ്വാ രാഷ്ട്രീയത്തിന്റെ വക്താക്കൾ ജനാധിപത്യപരമായ രീതിയിൽ ഭരണത്തെ മുന്നോട്ടുകൊണ്ടുപോകുന്നതിന് പകരം വ്യാമോഹത്തിന്റെ കുറ്റിയിൽ ജനങ്ങളെ കെട്ടിയിടാൻ ശ്രമിക്കുകയാണ്. സങ്കുചിതമായ വർഗീയ രാഷ്ട്രീയമാണ് അവരുടെ ആയുധം. ഹിന്ദുത്വ രാഷ്ട്രീയം ഉപയോഗിച്ച് സമൂഹത്തിൽ വർഗീയ ധ്രുവീകരണം ഉണ്ടാക്കുന്നു. ഭരണകൂട സംവിധാനങ്ങളെയാകെ ഹിന്ദുത്വവൽക്കരിക്കുന്നു. ഭരണകൂടത്തിന്റെ പിടിപ്പുകേടുകളെ തുടർന്നുണ്ടാവുന്ന അസംതൃപ്തികളെ വർഗീയത ഉപയോഗിച്ച് മെരുക്കിയെടുക്കാനുള്ള ശ്രമത്തിലാണ് ബി ജെ പി സംഘപരിവാരമുള്ളത്. ഹിന്ദുരാഷ്ട്രം സൃഷ്ടിക്കാനുള്ള ഇവരുടെ നീക്കത്തെ സർവ്വശക്തിയുമെടുത്ത് എതിർക്കേണ്ടതുണ്ട്. എന്നാലേ ഇന്ത്യയെ സംരക്ഷിക്കാൻ സാധിക്കുകയുള്ളു. രാജ്യത്ത് ഉയർന്നുവരുന്ന ഏത് പ്രക്ഷോഭത്തിന്റേയുമൊപ്പം വർഗീയ ശക്തികൾക്കെതിരായ ചെറുത്തുനിൽപ്പും ഉയർത്തിക്കൊണ്ടുവരണം.

ഇന്ത്യൻ വലതുപക്ഷത്തിന്റെ എല്ലാ ധാരകളും ഒരുമിച്ച് നടത്തുന്ന ഒരു കുപ്രചരണമാണ് മാർക്സിസം അപ്രസക്തമാണ് എന്നത്. ഇതിനെ തിരിച്ചറിഞ്ഞ് പ്രതിരോധിക്കുക എന്നത് കാലഘട്ടത്തിന്റെ ആവശ്യകതയാണ്. കർഷക- കർഷക തൊഴിലാളി ഐക്യത്തെയും വർഗപരമായ മുന്നേറ്റങ്ങളെയും ദുർബലപ്പെടുത്താനുള്ള ശ്രമത്തിന്റെ ഭാഗമായാണ് ഈ കുപ്രചരണം. വസ്തുത മറിച്ചാണ്. മാർക്സിസം കൂടുതൽ വളർന്നുകൊണ്ടിരിക്കുകയാണ്. വ്യാപിക്കുകയുമാണ്. മുൻകാലഘട്ടങ്ങളിൽ നിന്നും വ്യത്യസ്തമായി മുതലാളിത്ത വളർച്ചയുടെ പുതിയഘട്ടത്തെയാണ് നാം അഭിമുഖീകരിക്കുന്നത്. മുതലാളിത്തവും തൊഴിലാളി വർഗവും തമ്മിലുള്ള വർഗ വൈരുദ്ധ്യം രൂക്ഷമായി മൂർച്ഛിച്ചിരിക്കുന്നു. ആദ്യഘട്ടത്തിൽ രൂപീകരിച്ച വർഗസമരത്തിലെ അടവും നയവും പുതിയ പരിസ്ഥിതിക്കനുയോജ്യമാവുംവിധം അധികമധികം വളർത്തേണ്ടിയിരിക്കുന്നു.

സ്ത്രീവിമോചനത്തെക്കുറിച്ച്

മഹിളാ പ്രസ്ഥാനത്തെ ബഹുജന പ്രസ്ഥാനത്തിലെ അവശ്യമായ ഘടകമെന്നും ചില പ്രത്യേക സാഹചര്യങ്ങളിൽ വിധിനിർണായക ശക്തിയെന്നും വിശേഷിപ്പിച്ചത് മഹാനായ ലെനിനാണ്. സമൂഹത്തെ മാറ്റിമറിക്കാനുള്ള വിപ്ലവമുന്നണിയിൽ സ്തീകൾക്കുള്ള പ്രാധാന്യം വിലയിരുത്തിക്കൊണ്ടാണ് അദ്ദേഹം അങ്ങനെ നിരീക്ഷിച്ചത്. മാർക്സും ഏംഗൽസും ലെനിനും മറ്റ് മാർക്സിസ്റ്റ് ആചാര്യൻമാരും സ്ത്രീ പ്രശ്നങ്ങളെ വർഗസമര പ്രശ്നങ്ങളുടെ ഭാഗമായാണ് കണ്ടത്. സ്ത്രീകൾ നേരിടേണ്ടി വരുന്ന ഇരട്ട ചൂഷണത്തെക്കുറിച്ച് ഇവരൊക്കെ നിരന്തരം സംസാരിക്കുകയും എഴുതുകയും ചെയ്തു.

എഴുതപ്പെട്ട ചരിത്രം ആരംഭിച്ച കാലഘട്ടം തൊട്ട് മനുഷ്യസമൂഹത്തെ പരിശോധിക്കുമ്പോൾ ചൂഷകരും ചൂഷിതരും തമ്മിലുള്ള നിരന്തരമായ ഏറ്റുമുട്ടൽ കാണാനാവും. മനുഷ്യസമൂഹം പുരോഗമിച്ചത് ഈ വിധത്തിലാണ്. അടിമയും ഉടമയും തമ്മിലും അവർണനും സവർണനും തമ്മിലുള്ള സംഘർഷം, ഭൂപ്രഭുക്കളും കർഷക തൊഴിലാളികളും തമ്മിലുള്ള സംഘർഷം തുടങ്ങിയവയൊക്കെ ഉദാഹരണമാണ്. വ്യത്യസ്ത ചരിത്ര കാലഘട്ടങ്ങളിൽ വിവിധ പ്രദേശങ്ങളിൽ, രാജ്യങ്ങളിൽ ഈ രണ്ട് ചേരികൾ തമ്മിലുള്ള സംഘർഷം വിവിധ രൂപങ്ങളിൽ നടന്നിട്ടുണ്ട്. പ്രാകൃത കമ്യൂണിസത്തിന്റെ ഘട്ടത്തിൽ ചൂഷക–ചൂഷിത വർഗങ്ങൾ ഇല്ലായിരുന്നു. പുരുഷമേധാവിത്വം ഇല്ലാതിരുന്ന സമൂഹമായിരുന്നു അത്. സ്ത്രീകളും പുരുഷൻമാരും പരസ്പരം സഹായിച്ചും സഹകരിച്ചും അവിടെ ജോലി ചെയ്ത് ജീവിച്ചു. പ്രാകൃത കമ്യൂണിസ്റ്റ് സമൂഹം അവസാനിക്കുന്നത് രണ്ട് തരത്തിലുള്ള മേധാവിത്വം നിലവിൽ വരുത്തിയാണെന്ന് കാണാനാവും. ഒന്ന്, ചൂഷക വർഗത്തിന്

ചൂഷിത വർഗത്തിന്മേലുള്ള ആധിപത്യമാണ്. രണ്ടാമത്തേത്, പുരുഷൻമാർക്ക് സ്ത്രീകളുടെ മേലുള്ള മേധാവിത്വമാണ്. സമ്പത്തിന്റെ ഉല്പ്പാദനത്തോടെ അതിന്റെ നിയന്ത്രണാവകാശം ചെറുന്യൂനപക്ഷത്തിന്റെ കൈയ്യിലായി. അവരായിരുന്നു ചൂഷകവർഗം. അവരിൽ ഭൂരിപക്ഷം പുരുഷന്മാരായിരുന്നു. ചൂഷിതവർഗത്തിൽപ്പെട്ട സ്ത്രീകളെ അടക്കിവാഴുന്ന പതിവിനും ആ സമയത്ത് തുടക്കമായി. ഉൽപ്പാദനവ്യവസ്ഥയിൽ സ്ത്രീകൾക്കും പുരുഷൻമാർക്കും ഉണ്ടായിരുന്ന സ്ഥാനത്തിലുള്ള വ്യത്യാസമായിരുന്നു ഇതിന് കാരണം. ഏംഗൽസിന്റെ *കുടുംബം, സ്വകാര്യസ്വത്ത്, ഭരണകൂടം* എന്ന ഗ്രന്ഥം ഇത് സംബന്ധിച്ച് വിശദീകരിക്കുന്നുണ്ട്.

അടിമത്തം മുതലാളിത്തം തുടങ്ങിയ വർഗ സമൂഹത്തിന്റെ വിവിധ ഘട്ടങ്ങളിൽ ചൂഷിത ജനവിഭാഗങ്ങളെ ചൂഷകർ അടിച്ചമർത്തിയിരുന്നു എന്നതിനൊപ്പം ചൂഷകരിലും ചൂഷിതരിലും പെട്ട സ്ത്രീവിഭാഗം അതാത് വർഗത്തിൽപ്പെട്ട പുരുഷവിഭാഗത്തിന്റെ മേൽക്കോയ്മയ്ക്കും ഇരയായിരുന്നു. മുതലാളിത്ത സമൂഹത്തിൽ പോലും ഈ രീതിക്ക് മാറ്റമുണ്ടായിരുന്നില്ല. മുതലാളിത്ത പൂർവ്വ വ്യവസ്ഥയുടെ അവശിഷ്ടങ്ങൾ ധാരാളമുള്ള ഇന്ത്യയെ പോലുള്ള രാജ്യത്ത് മുതലാളിത്ത രാജ്യങ്ങളിലെ അവസ്ഥയല്ല ഉള്ളത്. മുതലാളിത്ത യുഗത്തിന്റെ സവിശേഷത എന്നത് ചൂഷകർ ചൂഷിതരെയോ, പുരുഷൻമാർ സ്ത്രീകളെയോ അധീനപ്പെടുത്താത്ത, സ്വാതന്ത്ര്യവും ജനാധിപത്യവുമുള്ള, സമത്വപൂർണമായ സമൂഹം രൂപപ്പെടാനുള്ള സാഹചര്യമുണ്ട് എന്നതാണ്. അവിടെ പോലും ചൂഷക വിഭാഗത്തിലുള്ള സ്ത്രീകൾക്ക് വിമോചനം സാധ്യമാകണമെങ്കിൽ സോഷ്യലിസത്തിലേക്കും കമ്യൂണിസത്തിലേക്കും വളരുന്ന പ്രസ്ഥാനത്തിൽ പങ്കാളികളാകേണ്ടി വരും.

ഇന്ത്യയിൽ ഫ്യൂഡൽ മേധാവിത്വത്തിന്റെ ഭാഗമായുള്ള പുരുഷമേധാവിത്വത്തെയാണ് സ്ത്രീകൾ അഭിമുഖീകരിക്കുന്നത്. ഇവയ്ക്കെതിരായ പോരാട്ടത്തിനും മഹിളാ പ്രസ്ഥാനം നേതൃത്വം കൊടുക്കുന്നുണ്ട്. ഇത്തരം പോരാട്ടങ്ങളിലൂടെ സ്തീപുരുഷ സമത്വം കൈവരിക്കണമെങ്കിൽ അവശിഷ്ട ഫ്യൂഡൽ വ്യവസ്ഥിതിക്ക് കീഴിൽ നരകയാതന അനുഭവിക്കുന്ന, നിരന്തരം കൊള്ളയടിക്കപ്പെടുന്ന കർഷകരുടെയും കർഷക തൊഴിലാളികളുടെയും മറ്റ് അധ്വാനിക്കുന്ന ജനവിഭാഗങ്ങളുടേയും വിപ്ലവ പ്രസ്ഥാനങ്ങളുമായി മഹിളാ പ്രസ്ഥാനം താദാത്മ്യം പ്രാപിക്കണം. അധ്വാനിക്കുന്ന ജനവിഭാഗങ്ങളെയാകെ ഫ്യൂഡൽ ചൂഷണത്തിൽ നിന്ന് മോചിപ്പിക്കാതെ സ്ത്രീപുരുഷ സമത്വം സാധ്യമാവില്ല. കർഷകർക്കും കർഷക തൊഴിലാളികൾക്കും മറ്റ് അധ്വാനിക്കുന്ന ജനവിഭാഗങ്ങൾക്കും തങ്ങളനുഭവിക്കുന്ന ചൂഷണങ്ങളിൽ നിന്ന് രക്ഷ ലഭിക്കണമെങ്കിൽ തങ്ങളിൽ പകുതിയോളം വരുന്ന സ്ത്രീകളെ പുരുഷ മേധാവിത്വത്തിൽ നിന്ന് മോചിപ്പിക്കണം. സ്ത്രീകളെ സംബന്ധിച്ച് അവർക്ക് പുരുഷ മേധാവിത്വത്തിൽ നിന്ന് മോചന പ്രാപ്തി വേണമെങ്കിൽ കർഷക- കർഷക

തൊഴിലാളി, മറ്റ് അധ്വാനിക്കുന്ന ജനവിഭാഗങ്ങളുടെ കൂടെ നിന്ന് ചൂഷണ വ്യവസ്ഥിതിയിൽ നിന്ന് സമൂഹത്തെയാകെ മോചിപ്പിക്കാനുള്ള പോരാട്ടങ്ങളിൽ പങ്കാളികളാവണം. ഈ കാഴ്ചപ്പാടിനെ ഉൾക്കൊണ്ട് പ്രവർത്തന മണ്ഡലം വിപുലീകരിക്കാനുള്ള ബാധ്യതയാണ് നമുക്ക് മുന്നിലുള്ളത്.

1789 ൽ ഫ്രഞ്ച് വിപ്ലവത്തിന്റെ സമയത്ത് സ്ത്രീ വിമോചനത്തിനായുള്ള ശബ്ദങ്ങൾ ഉയർന്നത് ചരിത്രത്തിലുണ്ട്. ഫ്രാൻസിലെ സ്ത്രീകൾക്ക് ശരിയായ പൗരപദവിയും പൗരാവകാശങ്ങളും ലഭ്യമായത് ആ മുന്നേറ്റത്തിന്റെ ഭാഗമായാണ്. ഫ്രാൻസിലുടനീളം മാറ്റങ്ങൾ കൊണ്ടുവന്ന ഫ്രഞ്ച് വിപ്ലവത്തിൽ സ്ത്രീകൾ സജീവമായി പങ്കാളികളായി. പുരോഹിതന്മാരും പ്രഭുക്കളും സാധാരണ ജനങ്ങളുമെന്നുള്ള മൂന്ന് എസ്റ്റേറ്റുകളിൽ മൂന്നാം എസ്റ്റേറ്റിലെ സ്ത്രീകൾ പല സംഘടനകൾ ഉണ്ടാക്കുകയും അവരുടെ ആവശ്യങ്ങൾ സംബന്ധിച്ച വിശദാംശങ്ങൾ അടങ്ങുന്ന കൈപ്പുസ്തകങ്ങൾ പ്രസിദ്ധീകരിച്ച് ജനങ്ങൾക്ക് വിതരണം ചെയ്യുകയും അവകാശങ്ങൾ നേടിയെടുക്കാനുള്ള പോരാട്ടങ്ങളിൽ സജീവമാവുകയും ചെയ്തു. ഫ്രഞ്ച് വിപ്ലവത്തിന്റെ ആദ്യ വർഷങ്ങളിൽ തന്നെ, 1789 നും 1793 നും ഇടയിൽ സ്ത്രീകൾക്ക് ധാരാളം അവകാശങ്ങൾ ലഭ്യമായതായി മനസ്സിലാക്കാനാവും. ഇന്ത്യയിൽ സ്ത്രീകൾക്കെതിരായ അനീതികൾ ഇല്ലാതാക്കാനുള്ള സാമൂഹ്യപരിഷ്കരണ പ്രസ്ഥാനങ്ങൾ 1800 കളിൽ ആരംഭിക്കുന്നുണ്ട്. ഭർത്താവ് മരണപ്പെട്ടാൽ ഭർത്താവിന്റെ ചിതയിൽ ചാടി ഭാര്യ ആത്മാഹുതി ചെയ്യുന്ന സതി സമ്പ്രദായം, രാജാറാം മോഹൻ റോയുടെ നേതൃത്വത്തിൽ നടന്ന വലിയ പ്രക്ഷോഭങ്ങൾക്കൊടുവിൽ 1829 ലാണ് നിരോധിക്കപ്പെട്ടത്. ഇത്തരം നിരവധി ദുരാചാരങ്ങൾ ഇന്ത്യൻ സമൂഹത്തിൽ അടിച്ചേൽപ്പിക്കപ്പെട്ടിരുന്നു. ഇവയിൽ മിക്കവയും *മനുസ്മൃതി*യുടെ ഭാഗമായിരുന്നു. സതിക്കെതിരായ പോരാട്ടം പോലെ നിരവധിയായ സാമൂഹിക പരിഷ്കരണ –നവോത്ഥാന പ്രസ്ഥാനങ്ങൾ രാജ്യത്തിന്റെ സർവതോൻമുഖമായ പുരോഗമനത്തിന് വഴിവെച്ചു എന്നത് കാണാതിരിക്കാൻ പറ്റില്ല. സ്ത്രീകളുടെ വിമോചനമെന്നത് ഇവയിലൊക്കെ പ്രധാനപ്പെട്ട മുദ്രാവാക്യമായിരുന്നു. സ്വാതന്ത്ര്യ സമര പ്രസ്ഥാനത്തോടൊപ്പം ഇത്തരം നവോത്ഥാന മുന്നേറ്റങ്ങളും വളർന്നു. അവ പരസ്പരം കരുത്തായി മാറി. ഇന്ത്യൻ സ്ത്രീകളുടെ വിമോചന പോരാട്ടങ്ങൾക്കും അവ കരുത്തുപകർന്നു. ഇതിന്റെ തുടർച്ചയായാണ് സംഘടിത മഹിളാ പ്രസ്ഥാനങ്ങൾക്കും സാമൂഹിക പരിഷ്കരണ പ്രസ്ഥാനത്തിനും പല സാമൂഹിക പരിഷ്കരണ നിയമങ്ങളും പാസാക്കിയെടുക്കുന്നതിൽ പങ്കുവഹിക്കാൻ സാധിച്ചത്. ബ്രിട്ടീഷുകാരുടെ വാഴ്ചയ്ക്ക് ശേഷം ദേശീയ സർക്കാർ രൂപീകരിക്കപ്പെട്ടപ്പോൾ ആ പ്രക്രിയ കൂടുതൽ സജീവമായി.

ഇവിടെ മറ്റൊരു കാര്യം കൂടി കാണേണ്ടതുണ്ട്. രാജ്യത്ത് സ്ത്രീകൾക്ക് അനുകൂലമായുള്ള നിരവധി നിയമങ്ങൾ നടപ്പിലാക്കിയെ

ങ്കിലും ഫ്യൂഡൽ പാരമ്പര്യത്തിന്റേയും ആണധികാര അടിച്ചേൽപ്പിക്കലുകളുടേയും ഭാഗമായി നിയമങ്ങളിൽ പലതും നോക്കുകുത്തിയായിരിപ്പാണ്. സ്ത്രീധന നിരോധന നിയമമൊക്കെ ഉദാഹരണമാണ്. രാജ്യം സ്വാതന്ത്ര്യം നേടി എഴുപത്തിയഞ്ച് വർഷം പിന്നിടുന്ന വേളയിൽ 'പിതാ രക്ഷതി കൗമാരേ, ഭർതൃ രക്ഷതി യൗവ്വനേ, പുത്രോ രക്ഷതി വാർധക്യേ, നഃ സ്ത്രീ സ്വാതന്ത്ര്യമർഹതി...' എന്ന പുരാതന ക്രമം തിരികെകൊണ്ടുവരാനുള്ള ശ്രമങ്ങൾ ശക്തിപ്രാപിക്കുകയാണ്. രാജ്യം ഭരിക്കുന്ന പാർട്ടിയും ഭരണകൂടവും അതിന് ഒത്താശചെയ്ത് നൽകുന്നു. ഭരണഘടനയ്ക്ക് പകരം *മനുസ്മൃതി* പകരം വെക്കാനാണ് ഇക്കൂട്ടർ ശ്രമിക്കുന്നത്. ഇന്ത്യൻ സ്ത്രീത്വം ഈ വർത്തമാനകാല വെല്ലുവിളിയെ തിരിച്ചറിഞ്ഞ് പ്രതിരോധ ശക്തിയായി മാറേണ്ടതുണ്ട്.

ആർ എസ് എസ്- ബി ജെ പി നിയന്ത്രണത്തിലുള്ള കേന്ദ്ര സർക്കാർ ആധുനികതയിലേക്കുള്ള സമൂഹത്തിന്റെ കുതിപ്പിന് തടയിടാൻ ശ്രമിക്കുന്നുണ്ടെങ്കിലും അതിനെയൊക്കെ മറികടന്ന് പുരോഗമനപരമായ ചലനങ്ങൾ സൃഷ്ടിക്കപ്പെടുന്നുണ്ട്. കൂടുതൽ സ്ത്രീകൾ വിദ്യാഭ്യാസം തേടുന്നു, കൂടുതൽ ജോലികൾ സ്ത്രീകൾക്ക് ലഭ്യമാകുന്നു, സാമ്പത്തിക സ്വയംപര്യാപ്തത ലഭിക്കുന്നു, വിവാഹ കാര്യങ്ങളിൽ സ്വതന്ത്രമായ നിലപാടെടുക്കാൻ സാധിക്കുന്നു തുടങ്ങി പരമ്പരാഗത രീതികളെ മാറ്റിമറിച്ച് മുന്നോട്ടുപോകാൻ ഒരുപരിധി വരെ സ്ത്രീസമൂഹത്തിന് സാധിക്കുന്നുണ്ട്. എങ്കിലും മുതലാളിത്ത വികസന പാതയിലൂടെ സമൂഹം മുന്നോട്ടുപോകുമ്പോൾ ഫ്യൂഡൽ രീതിയിലുള്ള അടിച്ചമർത്തലുകൾക്ക് പകരം നിയോലിബറലിസം അടിച്ചേൽപ്പിക്കുന്ന പുതിയ രീതിയിലുള്ള അടിച്ചമർത്തലുകൾക്ക് സ്ത്രീകൾ വിധേയമാവുകയാണ്. പഴയതും പുതിയതുമായ രീതികളിലുള്ള അടിച്ചമർത്തലുകൾക്കെതിരെ ഒരേ സമയം പോരാടാനുള്ള ഊർജ്ജമാണ് ജനാധിപത്യ മഹിളാ അസോസിയേഷന്റെ അഖിലേന്ത്യാ സമ്മേളനത്തിൽനിന്നും ഇന്ത്യൻ സ്ത്രീത്വം ആർജ്ജിക്കേണ്ടത്.

നവകേരള നിർമിതിയുടെ പുതിയൊരു ഘട്ടത്തിലേക്ക് നാം കടന്നിരിക്കയാണ്. സ്ഥായിയായ ഒരു വികസന മാതൃക യാഥാർത്ഥ്യമാക്കാനുള്ള തീവ്രശ്രമത്തിലാണ് സംസ്ഥാന സർക്കാരുള്ളത്. ആ ശ്രമങ്ങൾക്ക് പിന്തുണ നൽകിക്കൊണ്ട് സമൂഹത്തെ പാകപ്പെടുത്തുക എന്ന കടമയാണ് ഇടതുപക്ഷം പൊതുവിൽ നിർവഹിക്കുന്നത്. ജ്ഞാനസമൂഹമായി കേരളത്തെ മാറ്റിയെടുത്താൽ മാത്രമേ ഈ ലക്ഷ്യം പ്രാപ്തമാവുകയുള്ളു. ജ്ഞാനസമ്പദ്‌വ്യവസ്ഥയും അതിനുതകുന്ന വികസന മാതൃകകളും വളർത്തിയെടുക്കണമെങ്കിൽ കേരളം ഒരു ജ്ഞാനസമൂഹമായി നിലയുറപ്പിക്കണം.

സാമൂഹ്യപരിഷ്കരണ-നവോത്ഥാന പ്രസ്ഥാനങ്ങളുടെയും കമ്യൂണിസ്റ്റ് പ്രസ്ഥാനത്തിന്റെയും ഇടപെടലുകളെ തുടർന്ന് കേരള സമൂഹം എല്ലാ മേഖലകളിലും വളർച്ച കൈവരിച്ചു എന്നത് വസ്തുതയാണ്.

ക്ഷേമ – വികസന മേഖലകളിൽ രാജ്യത്ത് ഒന്നാം സ്ഥാനത്താണ് കേരളമുള്ളത്. കേരളമോഡൽ മികവുകൾക്ക് മുകളിൽ കറുപ്പ് പടർത്തുന്ന അപച്യുതികളിലേക്ക് തിരിച്ചുപോകാൻ വെമ്പുന്ന പ്രവണത കേരള സമൂഹത്തിന്റെ പല ഭാഗങ്ങളിലും കാണാനാവും. ഇലന്തൂർ കൂട്ടക്കൊലയൊക്കെ ഉദാഹരണമാണ്. അന്ധവിശ്വാസങ്ങളും അനാചാരങ്ങളും അതിന്റെ പേരിലുള്ള ചൂഷണങ്ങളും സംസ്ഥാനത്ത് ഏറി വരികയാണ്. സാമ്പത്തികമായും സാമൂഹികമായും പിന്നോക്കം നിൽക്കുന്നവർ ഇതിന്റെ ഇരകളാവുന്നു. ഇത്തരക്കാരെ മാനസികമായി ദുർബലരാക്കാനും ചൂഷണത്തിന് വിധേയരാക്കാനും ബോധപൂർവമായ ശ്രമങ്ങൾ വ്യാപിപ്പിക്കുന്നു. വിദ്യാസമ്പന്നരായ വ്യക്തികളെയും അന്ധവിശ്വാസങ്ങൾക്കും അനാചാരങ്ങൾക്കും അടിപ്പെടുത്തുന്നുണ്ട്. ഇത്തരക്കാരെ വരുതിയിലാക്കാൻ പ്രത്യേകം രൂപകൽപ്പന ചെയ്ത അന്ധവിശ്വാസങ്ങളാണ് മാധ്യമങ്ങൾ വഴി വ്യാപകമായി പ്രചരിപ്പിക്കപ്പെടുന്നത്. സ്ത്രീപീഡന, ദുരഭിമാന, അന്ധവിശ്വാസഹത്യകൾ നടക്കുമ്പോൾ മാത്രമുണ്ടാവുന്ന പ്രതികരണങ്ങളും പ്രതിഷേധങ്ങളും കൊണ്ടായില്ല. ചെറുതും വലുതുമായ എല്ലാ അന്ധവിശ്വാസങ്ങളും അനാചാരങ്ങളും എതിർക്കപ്പെടേണ്ടതാണ്. ഈ സമൂഹത്തിൽനിന്നും ഒഴിവാക്കപ്പെടേണ്ടവയുമാണ്.

കേരളത്തിൽ അനാചാരങ്ങളും അന്ധവിശ്വാസങ്ങളും പുനരുജ്ജീവിപ്പിക്കാനും അടിച്ചേൽപ്പിക്കാനും ജാതി–മത സ്പർധ വളർത്താനുമുള്ള ആസൂത്രിത നീക്കങ്ങൾ വർഗീയ ശക്തികളുടെ നേതൃത്വത്തിൽ ഉണ്ടാവുന്നുണ്ട്. കേരളത്തെ ജ്ഞാനസമൂഹമാക്കുക എന്ന ലക്ഷ്യത്തിന് തുരങ്കം വെക്കാനുള്ളതാണ് ആ ശ്രമം. അത് പ്രാചീന ഭാരതത്തിൽ ഭൗതികവാദത്തെ തകർക്കാൻ നടത്തിയ ആശയവാദികളുടെ പരിശ്രമങ്ങളുടെ തുടർച്ചയാണ്. ജ്ഞാനസമൂഹമെന്ന പേര് കേൾക്കുമ്പോൾ തന്നെ വർഗീയവാദികൾക്ക് വിറളിപിടിക്കുന്നത് അത്തരമൊരു സമൂഹത്തിൽ അവർക്ക് വേരുകളാഴ്ത്താൻ സാധിക്കില്ല എന്നതിനാലാണ്. മുതലാളിത്ത ശക്തികൾക്കും ജ്ഞാനസമൂഹത്തെ ചതുർത്ഥിയാണ്. സ്വർണ കമ്പോളങ്ങളും സ്ത്രീധനവും ജാതീയതയും മതഭ്രാന്തും ഇല്ലാത്ത ജ്ഞാനസമൂഹം കമ്പോളത്തിന്റെ ലാഭമോഹങ്ങൾക്ക് ചേർന്നതല്ല. അപ്പോഴാണ് അന്ധവിശ്വാസത്തിനും അനാചാരങ്ങൾക്കുമെതിരായ പോരാട്ടത്തെ വിശ്വാസികൾക്കെതിരായ നീക്കമെന്ന് വ്യാഖ്യാനിച്ച് മുതലെടുപ്പ് നടത്താനും പ്രതിരോധ പ്രവർത്തനങ്ങളെ ദുർബലപ്പെടുത്താനും ഇക്കൂട്ടർകൂട്ടായി ശ്രമിക്കുന്നത്. യഥാർത്ഥ വിശ്വാസിക്ക് ഒരിക്കലും അന്ധവിശ്വാസി ആവാൻ പറ്റില്ല. ആരാധനാലയങ്ങളെ ആയുധപ്പുരകളാക്കാനും അനാചാരങ്ങൾക്ക് കൂട്ടുനിൽക്കാനും സാധിക്കില്ല. വർഗീയഭ്രാന്തനായ ഗോഡ്സേയുടെ വെടിയേറ്റ ഗാന്ധിജി, 'ഹേ റാം' എന്ന് മന്ത്രിച്ചാണ് വിടവാങ്ങിയത്. ഗാന്ധിജിയുടെ രാമനും ഗോഡ്സേയുടെ രാമനും തമ്മിലുള്ള വ്യത്യാസമാണ് വിശ്വാസവും അന്ധവിശ്വാസവും തമ്മിലുള്ളത്. യഥാർത്ഥ വിശ്വാസിയെ സംരക്ഷിച്ചുകൊണ്ടാവണം അന്ധവിശ്വാ

സങ്ങൾക്കും അനാചാരങ്ങൾക്കുമെതിരായ പോരാട്ടം ശക്തിപ്പെടുത്തേണ്ടത്. നവോത്ഥാന പ്രസ്ഥാനത്തിന്റെ രണ്ടാം പർവ്വമായി ഈ മുന്നേറ്റം ശക്തിപ്പെടുമ്പോൾ ജ്ഞാനസമൂഹവും ജ്ഞാനസമ്പദ്‌വ്യവസ്ഥയും കേരളത്തിന് യാഥാർത്ഥ്യമാക്കാനാവും. ജനാധിപത്യ മഹിളാ പ്രസ്ഥാനം അതിനുള്ള ചാലകശക്തിയായി മാറണം.

ഒരുകാര്യം വളരെ വ്യക്തമായി പറയാൻ ആഗ്രഹിക്കുകയാണ്. ജനാധിപത്യ മഹിളാ പ്രസ്ഥാനത്തിന്റെ നേതൃത്വത്തിൽ വിവിധ തലങ്ങളിലുള്ള പ്രക്ഷോഭങ്ങളുമായി മുന്നോട്ടുപോകുമ്പോൾ പുരുഷാധിപത്യത്തെ ശക്തിപ്പെടുത്തുന്ന അല്ലെങ്കിൽ അതിന് മുന്നിൽ സമരസപ്പെടേണ്ട സാമ്പത്തിക-സാംസ്കാരിക-സാമൂഹ്യ ഘടകങ്ങളെ അഭിമുഖീകരിക്കേണ്ടി വന്നേക്കാം. അതൊക്കെ മറികടക്കാൻ സാധിക്കണം. പാർട്ടിയുടേയും വർഗബഹുജന പ്രസ്ഥാനങ്ങളുടേയും അണികളിൽ സ്ത്രീകൾക്കും പുരുഷൻമാർക്കുമിടയിൽ തുല്യത കൈവരിക്കുന്നതിനുള്ള ആശയപോരാട്ടത്തെ എതിർക്കുന്നവരുണ്ടാവാം. അതിനാൽ, സ്ത്രീകളുടെ വിമോചനത്തിനുവേണ്ടിയുള്ള മുന്നേറ്റത്തിൽ സ്ത്രീകൾക്കുമേൽ പുരുഷന്മാർക്ക് മേൽക്കോയ്മയുണ്ടെന്ന് കരുതുന്ന ചിന്താഗതിയുടെ ചെറിയ അനുരണനങ്ങളെ പോലും തിരിച്ചറിഞ്ഞ് അതിനെതിരെയും ബോധപൂർവ്വമായ സമരത്തിൽ ഏർപ്പെടേണ്ടതുണ്ട്. സ്ത്രീകളെന്നുള്ള നിലയിൽ തൊഴിലെടുക്കുന്ന സ്ത്രീകളുടെ മുകളിൽ കെട്ടിവെക്കുന്ന ഓരോ അമിതഭാരവും സ്ത്രീകളും പുരുഷൻമാരുമായ തൊഴിലാളികൾ ഒന്നിച്ച് പങ്കിടേണ്ടിവരുന്ന കഷ്ടപ്പാടിന്റെ ഭാഗമാണെന്ന തിരിച്ചറിവിൽ ഊന്നിയാവണം നമ്മുടെ കുതിപ്പ്.

സി പി ഐ (എം) പരിപാടിയിൽ പറയുന്നു:

> ഉയർന്നുവരുന്ന ബൂർഷ്വാസിയാൽ തകർക്കപ്പെട്ട പ്രാങ് മുതലാളിത്ത സമൂഹത്തിന്റെ ചാരത്തിന്മേലാണ് വികസിത മുതലാളിത്ത രാജ്യങ്ങളിൽ മുതലാളിത്തം വളർന്നുവന്നതെങ്കിൽ, അതിനുവിരുദ്ധമായി ഇന്ത്യയിൽ പ്രാങ് മുതലാളിത്ത സമൂഹത്തിനുമേൽ മുതലാളിത്തം അടിച്ചേൽപ്പിക്കപ്പെടുകയാണുണ്ടായത്. മുതലാളിത്തത്തിന്റെ സ്വതന്ത്രമായ വികാസത്തിനുള്ള ഏറ്റവും പ്രധാനപ്പെട്ട മുന്നുപാധികളിൽ ഒന്നാണ് പ്രാങ് മുതലാളിത്തത്തെ തകർക്കുകയെന്നത്. എന്നാൽ, തങ്ങളുടെ വാഴ്ചക്കാലത്ത് ബ്രിട്ടീഷ് കോളനി ഭരണാധികാരികളോ സ്വാതന്ത്ര്യത്തിനുശേഷം ഭരണം ഏറ്റെടുത്ത ഇന്ത്യൻ ബൂർഷ്വാസിയോ അതിനെ തകർക്കാൻ ശ്രമിക്കുകയുണ്ടായില്ല. അതിനാൽ ഇന്നത്തെ ഇന്ത്യൻ സമൂഹം കുത്തക മൂലധനമേധാവിത്വവും ജാതി-മത-ഗോത്ര സ്ഥാപനങ്ങളും തമ്മിലുള്ള ഒരു സവിശേഷസംയോഗമാണ്. അതിനാൽ ജനാധിപത്യ വിപ്ലവം പൂർത്തിയാക്കുന്നതിനും സോഷ്യലിസത്തിലേക്കുള്ള പരിവർത്തനത്തിന് പശ്ചാത്തലമൊ

> രുക്കുന്നതിനും വേണ്ടി, പ്രാങ് മുതലാളിത്ത സമൂഹത്തെ തകർക്കുന്നതിൽ താൽപ്പര്യമുള്ള എല്ലാ പുരോഗമനശക്തികളെയും ഒന്നിപ്പിക്കുകയും വിപ്ലവശക്തികളെ അരക്കിട്ടുറപ്പിക്കുകയും ചെയ്യുന്നത് തൊഴിലാളിവർഗത്തിന്റെയും അതിന്റെ പാർട്ടിയുടെയും കടമയായിത്തീർന്നിരിക്കുന്നു.

പാർട്ടി പരിപാടിയിൽ പറയുന്നത് പോലെ എല്ലാ പുരോഗമന ശക്തികളേയും ജനാധിപത്യ വിശ്വാസികളേയും ദേശാഭിമാനികളേയും ജനകീയ ജനാധിപത്യ വിപ്ലവത്തിനായുള്ള ഈ മുന്നണിയിലേക്ക് കൊണ്ടുവരേണ്ടതുണ്ട്. തെരഞ്ഞെടുപ്പ് രാഷ്ട്രീയത്തിന് മുൻതൂക്കം കൊടുത്തുകൊണ്ട് ദൈനംദിന രാഷ്ട്രീയ പ്രവർത്തനം നടത്തുന്ന ജനാധിപത്യ വിശ്വാസികളിൽനിന്നും വ്യത്യസ്തമായി, പാർലമെന്ററി പ്രവർത്തനത്തിനും തെരഞ്ഞെടുപ്പ് രാഷ്ട്രീയത്തിനും വേണ്ടി തൊഴിലാളി വർഗത്തിന്റെ സ്വതന്ത്ര പദവിയോ, വിപ്ലവപ്രവർത്തനത്തിന്റെ പ്രാധാന്യമോ തൊഴിലാളി വർഗ ജനാധിപത്യവാദികൾ ഉപേക്ഷിക്കുന്നില്ല. ഈയൊരു പശ്ചാത്തലത്തിലാണ് സ്ത്രീകളേയും അവരുടെ പ്രസ്ഥാനത്തേയും നോക്കികാണേണ്ടത്. ചൂഷക-ചൂഷിത വ്യത്യാസമില്ലാതെ എല്ലാ വർഗത്തിലുള്ള വനിതകളും പങ്കാളികളാവുന്നതാണ് ജനാധിപത്യ മഹിളാ പ്രസ്ഥാനം. കർഷക – കർഷക തൊഴിലാളി– മറ്റ് അധ്വാനിക്കുന്ന ജനവിഭാഗങ്ങളിലെ ഏറെ ചൂഷണങ്ങൾക്ക് വിധേയരാകുന്ന സ്ത്രീകളോടൊപ്പം ചൂഷണങ്ങൾക്ക് വിധേയമാവാത്ത വിഭാഗങ്ങളിലുള്ള സ്ത്രീകളും മഹിളാ പ്രസ്ഥാനത്തിലുണ്ട്. സംഘടനയിലെ ബഹുഭൂരിപക്ഷമെന്നത് മുകളിൽ പറഞ്ഞ അധ്വാനിക്കുന്ന ജനവിഭാഗത്തിൽപ്പെട്ടവരാണ്. സ്ത്രീ–പുരുഷ വ്യത്യാസമില്ലാതെ അധ്വാനിക്കുന്ന ജനവിഭാഗങ്ങൾ നേരിടുന്ന പ്രശ്നങ്ങൾ തൊഴിലാളി സ്ത്രീകൾ അഭിമുഖീകരിക്കേണ്ടതുണ്ട്. കൂടാതെ, ചൂഷിത–ചൂഷക വിഭാഗങ്ങളിലെ സ്ത്രീകൾ നേരിടേണ്ടി വരുന്ന പ്രയാസങ്ങളും ഇവർക്ക് നേരിടേണ്ടതുണ്ട്. നേരത്തെ നാം പറഞ്ഞ ഇരട്ട ചൂഷണമാണിത്.

ചൂഷിത വിഭാഗത്തിൽപ്പെട്ടവരുടെ പ്രശ്നം നോക്കൂ. ആ വിഭാഗത്തിൽപ്പെട്ട പുരുഷൻമാർക്ക് ജോലി കഴിഞ്ഞ വീട്ടിലെത്തിയാൽ പിന്നെ ജോലിയൊന്നുമില്ല. അതേ വിഭാഗത്തിൽപ്പെട്ട സ്ത്രീകളെ സംബന്ധിച്ച് ജോലി ചെയ്ത് വീട്ടിലെത്തിയാൽ വീണ്ടും ജോലിയാണ്. ഇത് വർഗ സമൂഹത്തിന്റെ ഉത്ഭവം തൊട്ട് നടക്കുന്ന കാര്യമാണ്. ചൂഷക വർഗത്തിലെ സ്ത്രീകൾക്കും കുടുംബത്തിലെത്തിയാൽ പുരുഷമേധാവിത്വത്തിന്റെ ചൂഷണങ്ങൾക്ക് വിധേയരാവേണ്ട അവസ്ഥയാണുള്ളത്. ഒരേ വർഗത്തിലുള്ള സ്ത്രീയും പുരുഷനും തമ്മിലുള്ള അസമത്വം ഇവിടെ വളർന്നുവരികയാണ്. അതിനാലാണ് യഥാർത്ഥ സ്ത്രീ–പുരുഷ സമത്വം സോഷ്യലിസത്തിലും കമ്യൂണിസത്തിലുമേ വരികയുള്ളു എന്ന് മാർക്സിസ്റ്റ് ആചാര്യന്മാർ പറഞ്ഞിട്ടുള്ളത്. മുതലാളിത്തം സ്ത്രീ–പു

രുഷ സമത്വത്തെ സംബന്ധിച്ച് ചില കാര്യങ്ങളൊക്കെ ചെയ്തിട്ടുണ്ട്. ഇന്ത്യയെ സംബന്ധിച്ച് രാജ്യത്തെ സ്ത്രീകൾക്ക് മെച്ചപ്പെട്ട പദവി ലഭിക്കാൻ തുടങ്ങിയത് ബൂർഷ്വകൾ കൂടി നേതൃത്വത്തിലുണ്ടായിരുന്ന സ്വാതന്ത്ര്യ സമര പ്രസ്ഥാനത്തെ തുടർന്നാണ്. തുടർന്ന് ഏറെ പരിഷ്കാരങ്ങൾ രാജ്യത്തുണ്ടായി. അവ സ്ത്രീകൾക്ക് ആശ്വാസം നൽകുന്നവയുമായിരുന്നു. ഇത്തരം പരിഷ്കാരങ്ങളിലൂടെയൊന്നും മുതലാളിത്തത്തിന്റെ സാമൂഹിക-സാമ്പത്തിക ബന്ധങ്ങൾ ഇല്ലാതാവില്ല. അത് നിലനിൽക്കുന്ന കാലത്തോളം സ്ത്രീ-പുരുഷ സമത്വമെന്നത് പൂർണമായ അർത്ഥത്തിൽ യാഥാർത്ഥ്യമാക്കാനുമാവില്ല. ബൂർഷ്വാ ജനാധിപത്യ വിപ്ലവം പൂർത്തീകരിക്കുക എന്നത് മാത്രമല്ല, തുടർന്ന് സോഷ്യലിസത്തിലേക്കും കമ്യൂണിസത്തിലേക്കും മുന്നേറേണ്ടതിന്റെ ആവശ്യകത, ജനാധിപത്യമഹിളാപ്രസ്ഥാനത്തിലെ എല്ലാ പ്രവർത്തകർക്കും തിരിച്ചറിയാൻ സാധിക്കണം.

മാർക്സിസവും മൂലധനത്തിന്റെ പ്രസക്തിയും

ആയിരത്തി എണ്ണൂറ്റി നാൽപ്പത്തിയേഴിലെ വസന്തകാലത്താണ് കമ്യൂണിസ്റ്റ് ലീഗെന്ന ഒരു രഹസ്യപ്രചാരണ സംഘത്തിൽ മാർക്സും എംഗൽസും അംഗങ്ങളായി ചേർന്നത്. ലീഗിന്റെ രണ്ടാം കോൺഗ്രസ് ലണ്ടനിൽ ചേർന്നപ്പോൾ അവരതിൽ പ്രമുഖ പങ്ക് വഹിച്ചു. ആ കോൺഗ്രസിന്റെ നിർദേശമനുസരിച്ചാണ് അവരിരുവരും ചേർന്ന് സുപ്രസിദ്ധമായ *കമ്യൂണിസ്റ്റ് മാനിഫെസ്റ്റോ* തയ്യാറാക്കുന്നത്. 1948 ഫെബ്രുവരിയിൽ ഇത് പ്രസിദ്ധീകരിക്കുകയും ചെയ്തു. ഈ മനീഷികൾ സ്ഫുടതയോടെ ഉജ്ജ്വലമാർന്ന രീതിയിൽ ഈ കൃതിയിലൂടെ മുന്നോട്ടുവെച്ചത് പുതിയൊരു പ്രപഞ്ചവീക്ഷണമാണ്.

*കമ്യൂണിസ്റ്റ് മാനിഫെസ്റ്റോ*വിന്റെ തുടക്കം സുപ്രസിദ്ധമായ ഒരു വാചകത്തിലാണ് ആരംഭിക്കുന്നത് 'ഒരു ഭൂതം യൂറോപ്പിനെ ബാധിച്ചിരിക്കുന്നു–കമ്യൂണിസ്റ്റ് ഭൂതം' ഈ വാചകത്തിലെ ഭൂതമെന്ന പ്രയോഗത്തെ ചൊല്ലി തന്നെ നിരവധിയായ ചർച്ചകൾ ലോകത്ത് നടന്നു. ഭൂതത്തെ അംഗീകരിക്കാൻ സമൂഹം തയ്യാറാവുമോ എന്ന സംശയം ഉയർന്നുവന്നപ്പോൾ *മാനിഫെസ്റ്റോ* തന്നെ അതിനുള്ള ഉത്തരവും നൽകുന്നുണ്ട്. 'ഇതുവരെ എഴുതപ്പെട്ട സമൂഹത്തിന്റെ ചരിത്രം വർഗ സമരങ്ങളുടെ ചരിത്രമാണ്.' സമൂഹത്തിൽ അടിച്ചമർത്തപ്പെട്ടവരും അടിച്ചമർത്തുന്നവരും അടിമയും ഉടമയും പ്രഭുവും കുടിയാനും തുടങ്ങി വിവിധ വർഗങ്ങളുണ്ട്. അവരുടെ സംഘർഷങ്ങളായിരുന്നു അന്നന്നത്തെ സമൂഹ വ്യവസ്ഥയെ മാറ്റി പുതിയ വ്യവസ്ഥയുടെ ആവിർഭാവത്തിന് വഴി തെളിച്ചത്. സമൂഹത്തിൽ മനുഷ്യർ സംഘടിക്കുന്നത് തീർത്തും സങ്കീർണമായ ക്രമങ്ങളിലാണ്. സാമൂഹ്യവ്യവസ്ഥയിൽ നിലവിലിരിക്കുന്ന മർദ്ദകരൂപങ്ങൾ ശക്തിപ്പെടുമ്പോൾ വൈരുദ്ധ്യങ്ങൾ വർധിക്കും. അപ്പോൾ പല

തട്ടുകളിലായി ജീവിക്കുന്നവർ സംഘടിക്കാൻ നിർബന്ധിതരാവും. ചിലർ അടിച്ചമർത്തപ്പെടുന്നവരുടെ കൂടെയും ചിലർ അടിച്ചമർത്തുന്നവരുടെ കൂടെയും ചേരും. അത്തരത്തിൽ സംഭവിക്കുമ്പോളാണ് വ്യവസ്ഥയുടെ നിലനിൽപ്പിനെ തന്നെ നിർണയിക്കുന്ന അടിസ്ഥാന വർഗവൈരുദ്ധ്യങ്ങൾ പ്രത്യക്ഷപ്പെടുന്നത്. സമൂഹമേതായാലും നിരവധി വർഗവൈരുദ്ധ്യങ്ങൾ ഉണ്ടെങ്കിലും അടിസ്ഥാന വൈരുദ്ധ്യം ഒന്നുതന്നെയായിരിക്കുമെന്ന് *മാനിഫെസ്റ്റോ* പറയുന്നു.

മുതലാളിത്തത്തിനെതിരായ പോരാട്ടത്തെ ജനക്കൂട്ടങ്ങളുടെ രാഷ്ട്രീയമായി കാണുന്ന ചിലരുണ്ട്. തൊഴിലാളികളും വൈവിധ്യമാർന്നതും വ്യത്യസ്തമായതുമായ നിലപാടുകളും സ്വഭാവസവിശേഷതകളുമുള്ളവരാണ്. ഇവരെ സ്വന്തം ലാഭം കുന്നുകൂട്ടുന്നതിന് വേണ്ടി മുതലാളി വർഗം സംഘടിപ്പിക്കുന്നുണ്ട്. മാത്രമല്ല അവരുടെ ആവശ്യങ്ങൾ നിറവേറ്റാനുള്ള ജീവിതരീതികളും വിദ്യാഭ്യാസവും സംസ്കാരവുമെല്ലാം മുതലാളിത്ത ശക്തികളുടെ മുൻകൈയിൽ അവർക്ക് നൽകുന്നു. എന്നാൽ, അവരെ സ്വതന്ത്രരാക്കുന്നുമില്ല. തൊഴിലാളികൾ ആ അവസ്ഥയിൽനിന്നും മുന്നോട്ടുപോയി, തങ്ങൾ എത്തപ്പെട്ടിരിക്കുന്ന വൈവിധ്യത്തെക്കുറിച്ച് ആഴത്തിൽ മനസ്സിലാക്കി, രാഷ്ട്രീയ ഇച്ഛാശക്തിയോടെ മുതലാളിത്തത്തെ വെല്ലുവിളിക്കാനും അതുമായി സംഘർഷത്തിലേർപ്പെടാനും തയ്യാറാവുന്നു. *മാനിഫെസ്റ്റോ* പറയുന്ന മറയോടെയുള്ള ആഭ്യന്തരയുദ്ധമാണത്. അത്തരത്തിലുള്ളൊരു വർഗമായി മാറുമ്പോഴാണ് വിപ്ലവത്തിനുള്ള സാഹചര്യമൊരുങ്ങുന്നത്. ജനക്കൂട്ടരാഷ്ട്രീയത്തിന് ബഹുജനസമരങ്ങളെ സൃഷ്ടിക്കാൻ സാധിക്കുമായിരിക്കും. എന്നാൽ, മുതലാളിത്ത ഭരണകൂടത്തെ തകർത്ത് പുതിയ സമൂഹവ്യവസ്ഥയ്ക്ക് തുടക്കംകുറിക്കുന്ന വിപ്ലവപ്രസ്ഥാനമാകാൻ അതിന് സാധിക്കില്ല. തൊഴിലാളിവർഗ പ്രസ്ഥാനത്തെ പിറകോട്ടടിപ്പിക്കുന്ന ആശയ സംഹിതകളല്ല മുന്നോട്ടുപോകാനുതകുന്ന പുതിയ വീഥികളാണ് നമുക്കിന്നാവശ്യം. *കമ്യൂണിസ്റ്റ് മാനിഫെസ്റ്റോ* നമുക്കാ കുതിപ്പിൽ ദിശാബോധം പകർന്നു നൽകുന്നു. 'കമ്യൂണിസ്റ്റ് വിപ്ലവത്തെ ഓർത്ത് ഭരണാധികാരിവർഗങ്ങൾ കിടിലം കൊള്ളട്ടെ. തൊഴിലാളികൾക്കു സ്വന്തം ചങ്ങലക്കെട്ടുകളല്ലാതെ മറ്റൊന്നും നഷ്ടപ്പെടാനില്ല. അവർക്ക് നേടാനോ ഒരു ലോകമുണ്ടുതാനും. സർവ്വരാജ്യ തൊഴിലാളികളെ സംഘടിക്കുവിൻ!' എന്നാഹ്വാനം ചെയ്തുകൊണ്ടാണ് *മാനിഫെസ്റ്റോ* അവസാനിക്കുന്നത്.

സാമൂഹ്യപരിവർത്തനത്തിന്റെ ദർശനവും അർത്ഥശാസ്ത്രവുമെല്ലാം ഉൾച്ചേർത്തുകൊണ്ടാണ് *കമ്യൂണിസ്റ്റ് മാനിഫെസ്റ്റോ*വിന്റെ രചന. ആവേശകരമായ ഉദ്ബോധനമാണ് മുതലാളിത്തത്തിനെതിരെ ആധുനിക തൊഴിലാളി വർഗത്തോട് മാർക്സും എംഗൽസും എഴുതിയ *കമ്യൂണിസ്റ്റ് മാനിഫെസ്റ്റോ*വിലൂടെ നടത്തുന്നത്.

മാർക്സിസം ദർശനമായ വൈരുദ്ധ്യാത്മക ഭൗതികവാദത്തെയും ചരിത്രപരമായ ഭൗതികവാദത്തെയും രൂപപ്പെടുത്തുകയും 150 വർഷ

ങ്ങൾക്ക് മുൻപ് ചൂഷണത്തിന്റെ അടിസ്ഥാനം ശാസ്ത്രീയമായി വെളിപ്പെടുത്തുകയും ചെയ്തു. അതുവഴി മാർക്സിസം ഒരു ശാസ്ത്രമായി മാറുകയായിരുന്നു. *മൂലധനം* എന്ന ബൃഹത്തായ പുസ്തകത്തിന്റെ ഒന്നാം വാല്യം മാർക്സ് ജീവിച്ചിരിക്കുമ്പോൾ തന്നെ മനോഹരമായ ഭാഷയിൽ പ്രസിദ്ധീകരിച്ചു. 1867 ലായിരുന്നു അത്. 1883 മാർച്ചിൽ മാർക്സ് അന്തരിച്ചു. മാർക്സിന്റെ മരണാനന്തരമാണ് മാർക്സ് എഴുതിയ രണ്ടും മൂന്നും വാല്യങ്ങൾ എംഗൽസ് തയ്യാറാക്കി പ്രസിദ്ധീകരിച്ചത്. 1885 ലും 1894 ലും. മാർക്സിന്റെ പ്രപഞ്ച വീക്ഷണമായ വൈരുദ്ധ്യാത്മക ഭൗതികവാദമെന്ന ദർശനത്തെ ചരിത്രത്തിലേക്കും സാമൂഹിക വികാസഘട്ടങ്ങളിലേക്കും വിന്യസിച്ചപ്പോൾ ഉരുത്തിരിഞ്ഞുവന്ന ചരിത്രപരമായ ഭൗതികവാദത്തെ അടിസ്ഥാനപ്പെടുത്തിയിട്ടാണ് മാർക്സ് മൂലധനത്തിന്റെ രചന നടത്തിയിട്ടുള്ളത്.

മാർക്സ് *മൂലധന*ത്തിന്റെ മുഖവുരയിൽ ഇങ്ങനെ എഴുതുന്നു: 'ആധുനിക ബൂർഷാ സമൂഹത്തിന്റെ ചലനങ്ങളെ നിയന്ത്രിക്കുന്ന സാമ്പത്തിക നിയമം പുറത്തുകൊണ്ടുവരികയെന്നതാണ് ഈ ഗ്രന്ഥത്തിന്റെ അന്തിമ ലക്ഷ്യം.' ചരിത്രപരമായി രൂപംകൊണ്ട ഒരു സമൂഹത്തിൽ മിച്ചമൂല്യം എങ്ങനെ ഉൽപ്പാദിപ്പിക്കപ്പെടുന്നുവെന്നും അത് സ്വകാര്യ ഉൽപ്പാദനോപാദികൾ കൈവശമുള്ള മുതലാളിത്ത സമൂഹത്തിൽ തൊഴിലാളി വർഗത്തിന്റെ, അധ്വാനിക്കുന്ന ജനവിഭാഗത്തിന്റെ അധ്വാനം എങ്ങനെ കവർന്നെടുക്കുന്നുവെന്ന് മാർക്സ് വ്യക്തമായും ശാസ്ത്രീയമായും തെളിയിച്ചു. മുതലാളിത്ത ഉൽപ്പാദനബന്ധമാണ് വർഗവിഭജിത സമൂഹത്തിലെ കൊടിയ ചൂഷണത്തിന്റെ അവസാനത്തെ വ്യവസ്ഥ. അധ്വാനശേഷിയുള്ള മനുഷ്യർ ഒരു ഭാഗത്തും ഉൽപ്പാദനോപാധികളുടെ ഉടമസ്ഥതയുള്ള മുതലാളിമാർ വേറൊരുഭാഗത്തും നിൽക്കുമ്പോൾ മുതലാളിക്ക് ഉൽപ്പാദനം നടത്താൻ സാധിക്കണമെങ്കിൽ ഉൽപ്പാദന ശക്തികളായ തൊഴിലാളി വർഗവുമായി കരാർ ഉണ്ടാക്കിയേ പറ്റൂ. സ്വന്തമായി ഉൽപ്പാദനോപാധികളില്ലാത്ത തൊഴിലാളി വർഗത്തിന് മുതലാളിത്ത ഉൽപ്പാദനോപാദിയുടെ മേലെ അധ്വാനിച്ചേ മതിയാവൂ. ഈ പശ്ചാത്തലത്തിലാണ് ചരിത്രത്തിൽ പുതിയ ഉൽപ്പാദക ബന്ധം രൂപപ്പെടുന്നത്. മുതലാളിയും തൊഴിലാളിയും തമ്മിലുള്ള ബന്ധം.

മാർക്സ് പറയുന്നു: 'സാമൂഹ്യ ഉൽപ്പാദനത്തിന്റെ വളർന്നുവരുന്ന ചരിത്രപരമായ വ്യവസ്ഥകളെ സംബന്ധിച്ച ശാസ്ത്രമാണ് അർത്ഥശാസ്ത്രം. അതുകൊണ്ടുതന്നെ അർത്ഥശാസ്ത്രം ഒരു സാമൂഹ്യശാസ്ത്രം കൂടിയാണ്.' മാർക്സ് *മൂലധന*ത്തിൽ പറഞ്ഞിട്ടുള്ള കാര്യങ്ങൾ ഇന്നും പ്രസക്തമാവുന്നത് അതുകൊണ്ടുതന്നെയാണ്. കൂലിവേല സമ്പ്രദായത്തെ അടിസ്ഥാനമാക്കിയുള്ള സാർവ്വത്രിക ചരക്കുൽപ്പാദന വ്യവസ്ഥയാണല്ലോ മുതലാളിത്തം. മുതലാളി പണം നൽകി മനുഷ്യന്റെ അധ്വാനശേഷി, അസംസ്കൃതവസ്തുക്കൾ, യന്ത്രസാമഗ്രികൾ എന്നീ ചരക്കുകൾ വാങ്ങി ഉൽപ്പാദനം സംഘടിപ്പിക്കുകയാണ് ചെയ്യുന്നത്. അവർ

പുതിയ ചരക്കുകൾ നിർമിക്കുകയും അവ വിറ്റ് കൂടുതൽ പണമുണ്ടാക്കുകയും ചെയ്യുന്നു. മുതലാളിത്തത്തിൽ അനുസ്യൂതം നടക്കുന്ന പ്രക്രിയയാണ് ഇത്. ചരക്കുൽപ്പാദനത്തിന് ആദ്യം മുടക്കുന്ന പണത്തേക്കാൾ കൂടുതൽ പണം ചരക്ക് വിറ്റഴിക്കുമ്പോൾ മുതലാളിക്ക് ലഭിക്കുന്നുണ്ട്. ആ അധികപണമാണ് ലാഭം. അതിനാൽ തന്നെ മുതലാളിത്തം ലാഭാധിഷ്ഠിതമാണ്.

വിനിമയം, ഉൽപ്പാദനം എന്നിങ്ങനെ രണ്ടുതരം പ്രവർത്തനങ്ങളാണ് മുതലാളിത്തം നടത്തുന്നത്. ഒരു ചരക്കിനെ സംബന്ധിച്ച് ഉപയോഗ മൂല്യവും വിനിമയ മൂല്യവുമുണ്ട്. ഒരു വിൽപ്പനക്കാരനെ സംബന്ധിച്ച് വിനിമയ മൂല്യത്തിലാണ് താൽപ്പര്യമുണ്ടാവുക. വിനിമയ വിധേയമാകുന്ന ഉപയോഗവും ഭൗതിക ഗുണങ്ങളുമുള്ള ലക്ഷോപലക്ഷം ചരക്കുകൾക്കുള്ള ഏക പൊതുരാശി അവയെല്ലാം മനുഷ്യാധ്വാനത്താൽ നിർമിക്കപ്പെടുന്നു എന്നതാണ്. ഒരു ചരക്ക് ഉണ്ടാക്കുമ്പോൾ അതിനാവശ്യമായ പ്രത്യക്ഷ അധ്വാനവും പൂർവാർജ്ജിത അധ്വാനവും ആവശ്യമായ അധ്വാനസമയവും തിട്ടപ്പെടുത്തിയാണ് ചരക്കിന്റെ മൂല്യത്തെ നിർണയിക്കുന്നത്. സമൂഹത്തിൽ അതാത് കാലത്ത് നിലവിലുള്ള ശരാശരി സാങ്കേതിക വിദ്യയുടെ അടിസ്ഥാനത്തിൽ ശരാശരി സാങ്കേതിക വൈദഗ്ധ്യമുള്ള തൊഴിലാളിക്ക് വേണ്ടിവരുന്ന അധ്വാനസമയമാണ് മൂല്യത്തെ നിർണയിക്കുന്നതെന്ന് അധ്വാനമൂല്യസിദ്ധാന്തത്തിലൂടെ മാർക്സ് പറയുന്നുണ്ട്.

അധ്വാനശേഷിയുടെ മൂല്യത്തെയും *മൂലധന*ത്തിൽ നിർണയിക്കുന്നുണ്ട്. അധ്വാനശേഷി നിലനിർത്തുന്നതിനും പുനഃസംഘടിപ്പിക്കുന്നതിനും ആവശ്യമായ അധ്വാനസമയമാണ് അധ്വാനശേഷിയുടെ മൂല്യം. ഉപഭോഗ ചരക്കുകൾ സംബന്ധിച്ചാണ് മാർക്സ് ഈ നിർണയം നടത്തിയത്. ഈ ചരക്കുകൾ വാങ്ങുന്നതിന് വേണ്ട ചെലവാണ് കൂലി. വിലപേശൽ കഴിവ് അനുസരിച്ച്, കാലദേശാനുസൃതമായി കൂലിയിൽ വ്യത്യാസം വരാം. എന്നാൽ, ഒരിക്കലും മുതലാളിത്തം തൊഴിലാളിക്ക് അർഹതപ്പെട്ട കൂലി നൽകുന്നില്ല. പ്രത്യക്ഷത്തിൽ കൂലി നൽകുന്നുണ്ടെങ്കിലും അത് അധ്വാനത്തിനനുസരിച്ച കൂലിയല്ല. ലാഭത്തിന്റെ ഉറവിടം വിനിമയത്തിലല്ല ഉൽപ്പാദനത്തിലാണെന്ന് മൂലധനം പറയുന്നത് ഇത്തരം കാര്യങ്ങളാലാണ്. ചരക്കിന്റെ ഉൽപ്പാദനത്തിന് അധ്വാനശേഷിയുടെ കൂടെ യന്ത്രങ്ങളും അസംസ്കൃതവസ്തുക്കളും ആവശ്യമാണ്. ഇതിൽ അധ്വാനശേഷിക്ക് ചരക്കിന്റെ മൂല്യത്തേക്കാൾ മൂല്യം നൽകേണ്ടതുണ്ട്. കാരണം മനുഷ്യന് അതിനേക്കാൾ എത്രയോ മടങ്ങ് ഉൽപ്പാദിപ്പിക്കാനുള്ള കഴിവുണ്ട് എന്നതാണ്. എന്നാൽ, മനുഷ്യന് നൽകുന്ന കൂലി ഉപജീവനത്തിന് മാത്രമേ തികയുകയുള്ളൂ. പലപ്പോഴും തികയുകയുമില്ല. വില വർധനവുണ്ടാകുമ്പോൾ കൂലിയിൽ അതിനനുസരിച്ചുള്ള വർധനവ് ഉണ്ടാവുന്നില്ല എന്നതും വസ്തുതയാണ്.

അധ്വാനശേഷിയുടെ ഫലമായി ഉണ്ടാവുന്ന മൂല്യത്തിൽ നിന്ന്

അധ്വാനശേഷിയുടെ മൂല്യം കുറയ്ക്കുമ്പോഴാണ് മിച്ചമൂല്യം ഉണ്ടാവുന്നത്. മിച്ചമൂല്യം സൃഷ്ടിക്കുന്നതിനും സ്വായത്തമാക്കുന്നതിനും വേണ്ടി മുതലാളി ഉപാധിയാക്കുന്ന എന്തിനേയും അത് പണമായാലും ചരക്കായാലും അതിനെ മൂലധനം എന്ന് വിളിക്കാം. ഈ മൂലധനത്തെ രണ്ടായി തിരിക്കാം. ഒന്ന്, ഉൽപ്പാദനോപാദികളിൽ മുടക്കിയിരിക്കുന്ന മൂലധനം. രണ്ട്, അധ്വാനശേഷി വാങ്ങാനായി വിനിയോഗിച്ച മൂലധനം.

ഉൽപ്പാദനോപാദികളുടെ മൂല്യം അവ ഉപയോഗിച്ച് തീരുന്ന മുറയ്ക്ക് ഉൽപ്പന്നങ്ങളുടെ മൂല്യത്തിൽ മാറ്റമില്ലാതെ പ്രത്യക്ഷപ്പെടുന്നതുകൊണ്ടാണ് അവയെ സ്ഥിരമൂലധനമെന്ന് വിളിക്കുന്നതെന്നും അധ്വാനശേഷിയുടെ മൂല്യവും മിച്ചമൂല്യവും ഉൽപ്പന്നത്തിന്റെ മൂല്യത്തിൽ പ്രത്യക്ഷപ്പെടുന്നതിനാൽ കൂലിക്ക് വേണ്ടി മുടക്കുന്ന മൂലധനത്തെ അസ്ഥിര മൂലധനമെന്നും മാർക്സ് മൂലധനത്തിലൂടെ വ്യക്തമാക്കി. സ്ഥിരമൂലധനവും അസ്ഥിരമൂലധനവും മിച്ചമൂല്യവും കൂട്ടിയാണ് ഉൽപ്പന്നതിന്റെ മൂല്യം കണക്കാക്കുക. മിച്ചമൂല്യം അസ്ഥിര മൂലധനത്തിന്റെ എത്ര ശതമാനമാണെന്ന് കണക്കാക്കിയാൽ മിച്ചമൂല്യത്തിന്റെ നിരക്ക് മനസ്സിലാക്കാം. മിച്ചമൂല്യം മൊത്തം ശതമാനത്തിന്റെ എത്ര ശതമാനമുണ്ടെന്ന് നോക്കിയാൽ ലാഭനിരക്കും തിട്ടപ്പെടുത്താം. സ്ഥിരമൂലധനവും മിച്ചമൂല്യവും തമ്മിലുള്ള അനുപാതത്തിന്റെ വർധനവ് വിലയിരുത്തിയാൽ ചൂഷണത്തിന്റെ ആഴം മനസ്സിലാക്കാൻ സാധിക്കും.

ഇത്തരത്തിൽ *മൂലധന*ത്തിലൂടെ ചൂഷണം വെളിപ്പെടുത്തുക മാത്രമല്ല മാർക്സ് ചെയ്യുന്നത്. മിച്ചമൂല്യ വിതരണ വിശകലനത്തിലൂടെ തൊഴിലാളികളെ ചൂഷണം ചെയ്യുന്നത് വ്യക്തികളല്ലെന്നും വർഗമാണെന്നും സ്ഥാപിക്കുക കൂടി ചെയ്യുന്നു.

ആഗോളവൽക്കരണ കാലഘട്ടത്തിലെ മിച്ചമൂല്യ സമ്പാദനം പഴയകാല ഉൽപ്പാദന വിതരണ ഘടനയിൽനിന്നും വ്യത്യസ്തമായി അതിഭീമമായ കൊള്ളയിലൂടെയാണ് നടത്തുന്നത്. ഐ ടി മേഖല ഉൾപ്പെടെയുള്ള സംവിധാനങ്ങൾ അതിനുദാഹരണമാണ്. ഉദാഹരണത്തിന് ഐ ടി ബിരുദം പാസായിട്ടുള്ള ഒരു വ്യക്തി കാമ്പസ് സെലക്ഷനിലൂടെ ഐ ടി മുതലാളിയുടെ കീഴിൽ ജോലി ചെയ്യുന്നു. ആ വ്യക്തിക്ക് 60,000 രൂപയാണ് ശമ്പളമായി നിശ്ചയിച്ചിരിക്കുന്നത്. ആ ഐ ടി തൊഴിലാളിയെ കേരളത്തിലെ ഐടി കമ്പനി, അവരുടെ പ്രവർത്തനങ്ങളുമായി ലിങ്കുള്ള അമേരിക്കയിലെ ഒരു മൾട്ടിനാഷണൽ കമ്പനിയിൽ ജോലിക്കായി നിയോഗിക്കുന്നു. അവിടെ മൂന്ന് ലക്ഷം രൂപയാണ് ഈ തൊഴിലാളിക്ക് ശമ്പളമായി നൽകുന്നത്. ഒരു വർഷത്തേക്കുള്ള മൾട്ടിനാഷണൽ കമ്പനിയുമായി ബന്ധപ്പെട്ട ജോലി പൂർത്തിയായപ്പോൾ, ആ കമ്പനിയുടെ അധികൃതർ ആ തൊഴിലാളിയെ അവരുടെ കമ്പനിയിൽ തന്നെ നിശ്ചയിക്കാമെന്ന് വാഗ്ദാനം നൽകി. ശമ്പളം പതിനഞ്ച് ലക്ഷം രൂപ. അറുപതിനായിരം മുതൽ മൂന്ന് ലക്ഷം വരെയും മൂന്ന് ലക്ഷം മുതൽ പതിനഞ്ച് ലക്ഷം വരെയുമുള്ള ആപേക്ഷിക വ്യത്യാസത്തിൽ ഒരു തൊഴിലാളിക്ക്

മാസവേതനം ലഭിക്കുകയാണ്. ഇത് വ്യക്തമാക്കുന്നത് ഏറ്റവും ചുരുങ്ങിയത് മുപ്പത് ലക്ഷം രൂപയുടെ മൂല്യം ഉൽപ്പാദിപ്പിക്കാൻ ഐ ടി മേഖലയിൽ ജോലി ചെയ്യുന്ന ആ തൊഴിലാളിക്ക് അവിടുത്തെ ഉൽപ്പാദനോപാദിയിലൂടെ സാധിക്കുന്നു എന്നതാണ്. ഒരു മാസം ഏറ്റവും ചുരുങ്ങിയത് 15 ലക്ഷം രൂപയുടെ മിച്ചമൂല്യമെങ്കിലും ഒരു തൊഴിലാളിയിലൂടെ സ്വരൂപിക്കാൻ കോർപ്പറേറ്റ് മുതലാളിത്തത്തിന് സാധിക്കുന്നു എന്ന യാഥാർത്ഥ്യം നമുക്ക് തിരിച്ചറിയാനാകുന്നില്ല. എന്നാൽ, ഐ ടി മേഖലയിലെ മൾട്ടി നാഷണൽ കമ്പനി ഓരോ വർഷവും ലക്ഷക്കണക്കിന് കോടി രൂപയുടെ ലാഭം നേടുന്നു എന്ന പൊതുകണക്കാണ് സമൂഹത്തിന് മുന്നിൽ പ്രകാശിതമാവുന്നത്. അതായത്, പഴയകാല തൊഴിലാളി, മുതലാളി ഉൽപ്പാദക ബന്ധത്തിന്റെ ഭാഗമായി ഉൽപ്പാദിപ്പിക്കപ്പെടുന്ന മിച്ചമൂല്യത്തിന്റെ പതിൻമടങ്ങ് മിച്ചമൂല്യം ഉൽപ്പാദിപ്പിക്കാൻ ശാസ്ത്ര സാങ്കേതികവിദ്യയുടെ വ്യാപനത്തോടെയും സഹായത്തോടെയും ഇന്ന് മുതലാളിത്തത്തിന് സാധിക്കുന്നു എന്നുള്ളത് ഗൗരവപൂർവ്വം ചർച്ച ചെയ്യപ്പെടേണ്ടുന്ന വിഷയം തന്നെയാണ്. ഐ ടി മേഖലയിലുള്ള ഒരു തൊഴിലാളിക്ക് വലിയ തുകയുള്ള ശമ്പളം ലഭിക്കുന്നു എന്നുള്ളതിനേക്കാളുപരി നാളിതുവരെയില്ലാത്ത ചൂഷണം കൂടി അതിൽ ഉൾച്ചേർന്നിരിക്കുന്നു എന്നതുകൂടി ആധുനിക ശാസ്ത്രസാങ്കേതികമേഖലയിലെ മിച്ചമൂല്യ ഉൽപ്പാദനവുമായി ബന്ധപ്പെട്ട് പഠിക്കേണ്ടിയിരിക്കുന്നു. അനന്ത സാധ്യകളുള്ള മുതലാളിത്ത ചൂഷണത്തിന്റെ ആധുനികവൽക്കരിക്കപ്പെട്ട വർത്തമാനത്തിൽ മാർക്സിന്റെ മൂലധനവും മിച്ചമൂല്യ സിദ്ധാന്തവും നിഷേധിക്കപ്പെടാത്ത ശാസ്ത്രമായി ഇന്നും തുടരുകയാണ്.

ദേശീയതയുടെ രാഷ്ട്രീയം

സമകാലീന ദേശീയതയുടെ രാഷ്ട്രീയം എന്ന വിഷയം നാം പരിശോധിക്കുന്നത് ഫാസിസ്റ്റ് സ്വഭാവമുള്ള രാഷ്ട്രീയത്തിന്റെ വക്താക്കൾ ദേശീയതയെ പുനർനിർവചിക്കാനായി ശ്രമിക്കുന്ന കാലഘട്ടത്തിലാണ്. ആ പരിശ്രമങ്ങൾക്ക് ആർ എസ് എസ് സംഘപരിവാരത്തിന് സഹായം നൽകുന്നത് കോർപ്പറേറ്റ് മുതലാളിത്തമാണ്, സാമ്രാജ്യത്വമാണ്.

ഒരു രാഷ്ട്രം ഒരു സംസ്കാരം ഒരു പാർട്ടി എന്ന മുദ്രാവാക്യമാണ് സംഘപരിവാരം മുന്നോട്ടുവെക്കുന്നത്. വൈവിധ്യങ്ങളുടെ ഏകീകരണമുള്ള ഒരു രാജ്യത്ത് ഈ മുദ്രാവാക്യം അടിച്ചേൽപ്പിക്കാനാണ് വർഗീയവൽക്കരിച്ച ഭരണകൂടത്തിന്റെ കൂടി സഹായത്തോടെ ഫാസിസ്റ്റ് സ്വഭാവമുള്ള രാഷ്ട്രീയ കക്ഷികൾ ശ്രമിക്കുന്നത്.

ആർ എസ് എസ് സംഘപരിവാരം മുന്നോട്ടുവെക്കുന്ന ദേശീയതയെ കോർപ്പറേറ്റ് മുതലാളിത്തം പ്രോത്സാഹിപ്പിക്കുന്നത്, ലാഭം കുന്നുകൂട്ടാനുള്ള ചൂഷണോപാധികൾ വികസിപ്പിക്കുന്നതിന് ഈ കപട ദേശീയത സഹായകമാവുമെന്നുള്ളതുകൊണ്ടാണ്. തീർത്തും വലതുപക്ഷസ്വഭാവമുള്ളതും നവലിബറൽ നയങ്ങൾ പ്രോത്സാഹിപ്പിക്കുന്നതുമായ രീതിശാസ്ത്രങ്ങളുടെ പ്രയോക്താക്കളാണ് ഭരണകൂടത്തെ നിയന്ത്രിക്കുന്ന ഫാസിസ്റ്റ് സ്വഭാവം പ്രയോഗിക്കുന്ന രാഷ്ട്രീയ പാർട്ടി.

നമ്മുടെ രാജ്യം വിവിധ സംസ്കാരങ്ങളും ഭാഷകളും വേഷവിധാനങ്ങളും ഉൾക്കൊള്ളുന്ന വിശാലമായ ഒരു ഭൂമികയാണ്. ഭാഷാടിസ്ഥാനത്തിലാണ് സംസ്ഥാനങ്ങൾ രൂപീകരിക്കപ്പെട്ടിട്ടുള്ളത് എന്നതും കാണണം. ഇവിടങ്ങളിലുള്ള തൊഴിലാളി വർഗത്തിന്റെയും അധ്വാനിക്കുന്ന മറ്റ് ബഹുജനങ്ങളുടെയും ഐക്യം നിലനിർത്തി ശക്തിപ്പെടുത്തുകയാണ് യഥാർത്ഥത്തിൽ സാധിതമാകേണ്ടത്.

ഇന്ത്യയെ സംബന്ധിച്ച് മറ്റു പല രാജ്യങ്ങളിലെയുംപോലെ ഒരു ദേശീയ വിഭാഗം മറ്റുള്ളവയെ അടിച്ചമർത്തുക എന്ന സ്ഥിതിയല്ല, എല്ലാ ദേശീയ വിഭാഗങ്ങളെയും ഒരുപോലെ അടിച്ചമർത്തിയിരുന്ന ബ്രിട്ടീഷ് സാമ്രാജ്യത്വവാഴ്ചയാണ് സ്വാതന്ത്ര്യലബ്ധിവരെ ഉണ്ടായിരുന്നത്. ബ്രിട്ടീഷ് വാഴ്ചയ്ക്കെതിരായി എല്ലാ ദേശീയ ജനവിഭാഗങ്ങളിലുംപെട്ട ജനത നടത്തിയിരുന്ന സമരമാണ് ഇന്ത്യൻ ദേശീയതയുടെ കാതലായ ഭാഗം.

സ്വാതന്ത്ര്യലബ്ധിക്കുശേഷമാവട്ടെ, രാജ്യത്ത് അധികാരത്തിൽ വന്നത് ബൂർഷ്വാ–ഭൂപ്രഭു ഭരണവർഗമാണ്. അവർക്കെതിരായി അണിനിരക്കേണ്ട അനിവാര്യതയിലേക്ക് ജനത എത്തിപ്പെടുകയുണ്ടായി. ഇന്ന് ഈ ഭരണവർഗം മുകളിൽ പറഞ്ഞതുപോലെ ദേശീയതയെ പുനർനിർവചിക്കാൻ ശ്രമിക്കുന്നുണ്ട്. അതിനെയും എതിർത്തുതോൽപ്പിക്കുക തന്നെ വേണം.

ബ്രിട്ടീഷ് ഭരണാധികാരികൾക്കെതിരായ സമരത്തിലൂടെ രൂപംകൊണ്ട അഖിലേന്ത്യാ ഐക്യം നിലനിർത്തുകയും ശക്തിപ്പെടുത്തുകയുമാണ് ഇന്നത്തെ ആവശ്യകത. അതേയവസരത്തിൽ ഇന്ത്യയുടെ ഐക്യത്തിന്റെ അർത്ഥം എന്നത് ഇവിടെയുള്ള വിവിധ ദേശീയ ജനവിഭാഗങ്ങളുടെ ഐക്യമെന്നതാണ്. അവയിൽ ഓരോന്നിന്റെയും ന്യായമായ അവകാശങ്ങൾക്ക് അംഗീകാരം കൊടുത്തുകൊണ്ടുമാത്രമേ ഇന്ത്യയുടെ ഐക്യം നിലനിർത്താൻ സാധിക്കുകയുള്ളു.

ഒരുവശത്ത് ഇന്ത്യയുടെ ഐക്യത്തിന്റെ പേര് പറഞ്ഞ് വിവിധ ദേശീയ ജനവിഭാഗങ്ങളിൽ ഓരോന്നിന്റെയും അവകാശങ്ങൾ കവർന്നെടുക്കാനുള്ള നീക്കത്തെയും മറുവശത്ത് ഏകീകൃതമായ ഇന്ത്യയെ വിവിധ ദേശീയ ജനവിഭാഗങ്ങളെന്ന നിലയ്ക്ക് വെട്ടിമുറിക്കാനുള്ള നീക്കത്തെയും ഇന്ത്യൻ തൊഴിലാളി വർഗവും അവരുടെ പാർട്ടിയും നേരിടേണ്ടതുണ്ട്. ഈ പ്രവണതകൾക്കെതിരെ പോരാടേണ്ടതുണ്ട്.

ജനകീയ ജനാധിപത്യ ഇന്ത്യ ഒരു സ്വതന്ത്ര ഫെഡറൽ സ്റ്റേറ്റായിരിക്കണം. ഈ ഫെഡറൽ സ്റ്റേറ്റിൽ ഭാഷയെ അടിസ്ഥാനമാക്കി വിഭജിച്ചിട്ടുള്ള സംസ്ഥാനങ്ങൾക്ക് വിപുലമായ സ്വയംഭരണാധികാരം ഉണ്ടായിരിക്കുകയും വേണം.

ഭാഷയുടെ കാര്യത്തിൽ വിവിധ ഇന്ത്യൻഭാഷകൾക്കോരോന്നിനും മറ്റുള്ളവയോട് തികച്ചും തുല്യമായ പദവിയാണ് വേണ്ടത്. ബ്രിട്ടീഷ് ഭരണകാലത്ത് ഇംഗ്ലീഷിനുണ്ടായിരുന്ന സ്ഥാനം ഒരു ഇന്ത്യൻഭാഷയ്ക്കുമുണ്ടാകരുത്.

തുടർച്ചയായി നടക്കുന്ന അന്യോന്യമുള്ള ബന്ധത്തിന്റെ ഭാഗമായി ജനങ്ങൾക്ക് സൗകര്യമുള്ള ഒരു ബന്ധഭാഷ ക്രമേണ ഉയർന്നുവരുന്നതാവും കരണീയം. ഈ ബന്ധഭാഷ പോലും ഔദ്യോഗിക ഭാഷ എന്ന നിലയ്ക്ക് മറ്റ് ഭാഷകൾക്കുമേൽ അടിച്ചേൽപ്പിക്കരുത്.

രാജ്യത്ത് സ്വാതന്ത്ര്യസമരത്തിന്റെ വളർച്ചയോടൊപ്പം വിവിധ ദേശീയ ജനവിഭാഗങ്ങളുടെ ഭാഷയും സംസ്കാരവും വളർന്നിരുന്നു.

1920 ൽ തന്നെ ഇന്ത്യൻനാഷണൽ കോൺഗ്രസിന്റെ ഭരണഘടനയിൽ ബ്രിട്ടീഷ് സംസ്ഥാനങ്ങൾക്കും നാട്ടുരാജ്യങ്ങൾക്കും പകരം ഭാഷയെ അടിസ്ഥാനമാക്കിയുള്ള സംസ്ഥാനകമ്മിറ്റി രൂപീകരിച്ചത് ഇതിന്റെ അടിസ്ഥാനത്തിലാണ്.

ഭാഷാപരവും സാംസ്കാരികവുമായ വൈവിധ്യം ഇന്ത്യയുടെ ഐക്യത്തിനോ, ഇന്ത്യയുടെ ഐക്യം വൈവിധ്യത്തിനോ തടസ്സമല്ല. ഒന്ന് ശക്തിപ്പെടുന്നത് മറ്റേതിനെ കൂടി ശക്തിപ്പെടുത്തിക്കൊണ്ടാവണം.

ഇത് ഒരാഗോള പ്രതിഭാസത്തിന്റെ ഭാഗമാണെന്ന് പാർട്ടി ചൂണ്ടിക്കാണിച്ചിട്ടുണ്ട്. ആധുനിക ചരിത്ര കാലഘട്ടത്തിൽ മുതലാളിത്തത്തിന്റെ വളർച്ചയുടെ അനിവാര്യഫലമായി ഭാഷാസംസ്കാരാദി മേഖലകളിൽ സവിശേഷതയുള്ള ദേശീയ ജനവിഭാഗങ്ങൾ വളർന്നുവരുമെന്നും അവരുടെ ഉയർച്ചയ്ക്കുവേണ്ട സാഹചര്യം സൃഷ്ടിക്കുന്നത് ജനാധിപത്യ പ്രസ്ഥാനത്തിന്റെ കടമയാണെന്നുമുള്ള മാർക്സിസ്റ്റ്–ലെനിനിസ്റ്റ് കാഴ്ചപ്പാടനുസരിച്ച് ഇന്ത്യൻ യാഥാർത്ഥ്യം മനസ്സിലാക്കാനാണ് പാർട്ടി ശ്രമിച്ചത്.

ബ്രിട്ടീഷ് സാമ്രാജ്യാധിപത്യത്തിനെതിരായി വളർന്നുശക്തിപ്പെട്ടുകൊണ്ടിരിക്കുന്ന ഇന്ത്യൻ ജനതയുടെ ഐക്യവും ഭാഷയെ അടിസ്ഥാനമാക്കി രൂപംകൊള്ളുന്ന സംസ്ഥാനങ്ങളിലെ ജനങ്ങളുടെ ഐക്യവും തമ്മിൽ പൊരുത്തപ്പെടുത്തുകയാണ് മുഖ്യപ്രശ്നമാണെന്നാണ് ആ സമയത്ത് പാർട്ടി അഭിപ്രായപ്പെട്ടത്. ഈ കാഴ്ചപ്പാട് ആവിഷ്കരിച്ച് മാറിനിൽക്കുകയല്ല ചെയ്തത്. അതിന് മൂർത്തവും പ്രായോഗികവുമായ രൂപംനൽകാൻ പാർട്ടിക്ക് സാധിച്ചു.

ഓരോ ഭാഷാ സംസ്ഥാന പ്രദേശത്തും അതാതിന്റേതായ വിപ്ലവ ബഹുജന പ്രസ്ഥാനം കെട്ടിപ്പടുക്കുന്ന ജോലിയിൽ അതാതിടങ്ങളിലെ പാർട്ടി ഏർപ്പെട്ടു.

ജാതി–മതാതി പരിഗണനകൾക്കതീതമായി ഭാഷ, അതിനെചുറ്റിപ്പറ്റിക്കൊണ്ടുള്ള സംസ്കാരം, എന്നിവയെ മുഖ്യമായി ആശ്രയിച്ചുകൊണ്ടുള്ള വിവിധ ദേശീയ ജനവിഭാഗങ്ങൾ ഇന്ത്യയിലുണ്ട്. അവയോരോന്നും ഇന്ത്യയുടെ അവിഭാജ്യ ഘടകങ്ങളാണെങ്കിലും അവയ്ക്കോരോന്നിനും അതാതിന്റെ ദേശീയ സവിശേഷതകളുണ്ട്; ഈ സവിശേഷതകൾ കണക്കിലെടുത്തുകൊണ്ടും അവയ്ക്ക് സ്വച്ഛന്ദം വികസിക്കുവാൻ വേണ്ട സാഹചര്യം സൃഷ്ടിച്ചുകൊണ്ടുമാണ് ഇന്ത്യയുടെ ഐക്യം നിലനിർത്തേണ്ടത്.

മാർക്സും എംഗൽസും ജീവിച്ചിരുന്ന കാലത്തുതന്നെ അവർക്ക് ഒട്ടേറെ രാജ്യങ്ങളിലെ ദേശീയ ജനവിഭാഗങ്ങളുടെ പ്രശ്നം കൈകാര്യം ചെയ്യേണ്ടിവന്നിരുന്നു. അതിൽ ചിലതിൽ വിട്ടുപോകാനുള്ള അവകാശത്തിന് വേണ്ടി അവർ നിലനിന്നിട്ടുണ്ടെന്നത് നേരാണ്. എന്നാൽ, നേരെ

മറിച്ചും ഉണ്ടായിട്ടുണ്ട്. മറ്റ് പ്രശ്നങ്ങളിലെന്ന പോലെ ദേശീയ പ്രശ്നത്തിലും അവരെടുത്ത നിലപാടിന്റെ അന്തഃസത്ത വർഗസമരമാണ്. അതിന് കീഴ്പ്പെടുത്തിക്കൊണ്ടാണ് ദേശീയ പ്രശ്നങ്ങളും അവർ പരിശോധിച്ചിട്ടുള്ളത്.

ലെനിന്റെ കാലത്ത് മുതലാളിത്തം സാമ്രാജ്യാധിപത്യമായി മാറി കഴിഞ്ഞിരുന്നു. യുദ്ധങ്ങളും വെട്ടിപ്പിടിക്കലുകളും സാർവ്വത്രികമായി. റഷ്യയിലടക്കം യൂറോപ്പിന്റെ പല ഭാഗത്തും ഭരണാധികാരികൾ നിരവധി ദേശീയ വിഭാഗങ്ങളെ അടിച്ചമർത്തി. ആ സാഹചര്യത്തിലാണ് അടിച്ചമർത്തപ്പെടുന്ന ജനവിഭാഗങ്ങൾക്ക് വിട്ടുപോകാനുള്ള അവകാശത്തോടുകൂടി സ്വയം നിർണയാവകാശം അംഗീകരിക്കുക എന്നത് വിപ്ലവ തൊഴിലാളി വർഗത്തിന്റെ കടമയായി തീർന്നത്. ആ സാഹചര്യത്തിലാണ് വിട്ടുപോകാനുള്ള അവകാശമെന്ന അർത്ഥത്തിൽ സ്വയം നിർണയാവകാശം വിപ്ലവ തൊഴിലാളി വർഗ പാർട്ടി അംഗീകരിക്കണമെന്ന് ലെനിൻ നിർബന്ധപൂർവ്വം ആവശ്യപ്പെട്ടത്.

ലെനിനിസ്റ്റ് നിലപാടിനുള്ള രണ്ട് പരിമിതികൾ ഇ എം എസ് ചൂണ്ടിക്കാട്ടിയിട്ടുണ്ട്. ഒന്നാമത്, യൂറോപ്പ് ഒഴികെ മറ്റ് ഭൂഖണ്ഡങ്ങളിലുള്ള സ്ഥിതിഗതികൾ അദ്ദേഹം പരിശോധിച്ചിരുന്നില്ല. അവിടങ്ങളിൽ കുടി പ്രയോഗിക്കേണ്ട ഒരു സിദ്ധാന്തമായല്ല വിട്ടുപോകാനുള്ള അവകാശമെന്ന അർത്ഥത്തിൽ സ്വയം നിർണയാവകാശത്തെക്കുറിച്ച് അദ്ദേഹം പറഞ്ഞത്. ഒന്നാം ലോകമഹായുദ്ധം അവസാനിച്ച് സോഷ്യലിസ്റ്റ് സോവിയറ്റ് യൂണിയൻ നിലവിൽ വരികയും കമ്യൂണിസ്റ്റ് ഇന്റർനാഷണൽ രൂപപ്പെടാൻ തുടങ്ങുകയും ചെയ്തപ്പോൾ യൂറോപ്യൻ സാമ്രാജ്യകോയ്മകളുടെ ചവിട്ടടിയിൽ കിടന്നിരുന്ന ഏഷ്യനാഫ്രിക്കൻ രാജ്യങ്ങളിലെ ജനകീയ വിപ്ലവ പ്രസ്ഥാനങ്ങൾ സംബന്ധിച്ച പ്രശ്നങ്ങൾ ലെനിൻ സൂക്ഷ്മമായി പരിശോധിക്കാൻ തുടങ്ങി. ഇതിന്റെ ഫലമായി പുറത്തുവന്ന അദ്ദേഹത്തിന്റെ അഭിപ്രായങ്ങളിൽ ഈ രാജ്യങ്ങളിൽ ഓരോന്നും ഏതെങ്കിലുമൊരു സാമ്രാജ്യകോയ്മയുടെ കോളനി ആണെന്ന കാര്യത്തിനാണ് ഊന്നൽ കൊടുത്തിരുന്നത്. കൊളോണിയൽ അടിമത്തത്തിൽ നിന്ന് ഈ രാജ്യങ്ങളിലെ ബഹുജനങ്ങൾക്ക് എങ്ങനെ സ്വാതന്ത്ര്യം നേടാമെന്ന പ്രശ്നത്തിലാണ് അദ്ദേഹം ശ്രദ്ധ കേന്ദ്രീകരിച്ചത്. ഭാഷാ–സംസ്കാരാദികാര്യങ്ങളിൽ വൈവിധ്യമുള്ള ഈ രാജ്യങ്ങളിലോരോന്നിലെയും ജനങ്ങളുടെ ആകെയും അവരെ അടക്കിഭരിക്കുന്ന രാജ്യങ്ങളിലെ തൊഴിലാളിവർഗത്തിന്റെയും ഐക്യം ഊട്ടിയുണ്ടാക്കുക എന്ന പ്രശ്നമാണ് ലെനിന്റെ മുമ്പിലുണ്ടായിരുന്നത്.

രണ്ടാമത്, സ്വയം നിർണയാവകാശത്തിന് പൂർണ്ണമായും പ്രസക്തിയുള്ള യൂറോപ്പിൽ പോലും മറ്റ് ദേശീയ ജനവിഭാഗങ്ങളെ അടിച്ചമർത്തുന്ന രാജ്യങ്ങളിൽ തൊഴിലാളിവർഗം അംഗീകരിക്കേണ്ട സിദ്ധാന്തമായാണ് സ്വയം നിർണയാവകാശം ലെനിൻ ഉയർത്തിക്കാണിച്ചത്. അടക്കി നിർത്തപ്പെടുന്ന രാജ്യങ്ങളിലെ ജനാധിപത്യവിപ്ലവ പ്രസ്ഥാനം

ഈ സിദ്ധാന്തം അതേ രൂപത്തിൽ ആവർത്തിക്കണമെന്ന് അദ്ദേഹം പറഞ്ഞില്ല. നേരെ മറിച്ച്, അടിച്ചമർത്തപ്പെടുന്ന ദേശീയ ജനവിഭാഗങ്ങളുടെ സ്വയം നിർണയാവകാശത്തിനുവേണ്ടി റഷ്യയിലടക്കം അടിച്ചമർത്തുന്ന രാജ്യങ്ങളിലെ തൊഴിലാളിവർഗം പോരാടുമ്പോൾ തന്നെ, അടിച്ചമർത്തപ്പെടുന്ന രാജ്യങ്ങളിലെ തൊഴിലാളിവർഗ്ഗം ഏകീകൃതഭരണത്തിനു വേണ്ടി പോരാടണമെന്നും അദ്ദേഹം നിർദേശിച്ചു. ചുരുക്കത്തിൽ, ഇരുവിഭാഗത്തിലുംപെട്ട രാജ്യത്തിലെ തൊഴിലാളി വർഗ്ഗത്തിന്റെയും മറ്റ് അധ്വാനിക്കുന്ന ബഹുജനങ്ങളുടെയും ഐക്യം നിലനിർത്തി ശക്തിപ്പെടുത്തുന്നതിനുള്ള മാർഗമായാണ് വിവിധ ദേശീയ ജനവിഭാഗങ്ങളുടെ സ്വയം നിർണയാവകാശത്തെ ലെനിൻ കണ്ടത്. ഈ പശ്ചാത്തലത്തിലാണ് ഇന്ത്യയിലെ ദേശീയ പ്രശ്നം പരിശോധിച്ച പാർട്ടിയുടെ കേന്ദ്രനേതൃത്വം യൂറോപ്പിലേതിൽ നിന്ന് വ്യത്യസ്തമാണ് ഇവിടത്തെ സ്ഥിതിയെന്ന് ചൂണ്ടിക്കാണിച്ചത്.

മുതലാളിത്ത കാലഘട്ടത്തിലെ മാധ്യമ ഇടപെടൽ

ആഗോളവൽക്കരണ കാലഘട്ടത്തിൽ സാമ്രാജ്യത്വം വിവിധ തരത്തിലുള്ള അധിനിവേശ സമ്പ്രദായമാണ് ആവിഷ്കരിച്ചിരിക്കുന്നത്. സാമ്പത്തികവും സൈനികവുമായ നീക്കങ്ങളും അതിന്റെ ഭാഗമായുള്ള നിലപാടുകളും സാമാന്യ ജനതയ്ക്ക് തന്നെ അനുഭവവേദ്യമായിരിക്കുകയാണ്. എന്നാൽ പൊതുജനങ്ങളിൽനിന്നും മറച്ചുവെക്കാൻ കഴിയുന്നതും അതേസമയം ഫലപ്രദമായി സംഘടിപ്പിച്ചുകൊണ്ടിരിക്കുന്ന ഒന്നാണ് ആശയതലത്തിലുള്ള അധിനിവേശം. അധിനിവേശത്തിന് മനുഷ്യ സമൂഹത്തിൽ സ്വീകാര്യത നേടാനായി പൗരസമൂഹത്തിന്റെ പൊതുബോധമായി നവ സാമ്രാജ്യത്വ നിലപാടുകളെ മാറ്റുന്നു. ഈ ആധിപത്യത്തെ തിരിച്ചറിഞ്ഞുകൊണ്ടാണ് അന്റോണിയോ ഗ്രാംഷി 'മുതലാളിത്തം അതിന്റെ ആശയങ്ങൾ പ്രചരിപ്പിക്കുന്നത് ബലപ്രയോഗത്തിലൂടെയല്ല, സമ്മതത്തിലൂടെയാണ്' എന്ന് പറഞ്ഞിട്ടുള്ളത്.

അധിനിവേശം വിവിധ രീതികളിൽ രൂപപ്പെടുമ്പോൾ അതിനെതിരായി ചെറുത്തുനിൽപ്പ് ശക്തിപ്പെടുന്ന അനുഭവവും സാമൂഹ്യ പ്രതിഭാസമെന്ന നിലയിൽ തന്നെയാണ് ഉണ്ടാവുന്നത്. ഇതിന്റെ നിരവധി ഉദാഹരണങ്ങൾ ലോകത്ത് കാണാം. സാമ്രാജ്യത്വ വിരുദ്ധ പോരാട്ടം ശക്തിപ്രാപിച്ചിരിക്കുന്ന ലാറ്റിനമേരിക്കൻ രാജ്യങ്ങളിലെ പ്രവണതകൾ ഇതിന്റെ പ്രത്യക്ഷ ഉദാഹരണങ്ങളാണ്. വെനിസ്വേല മുൻകൈയെടുത്ത് രൂപീകരിച്ച ബാങ്കോഡെൽസൂർ ഐ.എം.എഫിനും ലോകബാങ്കിനെതിരായുള്ള പ്രതിരോധത്തിന്റെ മുഖമാണ്. അൽബ എന്ന പേരിൽ ലാറ്റിനമേരിക്കയിൽ രൂപീകരിച്ചിരിക്കുന്ന സഖ്യം മാധ്യമരംഗത്തെ അമേരിക്കൻ അധിനിവേശത്തെ പ്രതിരോധിക്കുക എന്ന ലക്ഷ്യത്തോടെയാണ് രൂപീകരിച്ചിരിക്കുന്നത്. ഇത്തരം ബദലുകൾ ലോകത്ത് വികസിച്ചുകൊണ്ടിരിക്കുന്നുണ്ട് എന്നത് ഈ സാമൂഹ്യ മുന്നേറ്റത്തിന്റെ ഭാഗം തന്നെയാണ്.

ലോകമുതലാളിത്തം മുന്നോട്ടുവയ്ക്കുന്ന ആഗോള സാമ്പത്തിക നിലപാടുകൾ അവരെ ഒരു മഹാമാന്ദ്യത്തിന്റെ നടുവിലേക്കാണ് വലിച്ചെറിയപ്പെട്ടിരിക്കുന്നത്. ലോകസമ്പദ്വ്യവസ്ഥയെ തന്നെ ബാധിച്ച ഗുരുതരമായ സാമ്പത്തികക്കുഴപ്പമായി അത് മാറുകയും ചെയ്തിട്ടുണ്ട്. മുതലാളിത്ത പ്രതിസന്ധി പുറത്തുനിന്ന് ആരെങ്കിലും രൂപപ്പെടുത്തിയ ഒന്നല്ല. പുറത്തുനിന്ന് അതിന് പരിഹാരം നിർദ്ദേശിക്കാനും, പരിഹരിക്കാനും സാധിക്കുന്നതുമല്ല. മുതലാളിത്ത സമ്പദ്വ്യവസ്ഥയുടെ ഊടും പാവും പോലെ അടിസ്ഥാനമായ ചൂഷണാധിഷ്ഠിതമായ ഉൽപ്പാദനവും, വിതരണവുമാണ് കുഴപ്പത്തിന്റെ കാതലായ വശം. സാമൂഹ്യമായ ഉൽപ്പാദനവും വൈയക്തികമായ സമ്പത്തിന്റെ കേന്ദ്രീകരണവുമെന്ന വൈരുധ്യമാണ് ഈ പ്രതിസന്ധിയുടെ അടിസ്ഥാന കാരണം. ഉൽപ്പാദനോപാധികളുടെ സ്വകാര്യ ഉടമസ്ഥതയാണ് ഇതിലേക്കു നയിക്കുന്നത്. ഇത് പരിഹരിക്കപ്പെടണമെങ്കിൽ ഉൽപ്പാദനവും വിതരണവും സാമൂഹ്യമായ നിയന്ത്രണത്തിനു കീഴിൽ നടക്കേണ്ടതുണ്ട്. അത്തരമൊന്ന് സോഷ്യലിസ്റ്റ് വ്യവസ്ഥയ്ക്കകത്തേ സാധ്യമാവുകയുള്ളൂ എന്നാണ് മാർക്സിന്റെ പ്രസിദ്ധമായ വിലയിരുത്തൽ. അതായത് മുതലാളിത്ത ഉൽപ്പാദന വിതരണഘടനയിൽ മൗലിക മാറ്റത്തോടെ മാത്രം പരിഹൃതമാകുന്ന ഒന്നാണ് ഇന്ന് അഭിമുഖീകരിക്കുന്ന മുതലാളിത്ത പ്രതിസന്ധി എന്നർത്ഥം.

വസ്തുത ഇതായിരിക്കെ മുതലാളിത്ത ലോകത്തിന് ബദൽ ഇല്ലെന്നും, സാമൂഹ്യ പരിവർത്തനത്തിന്റെ അവസാനഘട്ടം മുതലാളിത്തമാണെന്നും ആധിപത്യശക്തികൾ പ്രചരിപ്പിച്ചു. സാമൂഹ്യപരിവർത്തനത്തിന്റെ അടിസ്ഥാനമായ വർഗ്ഗസമരം തന്നെ കാലഹരണപ്പെട്ടുപോയെന്നും ഏകധ്രുവ സാമൂഹ്യവ്യവസ്ഥയാണ് ഇനി നിലവിൽ വരാൻ പോകുന്നതെന്നുമുള്ള പ്രഖ്യാപനങ്ങൾ ഇവർ നടത്തി. ഈ ഏകലോകക്രമ വ്യവസ്ഥയുടെ നെടുനായകൻ അമേരിക്കയാണെന്നുമുള്ള ഒരു വാദം തന്നെ മുതലാളിത്തം പ്രചരിപ്പിക്കുകയുണ്ടായി. എല്ലാ പുരോഗമന നിലപാടുകളുടെയും നിഷേധമായിരുന്നു ഈ സമീപനം. സോവിയറ്റ് യൂണിയന്റെ തകർച്ചയോടെ ഇത്തരം ആശയഗതികൾക്ക് കൂടുതൽ പ്രചരണം സിദ്ധിക്കുകയും ചെയ്തു.

സോഷ്യലിസ്റ്റ് സമ്പദ്വ്യവസ്ഥയുടെ തകർച്ചയുടെ പശ്ചാത്തലത്തിൽ സാമൂഹ്യ സമത്വത്തിന്റേതായ മുദ്രാവാക്യങ്ങൾ പ്രായോഗികമല്ലെന്നും സോഷ്യലിസ്റ്റ് വ്യവസ്ഥ നടപ്പിലാക്കാനാവില്ലെന്നും കഴിഞ്ഞ 20 വർഷക്കാലത്തോളം മുതലാളിത്തം പ്രചരണം നടത്തുകയായിരുന്നു. എന്നാൽ ഈ രാജ്യങ്ങളിൽ പ്രത്യക്ഷപ്പെട്ട സാമ്പത്തിക പ്രതിസന്ധി ഇവർ കെട്ടിപ്പൊക്കിയ കാഴ്ചപ്പാടുകൾ ചില്ലുകൊട്ടാരംപോലെ തകരുന്ന അവസ്ഥ ലോകത്തുണ്ടാക്കി. *മൂലധന*ത്തിലും *മാനിഫെസ്റ്റോ*യിലും ഇതിന് പരിഹാരം തേടി വികസിത മുതലാളിത്ത രാജ്യങ്ങളുൾപ്പെടെ ജനങ്ങൾ തിരിയുന്ന നിലയുണ്ടായി. എന്നിട്ടും ഇവ താൽക്കാലികമാ

ണെന്നും ഉടൻ പരിഹാരം കാണാൻ സാധിക്കുമെന്നുമുള്ള പ്രത്യാശ യാണ് ലോകസാമ്രാജ്യത്വം പ്രചരിപ്പിച്ചുകൊണ്ടിരിക്കുന്നത്.

മുതലാളിത്തത്തിന് വീണ്ടെടുക്കാനുള്ള കഴിവ് ഒരു ഘട്ടം വരെ ഉണ്ട് എന്ന് കാണാതിരിക്കുന്നത് ശരിയല്ല. എന്നാൽ മുതലാളിത്ത പ്രതി സന്ധിയെ വിപ്ലവ പരിതഃസ്ഥിതിയായും വിജയകരമായ വിപ്ലവമായും തൊഴിലാളിവർഗത്തിന് മാറ്റാനുള്ള സംഘടിത ശക്തി രൂപപ്പെടുന്നതു വരെ മാത്രമാണ് ഈ വീണ്ടെടുപ്പ് സാധ്യമാവുക. ആത്മനിഷ്ഠവും വസ്തുനിഷ്ഠവുമായ സാഹചര്യം ഒത്തുവരുന്നതോടെ മുതലാളി ത്തത്തെ തകർത്ത് തൊഴിലാളിവർഗം സോഷ്യലിസ്റ്റ് വ്യവസ്ഥ സ്ഥാപി ക്കുകയും മുതലാളിത്തത്തെ തൂത്തെറിയുകയും ചെയ്യും. അതായത് വർഗസമരത്തിന്റെ ഏറ്റുമുട്ടൽ തുടർന്നുകൊണ്ടേയിരിക്കും. ആത്യന്തി കമായി അത് തൊഴിലാളിവർഗത്തിന്റെ വിജയത്തിലേക്ക് കലാശിക്കു കയും ചെയ്യും.

അധിനിവേശ ശക്തികളുടെ സാമ്പത്തിക-സൈനിക തലം പ്രതി സന്ധിയെ അഭിമുഖീകരിക്കുന്ന ഘട്ടം വന്നാലും ആശയതലത്തിൽ നേടാനായ മുൻകൈ അവസാനിക്കുമെന്ന് കരുതാനാവില്ല. അതേസമയം അത് എല്ലാ കാലത്തേക്കുമായി നിലനിൽക്കില്ല. പ്രതിസന്ധി ആശയത ലത്തിലും രൂപപ്പെടും. അവ ഏകശിലാരൂപത്തിലല്ല പ്രത്യക്ഷപ്പെടുക. ഓരോ രാജ്യത്തിന്റെയും പ്രത്യേകത അനുസരിച്ച് അവിടങ്ങളിൽ നട ക്കുന്ന പ്രതിരോധവും ചെറുത്തുനിൽപ്പും വ്യത്യസ്ത ഭാവത്തോടെയും രീതിയോടെയും ആയിരിക്കും ഉയർന്നുവരിക. വർഗസമരത്തിന്റെ രൂപവും ഭാവവും ഇതിന്റെ അടിസ്ഥാനത്തിലായിരിക്കും നിർണ്ണയിക്കുക.

സാമ്പത്തിക ഘടന തകർന്നാൽപ്പോലും അതിൽനിന്ന് രൂപീകരി ക്കപ്പെടുന്ന ഉപരിഘടന പിന്നെയും നിലനിൽക്കും. അവ സമൂഹത്തിന്റെ മുന്നോട്ടുപോക്കിനെ തടസ്സപ്പെടുത്തുന്ന വിധത്തിൽ ഇടപെടുകയും ചെയ്യും. ഇത്രയേറെ സാമ്പത്തിക-രാഷ്ട്രീയ ഘടനകളെ നിലനിർത്തു ന്നതിൽ പങ്കുവഹിക്കുന്ന ഒന്നാണ് മാധ്യമങ്ങൾ ഉൾപ്പെടെയുള്ള ഉപരി ഘടന എന്ന് നാം കാണേണ്ടതുണ്ട്. സമൂഹത്തിൽ നടക്കുന്ന വർഗസമ രത്തിന്റെ പ്രതിഫലനം മാധ്യമരംഗത്തെ ആശയസമരങ്ങളിലും പ്രതി ഫലിക്കുക സ്വഭാവികമാണ്. പാർലമെന്ററി ജനാധിപത്യം ബൂർഷ്വാസി യുടെ ഉപകരണമാണെങ്കിലും അതിനെയും തൊഴിലാളിവർഗ താൽപ്പ ര്യങ്ങൾക്കുവേണ്ടിയുള്ള പോരാട്ടത്തിന് ഉപയോഗിക്കാനാകും. അതുപോ ലെതന്നെ മാധ്യമങ്ങളിലും ഇത്തരമൊരു ഇടപെടൽ സാധ്യമാകും എന്ന യാഥാർത്ഥ്യം നാം കാണേണ്ടതുണ്ട്. ഈ കാഴ്ചപ്പാടിൽ നിന്നുകൊണ്ടു വേണം മാധ്യമങ്ങളുടെ ഇടപെടലുകളെ കാണുവാനും വിശകലനം ചെയ്യുവാനും.

മുതലാളിത്തശക്തികൾക്കെതിരായി സോഷ്യലിസ്റ്റ് ബ്ലോക്ക് ജന കീയ നിലപാട് ഉയർത്തിപ്പിടിച്ചുകൊണ്ട് ഇടപെട്ട കാലഘട്ടങ്ങളിൽ മാധ്യ മങ്ങളെ ഉപയോഗിച്ചും അവർ ചെറുത്തുനിൽപ്പ് സംഘടിപ്പിച്ചിരുന്നു.

മോസ്കോവിലെ റേഡിയോ പ്രക്ഷേപണനിലയം 24 മണിക്കൂറും വിവിധ ഭാഷകളിൽ പ്രക്ഷേപണം സംഘടിപ്പിച്ചിരുന്നു. അന്നത്തെ പോരാളികൾക്ക് 'മോസ്കോ സംസാരിക്കുന്നു' എന്ന ആമുഖത്തോടുകൂടിയ ഈ റേഡിയോ വലിയ പ്രചോദനമാണ് നൽകിയിരുന്നത്. ആഗോളതലത്തിൽ വാർത്ത വിതരണം ചെയ്യുന്നതിന് 'ടാസ്റ്റ്' എന്ന പേരിൽ ആഗോള വാർത്താവിതരണ ഏജൻസിയും പ്രവർത്തിച്ചിരുന്നു. ജർമ്മനിയിൽ 1933–ൽ ഹിറ്റ്ലർ അധികാരത്തിൽ വന്നപ്പോൾ അവിടത്തെ തൊഴിലാളി പ്രസ്ഥാനങ്ങളെയും പുരോഗമനപ്രസ്ഥാനങ്ങളെയും നിരോധിച്ച് അവയുടെ പത്രങ്ങളും അവർ കണ്ടുകെട്ടി. ഈ ഘട്ടത്തിൽ അവിടത്തെ ഫാസിസ്റ്റുവിരുദ്ധ പോരാട്ടത്തിന് കരുത്ത് പകരുന്നതിന് പടിഞ്ഞാറൻ അതിർത്തിയിൽ റേഡിയോ നിലയങ്ങൾ സ്ഥാപിച്ച് റഷ്യ നടത്തിയ പ്രവർത്തനം എടുത്തുപറയേണ്ടതായിരുന്നു. ജർമ്മൻ കമ്യൂണിസ്റ്റ് പാർട്ടിയുടെ മുഖപത്രമായിരുന്ന *റോത്തഫാനെ*. ഇതിന്റെ അർത്ഥം ചെങ്കൊടി എന്നായിരുന്നു. ഇവ റഷ്യയിൽ അച്ചടിച്ചാണ് നാസികൾ ആധിപത്യം സ്ഥാപിച്ച പ്രദേശത്ത് വിതരണം ചെയ്തത്.

മൂന്നാംലോക രാജ്യങ്ങളിലെ വിമോചനപ്പോരാട്ടങ്ങൾക്ക് കരുത്ത് പകരുന്നതിന് ഫോറിൻ ലാംഗ്വേജ് പബ്ലിഷിങ് ഹൗസ് എന്ന പേരിൽ ഒരു പ്രസിദ്ധീകരണശാലയും അന്ന് റഷ്യയിൽ പ്രവർത്തിച്ചിരുന്നു. പിന്നീടത് പ്രോഗ്രസ് പബ്ലിഷേഴ്സ് എന്ന പേരിൽ അറിയപ്പെട്ടു. ഇന്ത്യയിൽ നിന്നുമാത്രം വിവിധ ഭാഷകളിലെ മുപ്പതോളം തർജ്ജമക്കാർ പ്രവർത്തിച്ചിരുന്നു എന്നറിയുമ്പോഴാണ് ഈ ഇടപെടലിന്റെ കരുത്ത് വ്യക്തമാകുന്നത്. ഇത്തരത്തിൽ തൊഴിലാളിവർഗത്തിന് ഒരു ആശയപ്രചരണകേന്ദ്രം ലോകത്ത് അന്ന് പ്രവർത്തിച്ചിരുന്നു. ഇത്ര വിപുലമായല്ലെങ്കിലും ചൈനയും ചില പ്രവർത്തനങ്ങൾ നടത്തിയിരുന്നു. ഇത്തരം പ്രവർത്തനങ്ങളെല്ലാം ഏറ്റവും ശക്തമായ 1979–80 കളിൽപ്പോലും ലോകത്താകെയുള്ള ബൂർഷ്വാ വാർത്താപ്രചരണത്തിന്റെ നാലുശതമാനം മാത്രമായിരുന്നു ഇത്. ഇത്തരം ചെറുത്തുനിൽപ്പിന്റെ വഴികൾ ദുർബ്ബലപ്പെട്ടിരിക്കുന്ന വർത്തമാനകാലത്ത് ബൂർഷ്വാ പ്രചരണങ്ങളുടെ കരുത്ത് പ്രത്യേകം പറയേണ്ടതില്ലല്ലോ. സോഷ്യലിസ്റ്റ് രാജ്യങ്ങളുടെ തകർച്ച വിമോചന സ്വപ്നങ്ങൾക്ക് മാധ്യമങ്ങളുടെ മേഖലയിലും തിരിച്ചടി നൽകി.

മാധ്യമരംഗത്തെ സാധ്യതകളെ ഉപയോഗിക്കുന്നതിൽ ബോധപൂർവ്വമായ ഇടപെടൽ വളരെ മുമ്പുതന്നെ മുതലാളിത്തശക്തികൾ ലോകത്ത് ആരംഭിച്ചിരുന്നു. അമേരിക്കൻ ചാരസംഘടനയായ സി.ഐ.എ നേരിട്ടുതന്നെ ഇത്തരം പ്രവർത്തനങ്ങൾ സംഘടിപ്പിച്ചതിന്റെ നിരവധി ഉദാഹരണങ്ങൾ കാണാനാകും. 1949 ൽ പശ്ചിമ ജർമ്മനിയിലെ പ്രധാന പട്ടണമായ മ്യൂണിക്കിൽ റേഡിയോ ഫ്രീ യൂറോപ്പ് എന്നതിന്റെ ആസ്ഥാനം തുറക്കുകയുണ്ടായി. സി ഐ എ ചാരന്മാർ സോഷ്യലിസ്റ്റ് രാജ്യങ്ങളിൽ നിന്ന് അയയ്ക്കുന്ന രഹസ്യവിവരങ്ങളുടെയും കപടവാർത്തകളുടെയും അടിസ്ഥാനത്തിലായിരുന്നു ഇവ തയ്യാറാക്കപ്പെട്ടിരുന്നത്. 1953 ൽ

റേഡിയോ ലിബർട്ടി എന്ന പേരിൽ പുതിയ സ്റ്റേഷൻ ആരംഭിക്കുകയുണ്ടായി. 1985 ൽ ഈ രണ്ട് റേഡിയോ നിലയങ്ങളിലും കൂടി 1700 പേർ മുതലാളിത്തത്തിനുവേണ്ടി കമ്യൂണിസ്റ്റ് വിരുദ്ധ പ്രചരണങ്ങളിൽ ഏർപ്പെട്ടിരുന്നു. സി ഐ എയുടെ മുദ്രാവാക്യം തന്നെ 'സത്യമെന്നത് നാം ജനങ്ങളെ വിശ്വസിപ്പിക്കുന്നതെന്തോ അതാണ്' എന്നായിരുന്നു. വിശ്വാസങ്ങൾ ഒരിക്കൽ നിലവിൽവന്നുകഴിഞ്ഞാൽ മനുഷ്യരെ കൂട്ടത്തോടെ ചലിപ്പിക്കാൻ അവ ശക്തമാണെന്നുള്ള മനഃശാസ്ത്ര സിദ്ധാന്തമാണ് ഇത്തരം പ്രചരണത്തിന്റെ കാതലായിട്ടുള്ളത്. ഇതിന്റെ ഭാഗം തന്നെയാണ് ഒരു നുണ നൂറുപ്രാവശ്യം ആവർത്തിച്ചാൽ അത് സത്യമായിത്തീരുമെന്ന ഹിറ്റ്ലറുടെ പ്രചരണമന്ത്രിയായിരുന്ന ഗീബൽസിന്റെ കാഴ്ചപ്പാട്. ഈ ഇടപെടൽ വർത്തമാനകാലത്ത് ഏറെ ശക്തിപ്പെട്ടിരിക്കുകയാണ്. ശാസ്ത്ര-സാങ്കേതികരംഗത്തെ നേട്ടങ്ങൾ ഇതിനുവേണ്ടി തീവ്രമായി ഉപയോഗപ്പെടുത്തുകയാണ്.

കേരളത്തിലെ സമകാലീന സംഭവങ്ങളെ വിലയിരുത്തുമ്പോൾ സാമ്രാജ്യത്വം നടത്തിയ ഇത്തരത്തിലുള്ള ഇടപെടലുകളെ നാം ഓർക്കേണ്ടതുണ്ട്. ഒരേ കാര്യത്തിനെ വിവിധ മാധ്യമങ്ങൾ ഒരേപോലെ റിപ്പോർട്ട് ചെയ്യുമ്പോൾ സ്വാഭാവികമായും ഈ പറയുന്നത് ശരിയാണ് എന്ന ബോധം ജനങ്ങളിൽ രൂപപ്പെടാനിടയാകും. മേൽ വിവരിച്ച മനഃശാസ്ത്രപരമായ സമീപനമാണ് കേരളത്തിലെ വാർത്താമാധ്യമങ്ങളിൽ ഇന്ന് വന്നുകൊണ്ടിരിക്കുന്ന ഇത്തരം പ്രചരണത്തിന്റെ അടിസ്ഥാനമെന്നു കാണാം. സി ഐ എ മൂന്നാംലോക രാജ്യങ്ങളിലെയും സോഷ്യലിസ്റ്റ് രാജ്യങ്ങളിലെയും ഇടതുപക്ഷ-കമ്യൂണിസ്റ്റ് പ്രസ്ഥാനങ്ങളെ തകർക്കാനുപയോഗിച്ച രീതി തന്നെയാണ് ഇതെന്നു കാണാം. വിമോചനസമരകാലത്ത് കേരളത്തിൽ നടത്തിയ മാധ്യമപ്രചരണവും ഗോട്ടിമാലയിൽ സി.ഐ.എ നേരിട്ട് നടത്തിയ അട്ടിമറിയും തമ്മിലുള്ള ബന്ധം നേരത്തെ തന്നെ പുറത്തുവന്നിട്ടുണ്ട്. ഇന്ന് ലോകത്ത് ഉൽപ്പാദിപ്പിക്കുന്ന വാർത്തകളിൽ 80 ശതമാനവും ആഗോള മാധ്യമ ഭീമന്മാർ സൃഷ്ടിക്കുന്നതാണ് എന്നതാണ് വസ്തുത. അതുകൊണ്ടാണ് ഇറാഖിലെ അമേരിക്കൻ അധിനിവേശത്തിനെതിരായി പൊരുതുന്ന സ്വാതന്ത്ര്യപോരാളികളെ ഭീകരവാദികളായി ചിത്രീകരിക്കുകയും അമേരിക്കൻ പട്ടാളക്കാർ ജനാധിപത്യവാദികളായി മാറുകയും ചെയ്യുന്ന സ്ഥിതിവിശേഷം വാർത്തകളിൽ നിറഞ്ഞുനിൽക്കുന്നത്.

കമ്യൂണിസ്റ്റ്-ഇടതുപക്ഷ വിരുദ്ധ ആശയങ്ങളുടെ പശ്ചാത്തലത്തിൽ സാമ്രാജ്യത്വ അജണ്ടയിലെ സാമ്പത്തിക-സൈനിക നിലപാടുകളെ ഇത്ര പച്ചയായി തുറന്ന് അനുകൂലിക്കുകയും സാമ്രാജ്യത്വവിരുദ്ധ ശക്തികളെയും അതിനിവേശത്തിനെതിരായി നിലകൊള്ളുന്ന വിവിധ സാമൂഹ്യ ഘടകങ്ങളെയും നിശിതമായ വിമർശനത്തിന്, പ്രകോപനപരമായ കടന്നാക്രമത്തിനു വിധേയപ്പെടുത്തുകയും ചെയ്യുന്ന കേരളത്തിലുള്ളതുപോലുള്ള മാധ്യമവ്രതം ലോകത്തുതന്നെ അപൂർവ്വമാണ്. ഇത്ര

ത്തോളം താഴെതലം വരെ കണ്ണിചേർക്കപ്പെട്ട ശൃംഖല തീർത്ത ഒരു ആശയതല അധിനിവേശത്തിന്റെ അജണ്ട വിശ്വസ്തതയോടെ നടപ്പിലാക്കുന്ന ഭൂതലം ഇന്ത്യയിൽ ഒരു സംസ്ഥാനത്തിലും ഇല്ല. ബംഗാളിലാണ് ഈ ശ്രമം ശക്തിപ്പെടുത്താൻ ശ്രമിക്കുന്ന മറ്റൊരു കേന്ദ്രം.

കേരളത്തിന്റെ ഏറ്റവും പ്രധാനപ്പെട്ട സവിശേഷത വിദ്യാഭ്യാസ–ആരോഗ്യരംഗത്ത് നാം കൈവരിച്ച നേട്ടമാണ്. അതോടൊപ്പംതന്നെ പ്രധാനമാണ് ജനാധിപത്യപരമായി ചിന്തിക്കുന്ന ഇടതുപക്ഷ മനസ്സും. നവോത്ഥാന പ്രസ്ഥാനങ്ങളുടെ ഇടപെടലിലൂടെ ഉഴുതുമറിക്കപ്പെട്ട കേരളത്തിൽ വർഗ അവബോധത്തോടുകൂടിയുള്ള കമ്യൂണിസ്റ്റ് പാർട്ടിയുടെ ഇടപെടലാണ് ഇത്തരമൊരു സ്ഥിതിവിശേഷം ഇവിടെ സൃഷ്ടിച്ചത്. അതുകൊണ്ടുതന്നെ കേരളത്തിൽ ഒരു ഇടതുപക്ഷ മനസ്സ് രൂപപ്പെട്ടുവന്നിട്ടുണ്ട്. അതിനാൽ വലതുപക്ഷത്തു നിന്നുകൊണ്ട് കമ്യൂണിസ്റ്റ് പാർട്ടിക്കെതിരായി നടത്തുന്ന വിമർശനങ്ങൾ ജനങ്ങൾ ഉൾക്കൊണ്ടു എന്നുവരില്ല. അതുകൊണ്ടാണ് ഏറ്റവും പിന്തിരിപ്പന്മാരായ വലതുപക്ഷ മാധ്യമങ്ങൾ പോലും കമ്യൂണിസ്റ്റ് പാർട്ടിയിൽ വിപ്ലവം പോരാ എന്ന പ്രചാരവേല നടത്തുന്നത്. ജമാഅത്തെ ഇസ്ലാമിയുടെ മാധ്യമത്തിനുമുണ്ട് ഇതേ പരാതി എന്നതാണ് രസകരമായ മറ്റൊരു വസ്തുത. രാഷ്ട്രീയപ്രശ്നങ്ങൾ ചർച്ച ചെയ്യുമ്പോൾ വലതുപക്ഷ രാഷ്ട്രീയക്കാരേക്കാൾ കൂടുതൽ പ്രാധാന്യം ഇടതുപക്ഷ തീവ്രവാദ നിലപാടുകൾ സ്വീകരിക്കുന്നവരും ജനപിന്തുണ ഇല്ലാത്തതുമായ വിപ്ലവ വായാടികൾക്ക് ചർച്ചകളിൽ ഇടവും സമയവും അനുവദിച്ചുകൊടുക്കുന്നത്.

ഇന്ത്യയിൽ ബി ജെ പിയുടെ നേതൃത്വത്തിലുള്ള എൻ ഡി എയും കോൺഗ്രസ്സിന്റെ നേതൃത്വത്തിലുള്ള യു പി എയും നടപ്പിലാക്കാൻ ശ്രമിച്ച ആഗോള സാമ്പത്തിക, സൈനിക നിലപാടുകളെ കലവറയില്ലാതെ അനുകൂലിച്ച് ആശയങ്ങൾ രൂപപ്പെടുത്തുന്നതിൽ വൻമുന്നേറ്റം നേടിയ മാധ്യമ ശൃംഖലയുള്ള സംസ്ഥാനമാണ് കേരളം.

ഈ കടമ നിർവ്വഹിക്കുമ്പോൾ മാധ്യമങ്ങളുടെ ശത്രുതാപരമായ എതിർപ്പിന് വിധേയമായത് ആരായിരിക്കുമെന്ന് പ്രത്യേകം വിശദീകരിക്കേണ്ടതില്ല. കേരളത്തിലെ കമ്യൂണിസ്റ്റ് പ്രസ്ഥാനവും ഇടതു ശക്തികളുമാണ് കടന്നാക്രമണത്തിന്റെ കേന്ദ്ര ബിന്ദു.

കേരളത്തിലെ ദൃശ്യ മാധ്യമ സംവിധാനങ്ങളുടെ പൂർണ്ണമായ പിന്തുണയോടെ ബൂർഷ്വാ രാഷ്ട്രീയ ശക്തികൾ സാമ്രാജ്യത്വ അജണ്ട നടപ്പിലാക്കാനുള്ള ശ്രമമാണ് നടത്തിയത്. ഉദാരവൽക്കരണ, സ്വകാര്യവൽക്കരണ കമ്പോള സമ്പദ്‌വ്യവസ്ഥയുടെ സാമ്രാജ്യത്വ അജണ്ടയോടൊപ്പമായിരുന്നു മാധ്യമങ്ങൾ പൊതുവിൽ. ആഗോളവൽക്കരണ അജണ്ടകളെ എതിർക്കുന്നവർ രാജ്യദ്രോഹികളും പുരോഗമന വിരുദ്ധരുമായി ചിത്രീകരിക്കുന്ന അധിനിവേശത്തിന്റെ ആശയനിലപാട് കൈകാര്യം ചെയ്യുകയായിരുന്നു ഈ മാധ്യമങ്ങൾ.

മൂലധന നിക്ഷേപത്തിന് സാമാന്യമായി നിർവ്വഹിക്കാനുള്ള ചുമ

തല മിച്ചമൂല്യ ഉൽപ്പാദനം തന്നെയാണ്. മാധ്യമ മൂലധനത്തിന്റെയും പ്രാഥമികമായ ധർമ്മം അതുതന്നെയാണ് എന്നുകാണാം. എന്നാൽ മുതലാളിത്ത സമൂഹത്തിൽ മൂലധന നിക്ഷേപത്തിലൂടെ മിച്ചമൂല്യം ഉൽപ്പാദിപ്പിക്കുന്നവർ തന്നെ മിച്ചമൂല്യം പങ്ക് വെക്കുന്ന വർഗ്ഗത്തിന്റെ താൽപ്പര്യം സംരക്ഷിക്കുന്ന ചരിത്രപരമായ ദൗത്യംകൂടി മാധ്യമ മൂലധന നിക്ഷേപത്തിന്റെ ഉന്നമായി മാറുന്നു. അതായത് മിച്ചമൂല്യം പങ്ക് വെക്കുന്ന ബൂർഷ്വാസിയെയും, അതിന്റെ സമ്പദ്‌വ്യവസ്ഥയെയും നിലനിർത്താനും, ശക്തിപ്പെടുത്താനും ശ്രമിക്കുന്നു. അതിനുതകുന്ന ആശയങ്ങൾ ഉൽപ്പാദിപ്പിക്കുകയും പ്രചരിപ്പിക്കുകയും ചെയ്യുന്നു.

വാർത്ത പ്രചരിപ്പിക്കുകയല്ല മറിച്ച്, വാർത്താ ഉൽപ്പാദനമാണ് മുതലാളിത്ത വാർത്താ മാധ്യമങ്ങളുടെ ഉള്ളടക്കത്തിന്റെ സവിശേഷത. ഇത് കൂടുതൽ കൂടുതൽ വ്യക്തമായ ഒരു പ്രക്രിയയാണ് തിരഞ്ഞെടുപ്പ് ഘട്ടത്തിൽ കേരളത്തിൽ നാം കണ്ടത്. ഒരു പാർലമെന്റ് തിരഞ്ഞെടുപ്പായിട്ടുപോലും രാജ്യത്തെ ബാധിക്കുന്ന ഗുരുതരമായ സാമ്പത്തിക-രാഷ്ട്രീയ പ്രശ്നങ്ങൾ ഇവർ ചർച്ചയ്ക്കെടുത്തില്ല. ഗോസിപ്പുകളുടെയും അപവാദപ്രചരണങ്ങളുടെയും കൂത്തരങ്ങായി മാധ്യമങ്ങൾ ഈ കാലത്ത് മാറി.

മുതലാളിത്ത സാമ്പത്തിക വികസന പാത പിന്തുടരുന്നതും കുത്തക മുതലാളിത്തത്തിന്റെ നേതൃത്വത്തിൽ ഭൂപ്രഭുത്വവുമായി സന്ധി ചെയ്ത സാമ്രാജ്യത്വ ശക്തികളുമായി അടിക്കടി ബന്ധപ്പെട്ടുകൊണ്ടുള്ള ഭരണകൂടത്തിന്റെ വാഴ്ചയാണ് ഇന്ത്യയിൽ നിലനിൽക്കുന്നത്. സാമ്രാജ്യത്വ, സാമ്പത്തിക ശക്തികൾക്കും അതിന്റെ ആശയത്തിനും മുൻകൈയുള്ള ലോകത്ത് മുതലാളിത്ത ആശയത്തെ തൊഴിലാളി വർഗത്തിന്റെ നിലവിലുള്ള ആശയ സംവിധാനങ്ങൾ കൊണ്ടുമാത്രം പ്രതിരോധിക്കാനാവില്ല എന്ന അനുഭവപാഠമാണ് കേരളം മനസ്സിലാക്കിയത്.

മൂലധന ശേഷിയിൽ കഴിവുള്ള മാനേജ്മെന്റ് സംവിധാനത്തിലും പ്രൊഫഷണലിസത്തിലും പ്രചരണത്തിലും എല്ലാതലങ്ങളിലുള്ള മികവുംകൊണ്ട് ശ്രദ്ധേയമായ മുതലാളിത്തസ്ഥാപനങ്ങളോട് തൊഴിലാളിവർഗത്തിന്റെ കൈയിലുള്ള പരിമിതമായ വിഭവങ്ങൾ അടിസ്ഥാനപ്പെടുത്തിയിറക്കുന്ന പത്രങ്ങൾക്കോ, പ്രചാരണ സാമഗ്രികൾക്കോ പകരം നിൽക്കാനാവില്ല. ആ അർത്ഥത്തിൽ മഹാപ്രവാഹമായി മുതലാളിത്ത ആശയങ്ങൾ കേരളീയ ജനസംസ്കൃതിയിൽ ആകെ വിന്യസിപ്പിക്കുമ്പോൾ അതേ നാണയത്തിൽ മറുപടി അതുവഴി നൽകാനുള്ള ഇടതുപക്ഷ മാധ്യമ സ്വാധീനം തുലോം കുറവാണ്.

ആശയതലം സൃഷ്ടിക്കുക മാത്രമല്ല അവരുടെ ആശയത്തിന് അനുയോജ്യമായ ഘടനകളെയും രൂപീകരിക്കുന്നതിനുള്ള പദ്ധതികളും ശക്തമായി നടക്കുന്നുണ്ട്. കേരളത്തിന്റെ പ്രധാനപ്പെട്ട സവിശേഷത എല്ലാവരും വിദ്യാഭ്യാസം ചെയ്യുന്നു എന്നതാണ്. വിദ്യാഭ്യാസ മേഖല സ്പർശിക്കാതെ ഒരു വിഭാഗവും കടന്നുപോകുന്നില്ല. എന്നാൽ നമ്മുടെ നാട്ടിൽ ഇപ്പോൾ നടന്നുകൊണ്ടിരിക്കുന്ന സുപ്രധാനമായ പ്രവണത വിദ്യാലയ

ങ്ങളിൽനിന്ന് രാഷ്ട്രീയപ്രവർത്തനവും സാമൂഹ്യപ്രവർത്തനവും ഇല്ലാതാകുന്നു എന്നതാണ്. ഇതിലൂടെ വിദ്യാർത്ഥികളുടെ സാമൂഹ്യബോധവും രാഷ്ട്രീയബോധവും താഴ്ന്ന നിലവാരത്തിലുള്ളതായി മാറുന്നു. അതിലൂടെ പുതിയ തലമുറയിൽ അരാഷ്ട്രീയവാദം ശക്തിപ്രാപിക്കുന്നു. മാത്രമല്ല, കമ്പോളത്തിന്റെ നീതികൾ മാത്രം അവർ ഉൾക്കൊള്ളുകയും ചെയ്യുന്നു. ഇത്തരത്തിൽ രൂപപ്പെടുന്ന ഒരു വ്യക്തിയുടെ മനസ്സിൽ ലോകത്തെക്കുറിച്ചുള്ള അറിവ് മാധ്യമങ്ങൾ നൽകുന്നതു മാത്രമായി തീരാനുള്ള സാധ്യത ഏറെയാണ്. പുതിയ തലമുറയുടെ രാഷ്ട്രീയമായ വഴിതെറ്റലിന് ഇത്തരമൊരു ഘടന സഹായിക്കുന്നുണ്ട് എന്ന് നാം കാണണം. 1980 കളുടെ മധ്യത്തോടെയാണ് അൺഎയ്ഡഡ് വിദ്യാർത്ഥി പൗരനായി മാറുന്ന സാഹചര്യം ഇപ്പോൾ വന്നു കഴിഞ്ഞിട്ടുണ്ട്. ഈ വിഭാഗം കേരളത്തിന്റെ രാഷ്ട്രീയ മനസ്സിനെ സ്വാധീനിക്കാൻ തുടങ്ങുന്നു എന്നതാണ് അടുത്തകാലത്തെ തിരഞ്ഞെടുപ്പ് വിധികൾ സൂചിപ്പിക്കുന്ന ഒരു സുപ്രധാനമായ കാര്യം.

തൊഴിലാളിവർഗ്ഗം സാമ്രാജ്യത്വ അധിനിവേശത്തെ അഭിമുഖീകരിച്ചത് കേരളത്തിന്റെ ഇടതുപക്ഷ ആഭിമുഖ്യമുള്ള ജനതയുടെ താൽപ്പര്യങ്ങൾ സംരക്ഷിക്കുന്നതും ഭൂരിപക്ഷം വരുന്ന കേരളീയരെ ഇടതുപക്ഷ മുഖ്യധാരയിൽ നിലനിർത്താൻ സാധിക്കുന്നതും എങ്ങനെയെന്ന് അന്വേഷിക്കുമ്പോഴാണ് ഒരുകാര്യം വ്യക്തമാവുക. ആശയത്തെ ആശയം കൊണ്ട് മാത്രം എതിർത്ത് നിന്നുകൊണ്ടല്ല മറിച്ച് ശരിയായ ആശയതലം കൈകാര്യം ചെയ്യുമ്പോൾ തന്നെ പ്രായോഗിക ജീവിതത്തിന്റെ പ്രശ്നങ്ങളെ ശരിയായ ദിശാബോധം നൽകി നിലപാടുകൾ എടുത്തുകൊണ്ടും പ്രായോഗികമായി അവരെ അതിന് പ്രാപ്തമാക്കുന്ന പ്രവർത്തനങ്ങളിൽ അണിനിരത്തിക്കൊണ്ടും, എൽ ഡി എഫ് ഗവൺമെന്റ് നടപ്പിലാക്കുന്ന ജനോപകാരപ്രദമായ നിയമങ്ങളും, നടപടികളും ജനങ്ങൾക്ക് അനുഭവവേദ്യമാക്കിക്കൊണ്ടും, നിതാന്ത ജാഗ്രതയോടെയുള്ളതും, സൂക്ഷ്മതയോടെയുള്ളതുമായ നാനാതരത്തിലുള്ള പ്രവർത്തനങ്ങൾ സംഘടിപ്പിച്ചുകൊണ്ടുമാണ് ഇതിനെ മറികടന്നിട്ടുള്ളത്. ആശയങ്ങളും, പ്രക്രിയകളും ചേർത്ത് ശരിയായ വ്യക്തമായ നിലപാടുകളിലൂടെയാണ് കേരളത്തിലെ തൊഴിലാളി വർഗവും മറ്റ് ബഹുജനങ്ങളും മുന്നേറിയിട്ടുള്ളത്.

മാധ്യമങ്ങളുടെ ഇത്തരത്തിലുള്ള ഇടപെടലുകളുണ്ടായിട്ടും അതിന് അനുയോജ്യമായ ഘടനകൾ ശക്തി പ്രാപിച്ചുവന്നിട്ടും ജനങ്ങൾ ഇടതുപക്ഷത്തെ കൈയൊഴിയാതിരിക്കുന്നതിന്റെ കാരണവും നാം മനസ്സിലാക്കേണ്ടതുണ്ട്. മുഖ്യധാരാ മാധ്യമങ്ങളുടെ പ്രചരണം ജനങ്ങളെ സ്വാധീനിക്കുമെന്നതിൽ തർക്കമില്ല. എന്നാൽ അവർ വരയ്ക്കുന്ന വരയിൽ ജനം ഒതുങ്ങിക്കൊള്ളും എന്നു കരുതുന്നത് മൂഢമായ വിശ്വാസമാണ്. തൊഴിലാളി വർഗത്തിനും മറ്റ് ജനവിഭാഗങ്ങൾക്കും ഈ അധിനിവേശത്തെ എതിർക്കാനും, മറികടക്കാനും, കേരളത്തെ സാമ്രാജ്യത്വ അധി

നിവേശത്തിന്റെ അജണ്ടയ്ക്ക് വെളിയിലേക്ക് നയിക്കാനും സാധിക്കും. അതിനായി ജനകീയ പ്രശ്നങ്ങളെ ഏറ്റെടുത്തുകൊണ്ടുള്ള പോരാട്ടങ്ങൾ ഇവിടെ വളർന്നുവരണം. അതിന്റെ പശ്ചാത്തലത്തിൽ നിന്നുകൊണ്ട് മാധ്യമങ്ങളുടെ ഇടപെടലുകളെ തുറന്നുകാട്ടാനും കഴിയണം. അനുഭവങ്ങളിലൂടെ ജനതയെ രാഷ്ട്രീയവൽക്കരിക്കുന്ന സമീപനമാണ് ഇവിടെ പ്രധാനമായിട്ടുള്ളത്. അതിനുള്ള സാന്നിധ്യമായി കൂടുതൽ ജനങ്ങളിലേക്ക് ഇറങ്ങിച്ചെല്ലുക എന്നതാണ് മർമ്മപ്രധാനം. അതിന് കോട്ടം തട്ടുമ്പോഴാണ് തെറ്റായ പ്രചാരവേലകൾ സ്വാധീനിക്കാൻ ഇടയാക്കുന്നത് എന്നും കാണണം. ശരിയായ ആശയവും തുടർച്ചയായ പ്രക്രിയയും ചേർന്നുള്ള പ്രതിരോധമാണ് വർത്തമാനകാലം ആവശ്യപ്പെടുന്നത്.

ഭരണഘടനയെ അംഗീകരിക്കാത്ത ആർ എസ് എസും പൗരത്വഭേദഗതി നിയമവും

നമ്മുടെ ഭരണഘടനയെയും ജനാധിപത്യത്തെയും മതനിരപേക്ഷതയേയും അംഗീകരിക്കാത്ത സംഘടനയാണ് ആർ എസ് എസ്. അവരുടെ സർ സംഘചാലക് പറയുന്നതിനപ്പുറത്തേക്ക് പ്രവർത്തിക്കാൻ ബി ജെ പി അടക്കമുള്ള സംഘപരിവാർ പ്രസ്ഥാനങ്ങൾക്ക് സ്വാതന്ത്ര്യമില്ല. അതിനാൽ പൗരത്വഭേദഗതി നിയമം പോലുള്ളവ നടപ്പിലാക്കി ഭരണഘടനയെ നിഷേധിക്കുവാനും അപ്രസക്തമാക്കാനുമുള്ള തീരുമാനം ആർ എസ് എസ് മുന്നോട്ടുവെച്ചാൽ ബി ജെ പി സർക്കാരിന് അത് നടപ്പിലാക്കിയേ മതിയാവുകയുള്ളു. ആർ എസ് എസ് പ്രചാരകൻമാരെ രാജ്യത്തിന്റെ പ്രധാനമന്ത്രി സ്ഥാനത്തേക്ക് നിയോഗിക്കുന്നത് ആർ എസ് എസ് അജണ്ടകൾ ഭരണകൂടത്തെ ഉപയോഗിച്ച് നടപ്പിലാക്കുവാൻ വേണ്ടിയാണ്.

രാജ്യത്ത് നിലവിലുള്ള ജനാധിപത്യ മൂല്യങ്ങൾ വലിച്ചെറിഞ്ഞ് ഒരു ഏകാധിപത്യ ഭരണകൂടമുണ്ടാക്കണമെന്നുള്ളതാണ് ആർ എസ് എസ് നിലപാട്. 1940 ൽ മദ്രാസിൽ വെച്ച് സംഘടിപ്പിച്ച ആർ എസ് എസിന്റെ ഉന്നതാധികാര സമിതിയെ അഭിസംബോധന ചെയ്ത് എം എസ് ഗോൾവാക്കർ പറഞ്ഞത്: "ആർ എസ് എസിനാൽ പ്രചോദിതമായ ഒരു പതാക, ഒരു നേതാവ്, ഒരു ആദർശം എന്ന ഹിന്ദുത്വയുടെ തീനാളം മഹത്വമേറിയ ഈ രാജ്യത്തിന്റെ ഓരോ കോണുകളെയും പ്രകാശമാനമാക്കുന്നു.." എന്നാണ്. ഒരു പതാക, ഒരു നേതാവ്, ഒരു ആദർശം എന്ന മുദ്രാവാക്യം നാസി, ഫാസിസ്റ്റ് സംഘടനകളിൽ നിന്നാണ് ആർ എസ് എസ് കടംകൊണ്ടിട്ടുള്ളത്. അവിടെ ജനാധിപത്യമില്ല. ആ ലക്ഷ്യത്തിന് വേണ്ടി ഭരണകൂടത്തെ ഉപയോഗിക്കുകയാണ് ആർ എസ് എസ്. നാനാത്വത്തിൽ ഏകത്വമെന്ന സങ്കൽപ്പം ആർ എസ് എസ് നിരാകരി

ക്കുന്നു. അവർ ഭരണഘടന അനുശാസിക്കുന്ന ഫെഡറൽ സംവിധാനങ്ങളെ മുഖവിലക്കെടുക്കുന്നില്ല. 1961 ൽ ചേർന്ന ദേശീയോദ്ഗ്രഥന സമ്മേളനത്തിൽ പങ്കെടുക്കാൻ സാധിക്കാത്ത ഗോൾവാക്കർ ആ സമ്മേളനത്തിൽ വായിക്കാനായി ഒരു കത്ത് എഴുതി: “ഇന്നത്തെ ഫെഡറൽ സമ്പ്രദായത്തിലുള്ള ഭരണകൂടം വിഘടനവാദത്തിനായുള്ള താൽപ്പര്യമാണ് ജനിപ്പിക്കുന്നത്. വികേന്ദ്രീകരണത്തെ പരിപോഷിപ്പിക്കുന്ന ഫെഡറലിസം ഏക രാഷ്ട്രം എന്ന വസ്തുതയെ അംഗീകരിക്കാൻ വിസമ്മതിക്കുന്നു. അത് രാഷ്ട്രത്തിന്റെ തകർച്ചയ്ക്ക് വഴിവെക്കുന്നു. ഫെഡറലിസത്തെ കടപുഴക്കിയെറിഞ്ഞ് ഭരണഘടനയെ ശുദ്ധീകരിച്ച് ഏകതാനതാ സ്വഭാവമുള്ള ഒരു ഭരണകൂടം സ്ഥാപിക്കണം...” ഗോൾവാക്കറിന്റെ ഈ വാദമാണ് ഇന്ന് രാജ്യത്ത് നടപ്പിലാക്കുന്നത്. പൗരത്വഭേദഗതി നിയമം ഒരു സൂചന മാത്രമാണ്.

ആർ എസ് എസ് സംഘപരിവാരം ഗുരുജി ഗോൾവാക്കർ എന്നാണ് എം എസ് ഗോൾവാക്കറെന്ന സർ സംഘചാലകിനെ വിശേഷിപ്പിക്കാറ്. കാരണം ഗോൾവാക്കർ എഴുതിയ ഗ്രന്ഥങ്ങളിലെ തത്വങ്ങളാണ് അവർ ഇന്നും പിൻപറ്റുന്നത്. ഗോൾവാക്കറുടെ ഫോട്ടോ ആർ എസ് എസിന്റെ ശാഖകളിൽ സ്ഥാപിച്ച് പൂജിക്കുന്നതിനൊപ്പം, അയാൾ എഴുതിയ *വിചാരധാര, നാം അഥവാ നമ്മുടെ ദേശീയത നിർവചിക്കപ്പെടുന്നു* എന്നീ പുസ്തകങ്ങൾ പ്രാമാണിക ഗ്രന്ഥങ്ങളായും കാണുന്നു. *വിചാരധാര*യിൽ മൂന്ന് ശത്രുക്കളെ ഗോൾവാക്കർ ചൂണ്ടിക്കാട്ടുന്നുണ്ട്. മുസ്ലീങ്ങൾ, ക്രിസ്ത്യാനികൾ, കമ്യൂണിസ്റ്റുകാർ എന്നിങ്ങനെ മൂന്ന് വിഭാഗങ്ങളെ ഉന്മൂലനം ചെയ്യണമെന്നാണ് ഗോൾവാക്കർ ആഹ്വാനം ചെയ്യുന്നത്. ഇതിൽ ഒന്നാം നമ്പർ ശത്രുക്കളായ മുസ്ലീങ്ങളെ ഉന്മൂലനം ചെയ്യാൻ പല ഘട്ടങ്ങളിൽ ആർ എസ് എസ് ശ്രമിച്ചിട്ടുണ്ട്. രാജ്യം സ്വതന്ത്രമാവുന്നതിന് മുൻപ് തന്നെ തുടങ്ങിയ വർഗീയ കലാപങ്ങളിൽ ഒരു പക്ഷത്ത് ആർ എസ് എസ് നിലയുറപ്പിച്ചിരുന്നു. സ്വാതന്ത്ര്യാനന്തരം നടന്ന കലാപങ്ങളിലും സ്ഥിതി വ്യത്യസ്തമല്ല.

ശത്രുക്കളെ ഉൻമൂലനം ചെയ്യുക എന്ന ലക്ഷ്യത്തോടെ പുതിയ പരീക്ഷണങ്ങളിലും ആർ എസ് എസ് ഏർപ്പെട്ടിട്ടുണ്ട്. പാർലമെന്ററി വ്യവസ്ഥ വഴി അധികാരത്തിലെത്തിയാൽ എങ്ങനെ ശത്രുഹത്യ നടത്താം എന്നതിന്റെ ഉദാഹരണമാണ് ഗുജറാത്ത് വംശഹത്യ. ഇപ്പോഴത്തെ പ്രധാനമന്ത്രി, ആർ എസ് എസ് പ്രചാരകനായ നരേന്ദ്രമോദി, ഗുജറാത്ത് മുഖ്യമന്ത്രിയായിരിക്കുമ്പോഴാണ് അവിടെ വംശഹത്യ നടപ്പിലാക്കിയത്. അത് ഭരണകൂട ഉപകരണങ്ങളെ ഉപയോഗിച്ചുകൊണ്ടുള്ള കിരാതത്വം ആയിരുന്നു. തുടർന്ന് മോദിക്ക് വിദേശ രാഷ്ട്രങ്ങൾ പലതും വിസ നിഷേധിച്ചു. ഗൂഗിൾ തെരച്ചിലുകളിൽ കൊടിയ ഭീകരനായി മോദിയെ കാണാനായി. ആ പ്രതിച്ഛായയിൽനിന്നും മോദിയെ കരകയറ്റിയത് കോർപ്പറേറ്റുകളുടെ സഹായത്തോടെ നടപ്പിലാക്കിയ ക്യാമ്പെയിനാണ്. കോടികളാണ് അതിനായി ചെലവഴിച്ചത്. സോഷ്യൽമീഡിയ

യേയും മറ്റ് മാധ്യമങ്ങളെയും ഉപയോഗിച്ച് നടത്തിയ പ്രചണ്ഡപ്രചാരണങ്ങളിലൂടെ മോദി വികസന നായകനായി മാറ്റപ്പെട്ടു. മുഖ്യമന്ത്രി പദത്തിലിരുന്ന് നടത്തിയ വംശഹത്യകളും കിരാതത്വങ്ങളും സൗകര്യപൂർവ്വം പിറകിലൊളിപ്പിച്ചു.

ഇപ്പോൾ മോദി സർക്കാർ രാജ്യത്ത് നടപ്പിലാക്കാൻ ശ്രമിക്കുന്ന പൗരത്വ ഭേദഗതി നിയമം ഗുജറാത്തിൽ ആർ എസ് എസ് നേതൃത്വത്തിൽ നടപ്പിലാക്കിയ വംശഹത്യയുടെ മറ്റൊരു മുഖമാണ്. ഗുജറാത്ത് മോഡലിൽ പ്രധാനമന്ത്രിയുടെ നേതൃത്വത്തിൽ വംശഹത്യ നടത്തുന്നതിന് പകരം രാജ്യത്തെ മുസ്ലീങ്ങളെ പാലായനത്തിന് നിർബന്ധിതരാക്കുന്ന ഒരു നിയമം അടിച്ചേൽപ്പിക്കുകയാണ്. ഇന്ത്യയിലേക്ക് വരുന്ന അഭയാർത്ഥികൾക്ക് പൗരത്വം നൽകുന്ന കാര്യം രാജ്യം പലപ്പോഴും ചർച്ച ചെയ്തിട്ടുണ്ട്. പക്ഷേ, അതൊന്നും മതത്തിന്റെ അടിസ്ഥാനത്തിലുള്ള ചർച്ചയായിരുന്നില്ല. ചരിത്രപരവും സാമ്പത്തികവും സാമൂഹ്യവും സാംസ്കാരികവുമായ ഘടകങ്ങളായിരുന്നു അന്നൊക്കെ ചർച്ചചെയ്തിരുന്നത്. അഭയാർത്ഥികളെ കുറിച്ചായിരുന്നു ചർച്ചകൾ. ഇപ്പോൾ ആർ എസ് എസ് നിയന്ത്രിക്കുന്ന ഭരണകൂടം പറയുന്നത് മതപരമായ വിവേചനം നേരിടുന്നവർക്ക് രാജ്യം അത്താണിയാവണമെന്നാണ്.

ഇന്ത്യയുടെ അയൽരാജ്യങ്ങളെയെല്ലാം പരിഗണിക്കാതെ പാകിസ്ഥാൻ, ബംഗ്ലാദേശ്, അഫ്ഗാനിസ്ഥാൻ എന്നീ മൂന്ന് രാജ്യങ്ങളിലെ മുസ്ലീങ്ങളൊഴികെയുള്ള, മതപരമായ പീഢനം നേരിടുന്ന ആറ് ന്യൂനപക്ഷ വിഭാഗങ്ങൾക്ക് ഇന്ത്യൻ പൗരത്വം നൽകാനാണ് നിയമത്തിൽ വ്യവസ്ഥ ചെയ്യുന്നത്. അഭയാർത്ഥികളെന്നല്ല, മതപരമായ വിവേചനം നേരിടുന്നവർ എന്നാണ് വ്യക്തമായി നിയമത്തിൽ നിർവചിച്ചിട്ടുള്ളത്. അഭയാർഥി എന്ന നിർവചനത്തിന് ജനീവ കൺവെൻഷന്റെ പശ്ചാത്തലത്തിൽ അന്താരാഷ്ട്രതലത്തിൽതന്നെ അംഗീകാരമുണ്ട്. അതൊരു രാഷ്ട്രീയപദവി എന്ന നിലയിൽ തന്നെയാണ് പരിഗണിച്ച് പോരുന്നത്. മതപരവും രാഷ്ട്രീയവും ഭാഷാപരവും വംശീയവുമായ പീഢനം നേരിടുന്നവർക്ക് സംരക്ഷണം കൊടുക്കാൻ സർക്കാരുകളെ ബാധ്യസ്ഥമാക്കുന്ന ജനീവ കൺവെൻഷനിൽ ഇന്ത്യ ഒപ്പുവെച്ചിട്ടില്ല. അപ്പോൾ കേന്ദ്രത്തിന്റെ താൽപ്പര്യം പീഢിതരെ സംരക്ഷിക്കുക എന്ന വിശാലാർത്ഥത്തിലുള്ളതല്ല. മോദി സർക്കാർ നടപ്പിലാക്കിയ നിയമഭേദഗതി മൂന്ന് വിദേശരാജ്യങ്ങളിൽ മാത്രമുള്ള മതവിവേചനം നേരിടുന്നവർക്ക് സംരക്ഷണം നൽകുന്നതിനെക്കുറിച്ചാണ് പറയുന്നത്. ഈ രാജ്യങ്ങളിൽ പലതരം വിവേചനങ്ങൾക്ക് മറ്റ് പലരും വിധേയരാവുന്നുണ്ട്. അവരെ നിയമം പരിഗണിക്കുന്നില്ല. ഈ രാജ്യങ്ങൾ കൂടാതുള്ള അയൽ രാജ്യങ്ങളിൽ മതപരമായ വിവേചനം നേരിടുന്നവർക്ക് നിയമം ഒരു പരിരക്ഷയും നൽകുന്നില്ല. മതവിവേചനം നിർണയിക്കുന്നതിന്റെ മാനദണ്ഡങ്ങൾ എന്തെല്ലാമെന്ന് നിയമത്തിൽ വ്യവസ്ഥ ചെയ്യുന്നുമില്ല.

ഇന്ത്യയുടെ അയൽരാജ്യമായ ശ്രീലങ്കയിൽനിന്നും അഭയാർത്ഥി

കളായെത്തിയ തമിഴ് വംശജർ, മ്യാൻമറിൽ നിന്നുള്ള റോഹിൻഗ്യൻ അഭയാർത്ഥികൾ, ഭൂട്ടാനിൽ നിന്നുള്ള അഭയാർത്ഥികൾ എന്നിവരെയൊന്നും പൗരത്വ ഭേദഗതി നിയമത്തിന്റെ പരിധിയിലേക്ക് കൊണ്ടുവന്നിട്ടില്ല. കേന്ദ്രസർക്കാർ പറയുന്നത് ഔദ്യോഗിക മതമുള്ള രാജ്യങ്ങളെ മാത്രമേ പരിഗണിച്ചുള്ളു എന്നാണ്. എങ്കിൽ, ഭൂട്ടാനെ പരിഗണിക്കേണ്ടതാണ്. വജ്രയാന ബുദ്ധമതം ഔദ്യോഗിക മതമായ അവിടുത്തെ ന്യൂനപക്ഷം ക്രിസ്ത്യൻ വിഭാഗത്തിലുള്ളവരാണ്. പാകിസ്ഥാനിലെ ന്യൂനപക്ഷമായ ഹിന്ദു വിഭാഗത്തിലുള്ളവരേക്കാൾ ദുരിതമനുഭവിക്കുന്നവരാണ് ഇസ്ലാമായിപോലും കണക്കാക്കാത്ത അഹമ്മദീയരേയും ഷിയാകളേയും പരിഗണിക്കാനും സംഘിഭരണകൂടം തയ്യാറാവുന്നില്ല. ഇതിൽ നിന്നും മനസ്സിലാക്കാനാവുന്നത് വിവേചനവും പീഡനവും നേരിടുന്നവരെ സംരക്ഷിക്കുവാനുള്ള നിയമമല്ല ഇതെന്നാണ്. ആർ എസ് എസിന്റെ അജണ്ടയാണ് ഇതിലൂടെ നടപ്പിലാക്കപ്പെടുന്നത്.

ഹിറ്റ്ലറിന്റെ ഫാസിസത്തെ മാതൃകയാക്കുന്ന ആർ എസ് എസ് അതിന്റെ വകഭേദമാണ് പൗരത്വ ഭേദഗതി നിയമത്തിലൂടെ അടിച്ചേൽപ്പിക്കുന്നത്. ഹിറ്റ്ലറുടെ മുഖമുദ്രയായ ഏകാധിപത്യത്തെ പിന്തുടരാനാണ് മോദി സർക്കാർ ശ്രമിക്കുന്നത്. മറ്റുള്ളവരുടെ വികാരങ്ങളെയും അഭിപ്രായങ്ങളെയും അവർ മാനിക്കുന്നതേയില്ല. ഗുജറാത്തിൽ നടപ്പിലാക്കിയ ന്യൂനപക്ഷ വംശഹത്യയിലൂടെ സാക്ഷാൽക്കരിച്ചതും ഇപ്പോൾ പൗരത്വബില്ലിലൂടെ അടിച്ചേൽപ്പിക്കുന്നതും ഫാസിസ്റ്റ് രീതിശാസ്ത്രമാണ്. ആർ എസ് എസ് 1938 ൽ പ്രസിദ്ധീകരിച്ച *നാം അഥവാ നമ്മുടെ ദേശീയത നിർവചിക്കപ്പെടുന്നു* (we or our nationhood defined) എന്ന പുസ്തകം രചിച്ചത് അക്കാലത്തെ സർസംഘചാലക് ആയിരുന്ന എം എസ് ഗോൾവാക്കർ ആണ്. ഈ പുസ്തകത്തിൽ: ‘ജർമ്മൻ വംശാഭിമാനം ഇന്നത്തെ ചിന്താവിഷയമായി തീർന്നിരിക്കുന്നു. വംശത്തിന്റെയും അതിന്റെ സംസ്കാരത്തിന്റെയും സംശുദ്ധി കാത്തുസൂക്ഷിക്കുന്നതിനായി ജർമ്മനി രാജ്യത്തിലെ സെമെറ്റിക് വംശങ്ങളെ (യഹൂദന്മാരെ) ഉന്മൂലനം ചെയ്തുകൊണ്ട് ലോകത്തെ ഞെട്ടിച്ചിരിക്കുന്നു. വംശാഭിമാനത്തിന്റെ ഉത്തുംഗമായ തലം ഇവിടെ പ്രകടമാക്കപ്പെട്ടിരിക്കുന്നു. വേരോളം വ്യത്യാസങ്ങളുള്ള വ്യത്യസ്ത വംശങ്ങൾക്ക് ഐക്യപ്പെട്ട് ഒന്നായിത്തീരൽ എത്രമാത്രം അസാധ്യമാണെന്നതും ജർമനി കാണിച്ചുതന്നു. ഹിന്ദുസ്ഥാനിൽ പ്രാവർത്തികമാക്കാൻ, നമുക്ക് നേട്ടമുണ്ടാക്കാനായി പഠിക്കാനുള്ള ഒരു പാഠമാണിത്’ എന്നാണ് എഴുതിയിരിക്കുന്നത്. ഹിറ്റ്ലറുടെ ഏകാധിപത്യ ഫാസിസ്റ്റ് മാതൃക പിന്തുടർന്ന്, ഒരു ഹിന്ദുരാഷ്ട്രം രൂപപ്പെടുത്തണം എന്ന് തന്നെയാണ് അവരുടെ ഉദ്ദേശ്യം. അതിനുള്ള വഴികളിൽ കൂടിയാണ് സംഘപരിവാരം മുന്നോട്ടുപോവുന്നത്.

രാജ്യത്തെ ജനങ്ങളെ മതത്തിന്റെ അടിസ്ഥാനത്തിൽ വേർതിരിക്കാനുള്ള ശ്രമം ആർ എസ് എസ് നേതൃത്വത്തിൽ വളരെ മുന്നേ തന്നെ നട

ക്കുന്നുണ്ട്. ഇപ്പോൾ മതാടിസ്ഥാനത്തിലുള്ള പൗരത്വത്തിന്റെ പേരിൽ വേർതിരിവിന്റെ ആക്കം കൂട്ടുകയാണ്. മതാധിഷ്ഠിതമായ ഭരണമെന്നത് അവരുടെ സങ്കൽപ്പമാണ്. അതിലേക്കുള്ള ചുവടുകളായാണ്, ജമ്മു കാശ്മീരിന്റെ പ്രത്യേക പദവി എടുത്തുകളഞ്ഞതും രാമക്ഷേത്രം അയോധ്യയിൽ സ്ഥാപിക്കാനനുവദിക്കുന്ന വിധിക്കുവേണ്ടിയെന്ന പോലെ കോടതികളിൽ കേന്ദ്രസർക്കാർ കേസ് അവതരിപ്പിച്ചതും ഏകീകൃത സിവിൽകോഡിനുവേണ്ടി വാദിക്കുന്നതും പൗരത്വ പുനർനിർണയത്തിലൂടെ ദശലക്ഷക്കണക്കിന് ഇന്ത്യക്കാരെ മതത്തിന്റെ പേരിൽ പുറത്താക്കാനുള്ള നീക്കം നടത്തുന്നതുമൊക്കെ.

നാം അഥവാ നമ്മുടെ ദേശീയത നിർവചിക്കപ്പെടുന്നു എന്ന പുസ്തകത്തിൽ എം എസ് ഗോൾവാക്കർ അർത്ഥ ശങ്കയ്ക്കിടയില്ലാത്ത വിധത്തിൽ എഴുതി:

> പഴക്കമേറിയ രാജ്യങ്ങൾ അവരുടെ ന്യൂനപക്ഷങ്ങളുടെ പ്രശ്നങ്ങൾ എങ്ങനെ പരിഹരിക്കുന്നുവെന്നത് ഓർമയിൽ സൂക്ഷിക്കുന്നത് നന്നായിരിക്കും. അവിടെയുള്ള ജനസമൂഹങ്ങളിൽ വ്യത്യസ്തമായ ഏതെങ്കിലും ഘടകങ്ങളെ അംഗീകരിക്കാൻ അവർ സന്നദ്ധരല്ല. കുടിയേറ്റക്കാർ അവരുടെ വേറിട്ട സംസ്കാരത്തെയും ദേശബോധത്തെയും കുറിച്ചുള്ള എല്ലാ ബോധവും ഉപേക്ഷിച്ച്, വൈദേശികമായ ഉൽപ്പത്തി മറന്ന്, പ്രധാന ജനവിഭാഗത്തിന്റെ അഥവാ ദേശീയ വംശത്തിന്റെ സംസ്കാരം, ഭാഷ, അഭിലാഷങ്ങൾ തുടങ്ങിയവ സ്വീകരിച്ച് അതിൽ ലയിക്കണം. അങ്ങനെ ചെയ്യാത്ത പക്ഷം കേവലം പുറത്തുനിന്നുള്ള അവർ, രാഷ്ട്രത്തിന്റെ കരുതലിൻ കീഴിൽ പ്രത്യേക സംരക്ഷണത്തിനുള്ള അർഹതയോ ഏതെങ്കിലും തരത്തിലുള്ള മുൻഗണനയോ അവകാശങ്ങളോ ഇല്ലാതെ കഴിയണം. അവർക്ക് മുന്നിൽ രണ്ട് വഴികളേ ഉള്ളു. ഒന്ന്, അവർ ദേശീയ വംശത്തിൽ ഇഴുകി ചേർന്ന് അതിന്റെ സംസ്കാരം സ്വീകരിക്കണം. രണ്ട്, ദേശീയ വംശം അനുവദിക്കുന്നിടത്തോളം അതിന്റെ ദയാദാക്ഷിണ്യങ്ങളിൽ ജീവിക്കുകയും ദേശീയവംശം ആഗ്രഹിക്കുന്ന രീതിയിൽ രാജ്യം വിട്ടുപോവുകയും വേണം. ന്യൂനപക്ഷങ്ങളെ കൊണ്ടുള്ള പ്രശ്നം പരിഹരിക്കാനുള്ള ഒരേയൊരു മാർഗം ഇവയാണ്. യുക്തിസഹവും ശരിയുമായ പരിഹാരം അതുമാത്രമാണ്. എന്നാൽ മാത്രമേ ദേശീയ ജീവിതത്തെ ആരോഗ്യത്തോടെ, അസ്വാസ്ഥ്യരഹിതമായി സൂക്ഷിക്കാൻ സാധിക്കു. ഒരു സ്റ്റേറ്റിനുള്ളിൽ മറ്റൊരു സ്റ്റേറ്റിന്റെ സ്വഭാവവും രാഷ്ട്രീയവും പുലർത്തുന്ന ജനസമൂഹം വികസിക്കുക എന്ന അപകടകരമായ അർബുദത്തിൽനിന്നും രാഷ്ട്രത്തെ സുരക്ഷിതമായി നിലനിർത്താൻ അതിനേ സാധിക്കുകയുള്ളു.

സുവ്യക്തമാണ് ഈ എഴുത്ത്. ന്യൂനപക്ഷ വിഭാഗത്തെ എന്ത് ചെയ്യാനാണ് ആർ എസ് എസ് താൽപ്പര്യപ്പെടുന്നതെന്ന് ഇതിൽനിന്നും വ്യക്ത

മാവുന്നു. കുടിയേറ്റക്കാർ എന്ത് ചെയ്യണമെന്ന് ആർ എസ് എസ് വ്യക്തമാക്കുന്നു. കുടിയേറ്റക്കാരെ നിർണയിക്കാനുള്ള ദേശീയ പൗരത്വ രജിസ്റ്റർ തയ്യാറാകുമ്പോൾ ഗോൾവാക്കർ എഴുതിവെച്ചിരിക്കുന്ന മറ്റ് ഭാഗങ്ങൾ കൂടി നടപ്പിലാക്കാൻ ശ്രമിക്കും. അതിനായി തങ്ങളുടെ നിയന്ത്രണത്തിലുള്ള ഭരണകൂടത്തെ ഉപയോഗിക്കും. രാജ്യത്തിന്റെ ഭരണഘടനയും ജനാധിപത്യവും മതനിരപേക്ഷതയും ഇല്ലാതാക്കാൻ നിരന്തരം ശ്രമിക്കുന്നത് ഇതിനായയാണ്.

ആർ എസ് എസിന്റെ പ്രാമാണിക ഗ്രന്ഥങ്ങളെ ഭരണഘടനയാക്കി വെച്ച് രാജ്യം ഭരിക്കാമെന്നുള്ള നരേന്ദ്രമോദിയുടെയും സംഘപരിവാറിന്റേയും വ്യാമോഹത്തെ ജനാധിപത്യ സമൂഹം എതിർത്ത് തോൽപ്പിക്കുക തന്നെ ചെയ്യും. രാഷ്ട്രീയമായ എതിർപ്പിന്റെ ആശയങ്ങളുമായി നിൽക്കുമ്പോൾ തന്നെ സ്വാതന്ത്ര്യമെന്ന ലക്ഷ്യത്തിന് വേണ്ടി യോജിപ്പിന്റെ തലങ്ങൾ കണ്ടെത്തി മുന്നോട്ടുപോയ സ്വാതന്ത്ര്യ സമര പ്രസ്ഥാനത്തിന്റെ രണ്ടാം പഥമാണ് നമുക്കിന്നാവശ്യം.

ധനമൂലധനശക്തികളുടെ താൽപ്പര്യവും ഹിന്ദുത്വ വർഗീയതയും

സ്വേച്ഛാധിപത്യശക്തികളെ കൂടെ നിർത്തിക്കൊണ്ട് തങ്ങളുടെ ലാഭം കുന്നുകൂട്ടാനുള്ള ശ്രമത്തിലാണ് സാമ്രാജ്യത്വശക്തികൾ. വിവിധരാജ്യങ്ങളിലെ ഭരണകൂടവും അവരുടെ വർഗഭരണവും നവ ഉദാരവൽക്കരണ നയങ്ങൾ നടപ്പിലാക്കുന്നതിന് വേണ്ടി സ്വേച്ഛാധിപത്യത്തെയാണ് ആശ്രയിക്കുന്നത്. ആർ എസ് എസ് പ്രചാരകനായ ഇന്ത്യൻ പ്രധാനമന്ത്രി നരേന്ദ്രമോദി, ജനാധിപത്യത്തെയും ഭരണഘടനയെയുമൊക്കെ മറികടന്ന് രാജ്യത്ത് സ്വേച്ഛാധിപത്യഭരണം അടിച്ചേൽപ്പിക്കാനാണ് ശ്രമിക്കുന്നത്. രാഷ്ട്രീയഹിന്ദുത്വ മുന്നോട്ടുവെക്കുന്ന കടുത്ത വർഗീയ ധ്രുവീകരണവും നവ ഉദാരവൽക്കരണ നയങ്ങളും രാജ്യത്ത് അനുസ്യൂതം നടപ്പിലാക്കപ്പെടുകയാണ്.

സാമ്രാജ്യത്വ സേവയാണ് സ്വേച്ഛാധിപത്യ രീതി പിൻപറ്റുന്ന ഭരണകൂടങ്ങളുടെ പൊതുസ്വഭാവം. അമേരിക്കൻ സാമ്രാജ്യത്വത്തോട് മോദി ഭരണകൂടം കാണിക്കുന്ന വിധേയത്വം അതിന്റെ ഭാഗമായുള്ളതാണ്. പുതുതായുണ്ടാക്കാൻ ശ്രമിക്കുന്ന ഇസ്രയേൽ–അമേരിക്ക– ഇന്ത്യ അച്ചുതണ്ടൊക്കെ സാമ്രാജ്യത്വസഖ്യങ്ങളുടെ ഭാഗമാകാനുള്ള മോദി ഗവൺമെന്റിന്റെ ഔത്സുക്യത്തെയാണ് വെളിപ്പെടുത്തുന്നത്. സ്വേച്ഛാധിപത്യ പ്രയോഗത്തിലൂടെ ഫാസിസ്റ്റ് രീതികൾ നടപ്പാക്കാനാണ് സംഘപരിവാരം നിയന്ത്രിക്കുന്ന മോദി ഗവൺമെന്റ് ശ്രമിക്കുന്നത്. ഫാസിസ്റ്റ് വിരുദ്ധ മുദ്രാവാക്യങ്ങൾ മോദിയേയും കൂട്ടരെയും അലോസരപ്പെടുത്തുന്നത് അതുകൊണ്ടാണ്. നവഉദാരവൽക്കരണ അജണ്ടയും ഹിന്ദുത്വ അജണ്ടയും ഭീഷണിയായി നിൽക്കുമ്പോൾ, സങ്കീർണവും ബഹുമുഖവുമായ പ്രശ്നങ്ങളെ ജനത അഭിമുഖീകരിക്കേണ്ടി വരും. അതിനാൽ രാജ്യത്തെ ആർ എസ് എസ് സംഘപരിവാരം നിയന്ത്രിക്കുന്ന കേന്ദ്രസർക്കാ

രിനെ തുറന്നുകാട്ടലും ആ ഗവൺമെന്റ് മുന്നോട്ടുവെക്കുന്ന നയങ്ങളെ പ്രതിരോധിക്കലും ഹിന്ദുത്വവർഗീയതക്കെതിരായ പോരാട്ടവും ലളിതമായ ഒന്നല്ല.

നവലിബറൽ സ്വതന്ത്രവാണിജ്യ വ്യവസ്ഥയുടെ മൂർത്തമായ ആശയരൂപമാണ് ആഗോളവൽക്കരണം. സ്വതന്ത്രവാണിജ്യത്തിനും വിനിമയത്തിനും പൂർണാധിപത്യമുള്ള സാമൂഹ്യവ്യവസ്ഥിതിയുടെ സ്ഥാപനമാണ് ഇതിന്റെ വക്താക്കളായ സാമ്രാജ്യത്വം ലക്ഷ്യമിടുന്നത്. നമ്മുടെ രാജ്യത്ത് മുതലാളിത്തം ഉദാരവൽക്കരണത്തിന്റെ പാതയിൽ സഞ്ചരിക്കാൻ തുടങ്ങിയത് അടിയന്തരാവസ്ഥ കാലത്താരംഭിച്ച ഡീലൈസൻസിംഗ് നയത്തോടെയാണ്. ആയിരത്തിത്തൊള്ളായിരത്തി എഴുപതുകളുടെ മധ്യത്തിൽ ഇത് നടപ്പിലാക്കുന്നത്, രാജ്യത്തെ ബാധിച്ച നാണയപെരുപ്പവും സാമ്പത്തിക മാന്ദ്യവും ലഘൂകരിക്കാനാണെന്നാണ് അവകാശപ്പെട്ടത്. എൺപതുകളിൽ ലോകബാങ്കിന്റെയും ഐ എം എഫിന്റെയും വായ്പകൾ സ്വീകരിക്കാൻ ആരംഭിച്ചതോടെ സാമ്പത്തിക ഉദാരവൽക്കരണ നയങ്ങൾ നടുനിവർത്താൻ തുടങ്ങി. തൊണ്ണൂറുകളോടെ പ്രത്യക്ഷത്തിൽ നവലിബറൽ നയങ്ങൾ നടപ്പിലാക്കി തുടങ്ങി. ലോകബാങ്കിന്റെ ഉദ്യോഗസ്ഥർ ഇന്ത്യയിലെത്തി സ്വതന്ത്ര്യവാണിജ്യവ്യവസ്ഥയിലേക്കുള്ള മാറ്റത്തിന് നേതൃത്വം നൽകി.

ഇന്ത്യയുടെ മുൻ പ്രധാനമന്ത്രിയും മുതിർന്ന കോൺഗ്രസ് നേതാവുമായ ഡോ മൻമോഹൻസിംഗും അദ്ദേഹത്തിന്റെ കൂടെ ലോകബാങ്കിൽ ജീവനക്കാരനായിരുന്ന മൊണ്ടെക്സിംഗ് അലുവാലിയയും കോർപ്പറേറ്റുകളുടെയും കുത്തകമുതലാളിമാരുടെയും അഭിഭാഷകനായിരുന്ന പി ചിദംബരത്തിനുമൊക്കെ കോൺഗ്രസ് പാർട്ടിയെ സ്വതന്ത്രവാണിജ്യ വ്യവസ്ഥയുടെ വക്താക്കളാക്കി മാറ്റാൻ ഏറെ സമയം വേണ്ടി വന്നില്ല. ഇടതുപക്ഷ പ്രസ്ഥാനങ്ങൾ മാത്രമാണ് നവലിബറൽ നയങ്ങൾക്കെതിരെ തത്വാധിഷ്ഠിതമായ നിലപാടെടുത്തത്. പ്രദേശിക പാർട്ടികളും മധ്യവർത്തി സോഷ്യലിസ്റ്റുകളും സംഘപരിവാരവുമൊക്കെ സ്വതന്ത്രവാണിജ്യ വ്യവസ്ഥയെ പിന്തുണച്ചു.

ധനമൂലധനമാണ് നവലിബറൽ വ്യവസ്ഥയുടെ ആഗോളാധിപത്യത്തിന്റെ ആധാരഘടകം. മൂലധനാധിപത്യത്തിന്റെ ഇന്നത്തെ രൂപം നിലനിൽക്കുന്നതുതന്നെ ആഗോളതലത്തിലുള്ള ധനമൂലധനത്തിന്റെ വിനിമയശേഷി കൊണ്ടാണ്. അതിനാൽ തന്നെ ധനമൂലധനത്തിനുമേൽ സമ്പൂർണാധിപത്യത്തോടെ അടയിരിക്കാൻ സാമ്രാജ്യത്വരാഷ്ട്രങ്ങൾക്ക് സാധിക്കില്ല. അമേരിക്കയിലെ കെട്ടിടനിർമാണ മേഖലയിൽ നിന്നുമാരംഭിച്ച് ആഗോളതലത്തിൽ വ്യാപിച്ച സാമ്പത്തിക മാന്ദ്യത്തെ ഈ പശ്ചാത്തലത്തിലാണ് നോക്കി കാണേണ്ടത്. സ്വതന്ത്ര സാമ്പത്തിക വ്യവസ്ഥയ്ക്കും അതിന്റെ പ്രത്യാഘാതങ്ങൾക്കും വ്യക്തമായ സാമ്പത്തിക വിശദീകരണങ്ങളുണ്ട്. മുതലാളിത്തത്തിന്റെ എല്ലാ ഘട്ടങ്ങളെയും പോലെ കേവലമായ സാമ്പത്തിക പ്രതിഭാസമായല്ല ഇതിനെ വിലയി

രുത്തേണ്ടത്. സ്വതന്ത്രവാണിജ്യവ്യവസ്ഥയും അതിന്റെ ഭാഗമായി വളർന്നുവരുന്ന ആഗോളവൽക്കരണ നയവും ഒരു രാഷ്ട്രീയ ആശയ സംഹിത തന്നെയാണ്. സമകാലീന മുതലാളിത്തത്തിന്റെ ശക്തമായ ആയുധമാണ് ഈ ആശയ സംഹിത.

ഏകധ്രുവലോകമെന്ന ആശയം ആഗോളവൽക്കരണം നേടിയെടുത്ത ജനസമ്മിതിയുടെ തുടർച്ചയാണ്. ഈ ലോകത്തിന്റെ കേന്ദ്ര ബിന്ദു അമേരിക്കയാണ്. 1990 കൾക്ക് ശേഷമുള്ള സൈനികഅധിനിവേശങ്ങളെ പരിശോധിക്കുമ്പോൾ ഇത് ശരിയാണെന്ന് മനസ്സിലാക്കാൻ സാധിക്കും. അമേരിക്കയും നാറ്റോ സഖ്യകക്ഷികളും ചേർന്നുനടത്തിയ സൈനിക അധിനിവേശങ്ങളെയും ഐ എം എഫിനെയും ലോകബാങ്കിനെയും നിയന്ത്രിക്കുന്നത് അമേരിക്കൻ സാമ്രാജ്യത്വമാണ്. ലോകമാസകലമുള്ള രാജ്യാന്തര തർക്കങ്ങളിലും മറ്റ് പ്രശ്നങ്ങളിലും പലപ്പോഴും ക്ഷണിക്കപ്പെടാത്ത അതിഥിയായി അമേരിക്ക വന്നെത്തുന്നു. ലോകവ്യാപാരസംഘടനകളുടെ ചർച്ചകളിലും ആഗോളതാപനത്തെ സംബന്ധിച്ച ഉച്ചകോടികളിലും അമേരിക്കൻ കടന്നുകയറ്റം കാണാനാവും. അത്തരം ഇടപെടലുകൾക്കും അധിനിവേശങ്ങൾക്കും സ്വീകാര്യത ഉണ്ടാക്കുന്നത് പലതലങ്ങളിലുള്ള സാംസ്കാരിക നിർമിതികളിലൂടെയും അവയുടെ വിപണനത്തിലൂടെയുമാണ്. പരസ്യങ്ങളും ഹോളിവുഡ് സിനിമകളും കോർപ്പറേറ്റ് സെലിബ്രിറ്റികളും റോക്ക് ബാൻഡുകളുമൊക്കെ ഇത്തരത്തിലുള്ള സാംസ്കാരിക പ്രചരണത്തിന് നേതൃത്വം നൽകുന്നു. എന്നാൽ, അമേരിക്കൻ സാമ്രാജ്യത്വം മുന്നോട്ടുവെക്കുന്ന വർണവെറിയടക്കമുള്ള സാംസ്കാരിക ജീർണതകൾ സമർത്ഥമായി മറച്ചുവെക്കപ്പെടുകയും ചെയ്യുന്നുണ്ട്. ലോകവികസനത്തിന്റെയും ഏകധ്രുവലോകത്തിന്റെയും മേൽവിലാസത്തിൽ ഏത് രാഷ്ട്രത്തിനുമേലും അക്രമണം നടത്താനുള്ള ലൈസൻസ് അമേരിക്കൻ സാമ്രാജ്യത്വവും അവരുടെ സഖ്യശക്തികളും കൈമുതലാക്കിയിരിക്കുന്നു.

നവലിബറലിസത്തിന്റെ വക്താക്കൾ രാജ്യം ഭരിക്കുമ്പോൾ ചൂഷണവും ധനിക–ദരിദ്ര അന്തരവും വർധിക്കുകയാണ്. ദാരിദ്ര്യമെന്നത് സമ്പത്തില്ലാത്ത അവസ്ഥ മാത്രമല്ലാതാവുന്നു. സ്വന്തം ജീവിത മാർഗങ്ങളെല്ലാം ഇല്ലാതാവുന്ന അവസ്ഥകൂടിയാണത്. പ്രവർത്തനശേഷിയും ഉൽപ്പാദനോപാധികളും വളരുന്ന സാഹചര്യം ഇവിടെ നിഷേധിക്കപ്പെടുന്നു. മുതലാളിത്തം ജനങ്ങളുടെ ജീവിതോപാധികളെ കവർന്നെടുക്കുന്നു. സ്വന്തം മണ്ണിൽ കൂലിവേല ചെയ്യാൻ ജനങ്ങളെ നിർബന്ധിതരാക്കുന്നു. മണ്ണിന്റെ ഉടമകൾ അവരുടെ മണ്ണിൽ കർഷക തൊഴിലാളികളായി പരിണമിക്കുകയാണ്. തുടർന്ന് അവർ തൊഴിൽശേഷി നഷ്ടപ്പെടുമ്പോൾ റോഡ്നിർമാണത്തിലേക്കും കെട്ടിട നിർമാണത്തിലേക്കും തിരിയുന്നു. തൊഴിൽശേഷിയുടെ ഉടമകളുടെ കൈയിൽനിന്നും വിഭവങ്ങൾ കവർന്നെടുക്കുന്ന പ്രവണതയ്ക്ക് നവലിബറൽ ശക്തികൾ ആക്കംകൂട്ടിയിരിക്കുന്നു. നഗരങ്ങളിലും വികസിത രാഷ്ട്രങ്ങളിലെ തൊഴിൽ കേന്ദ്ര

ങ്ങളിലും അടിഞ്ഞുകൂടുന്നത് കിടപ്പാടവും വിഭവങ്ങളും നഷ്ടപ്പെട്ട ജനതയാണ്. പാലായനമോ, ആത്മഹത്യയോ സാധാരണക്കാർക്ക് വിധിക്കുന്ന നവലിബറൽ രീതിശാസ്ത്രമാണ് നമ്മുടെ രാജ്യത്തും കേന്ദ്രഭരണകൂടം അടിച്ചേൽപ്പിക്കുന്നത്.

സംഘപരിവാരം നിയന്ത്രിക്കുന്ന രാജ്യത്തെ ഭരണവർഗത്തിന് അവരുടെ വർഗതാൽപ്പര്യം നടപ്പിലാക്കുന്നതിന് ഇപ്പോൾ നല്ല രീതിയിൽ സാധിക്കുന്നുണ്ട്. ഭരണവർഗത്തിലെ വിഭാഗങ്ങൾക്കൊന്നും പാർലമെന്ററി ജനാധിപത്യ സംവിധാനത്തെയും ഭരണഘടനാക്രമത്തെയും അട്ടിമറിച്ച് മറ്റൊരു വ്യവസ്ഥയിലേക്ക് പോകാനുള്ള താൽപ്പര്യം ഇപ്പോഴുണ്ടാവേണ്ടതില്ല. നിലവിലുള്ള ആർ എസ് എസ് നിയന്ത്രിത നരേന്ദ്രമോദി സർക്കാർ തങ്ങളുടെ വർഗതാൽപ്പര്യത്തിന്റെ സംരക്ഷണം നിർവഹിക്കുന്നതിന് വേണ്ടി, നിലവിലുള്ള സംവിധാനത്തെ അമിതാധികാരപരമായി ഉപയോഗിക്കുകയാണ്.

നരേന്ദ്രമോദി പ്രതിനിധീകരിക്കുന്ന ബി ജെ പി എന്ന രാഷ്ട്രീയ പാർട്ടി കേവലം ഒരു ബൂർഷ്വാപാർട്ടി മാത്രമല്ല. രാഷ്ട്രീയ സ്വയം സേവക് സംഘ് നിയന്ത്രിക്കുന്ന രാഷ്ട്രീയപാർട്ടിയാണ്. ഭൂരിപക്ഷ വർഗീയതയെയാണ് ആ വലതുപക്ഷപാർട്ടി പ്രതിനിധാനം ചെയ്യുന്നത്. ആർ എസ് എസ്, ഫാസിസ്റ്റ് സ്വഭാവങ്ങൾ വെച്ചുപുലർത്തുന്ന ഒരു സംഘടനയാണ്. ആർ എസ് എസ് രൂപീകരിക്കുന്നത് മുസോളിനിയുടെ ഫാസിസ്റ്റ് ഓർഗനൈസേഷനുകളിൽ നിന്ന് ആവേശമുൾക്കൊണ്ടാണ്. ആർ എസ് എസ് രൂപീകരണത്തിന്റെ ചാലകശക്തിയായി വർത്തിച്ച ബി എസ് മുൻജെ, മുസോളിനിയെ നേരിട്ടുകണ്ട് ബലില്ല എന്ന ഫാസിസ്റ്റ് ഓർഗനൈസേഷന്റെ പ്രവർത്തനങ്ങൾ മനസ്സിലാക്കി ഇന്ത്യയിലേക്ക് വന്നതിന് ശേഷമാണ് ഇന്നത്തെ സംഘടനാരൂപമുണ്ടാക്കുന്നത്. കെ ബി ഹെഡ്ഗേവാറും വി ഡി സവർക്കറും എം എസ് ഗോൾവാക്കറുമൊക്കെ ഫാസിസത്തെയും നാസിസത്തെയും തീവ്രമായി ആരാധിച്ചു. ഹിറ്റ്ലറും ആർ എസ് എസിന് ശ്രേഷ്ഠനായ ഒരു വീരപുരുഷനാണ്. ആർ എസ് എസും നാസിസവും ഫാസിസവും തമ്മിലുള്ള ഉറ്റബന്ധത്തെക്കുറിച്ച് മാൻസിയ കാസലോരിയെപോലുള്ള ഗവേഷകർ ശ്രദ്ധേയമായ പഠനങ്ങൾ നടത്തിയിട്ടുണ്ട്. ഹിറ്റ്ലറുടെ യഹൂദനരവംശഹത്യയെ സവർക്കർ പിന്തുണയ്ക്കുന്നു. ഇന്ത്യയിലെ മുസ്ലീം പ്രശ്നം പരിഹരിക്കാൻ സവർക്കർ നിർദേശിച്ച പോംവഴിയും അതുതന്നെയായിരുന്നു. 'ഒരു രാഷ്ട്രം രൂപീകരിക്കുന്നത് അവിടെ താമസിക്കുന്ന ഭൂരിപക്ഷമാണ്. ജർമ്മനിയിൽ യഹൂദരെ എന്താണ് ചെയ്തത്? ന്യൂനപക്ഷമായതിനാൽ അവർ ജർമ്മനിയിൽ നിന്നും ഉന്മൂലനം ചെയ്യപ്പെട്ടു.' ഇന്ത്യയിലെ ന്യൂനപക്ഷ വിഭാഗങ്ങളും ഇതുപോലെ ഉൻമൂലനം ചെയ്യപ്പെടേണ്ടവരാണെന്നാണ് കാലങ്ങളായി ആർ എസ് എസ് പറഞ്ഞുകൊണ്ടിരിക്കുന്നത്. അതിനായി അവർ ഫാസിസ്റ്റ് രീതിശാസ്ത്രങ്ങൾ നിരന്തരം പ്രയോഗിച്ചുകൊണ്ടിരിക്കുകയും ചെയ്യുന്നു.

ആർ എസ് എസിനാൽ നിയന്ത്രിക്കപ്പെടുന്ന പാർട്ടിയാണ് ബി ജെ പി. അതിനാൽ തന്നെ സാഹചര്യങ്ങൾ ഒത്തുവന്നാൽ അവർ സ്വേച്ഛാധിപത്യകക്ഷിയായി മാറാൻ ശ്രമിക്കുമെന്നതിൽ തർക്കമില്ല. തീർത്തും പിന്തിരിപ്പൻ പാർട്ടിയായ ബി ജെ പിയെ ലക്ഷണമൊത്ത ഫാസിസ്റ്റ് പാർട്ടി എന്ന് വിളിക്കാൻ ഇപ്പോൾ സാധിക്കില്ല. ഇത്തരത്തിൽ ശരിയായ രീതിയിലുള്ള നോക്കിക്കാണലിലൂടെ മാത്രമേ മോദി സർക്കാരിനും ബി ജെ പിക്കുമെതിരായ ശരിയായ അടവ് ആവിഷ്കരിക്കാനും പ്രയോഗിക്കാനും സാധിക്കുകയുള്ളൂ.

ആർ എസ് എസ്, ബി ജെ പിയിലൂടെയും മറ്റ് പരിവാർ സംഘടനകളിലൂടെയും മുന്നോട്ടുവെക്കുന്നത് ഹിന്ദുത്വ പ്രത്യയശാസ്ത്രമാണ്. അതിനെ വിഭ്യംജിച്ച് നിൽക്കുന്ന രാജ്യസ്നേഹവുമായി കൂട്ടിക്കെട്ടി വർഗീയ ധ്രുവീകരണത്തിനായാണ് അവർ ശ്രമിക്കുന്നത്. അതിലൂടെ ലക്ഷ്യമിടുന്നത് ന്യൂനപക്ഷങ്ങളെയാണ്. അതൊരു ഫാസിസ്റ്റ് രീതിയാണ്. ഭൂരിപക്ഷ വർഗീയതയെ സ്വരുക്കൂട്ടിക്കൊണ്ട് മതന്യൂനപക്ഷങ്ങളെ അടിച്ചമർത്തുക എന്നതാണ് പ്രയോഗവൽക്കരിക്കുന്നത്. അത് ബീഫ് വിഷയത്തിൽവരെ അവർ കലർത്തിവെക്കുന്നുണ്ട്. പക്ഷേ, ഇന്നത്തെ ഇന്ത്യൻ സാഹചര്യത്തിൽ മതനിരപേക്ഷ ജനാധിപത്യ ശക്തികൾ ഇത്തരം ഫാസിസ്റ്റ് പ്രവണതകൾ, ജനാധിപത്യത്തിനും വികസനത്തിനും എതിരാണെന്ന് അഭിപ്രായം പ്രകടിപ്പിക്കുന്നു. അതിനാൽത്തന്നെ മതനിരപേക്ഷതയും ജനാധിപത്യവും ഇല്ലാതാക്കുന്ന, ഹിന്ദുത്വവർഗീയതയിലും നവ ഉദാരവൽക്കരണ നയങ്ങളുടെ പ്രയോഗത്തിലും ഊന്നിക്കൊണ്ടാണ് ബി ജെ പി സർക്കാർ മുന്നോട്ടുപോകുന്നത്. അത് പലപ്പോഴും സ്വേച്ഛാധിപത്യ സ്വഭാവവും പ്രകടിപ്പിക്കുന്നുണ്ട്.

ദിമിത്രോവ് പറയുന്നു: 'ഫൈനാൻസ് മൂലധനത്തിന്റെ അധികാര ശക്തിതന്നെയാണ് ഫാസിസം. തൊഴിലാളി വർഗത്തിനും കൃഷിക്കാരിലെ വിപ്ലവബോധമുള്ള വിഭാഗത്തിനും ബുദ്ധിജീവികൾക്കും എതിരായ ഭീകരമായ പ്രതികാരത്തിനുള്ള സംഘടനയാണ് അത്. വിദേശനയത്തിൽ മറ്റ് രാഷ്ട്രങ്ങളോട് മൃഗീയമായ പക വളർത്തുന്ന ഫാസിസം സങ്കുചിത ദേശീയത്വത്തിന്റെ ഏറ്റവും പ്രാകൃതരൂപമാണ്.' ആർ എസ് എസ് പ്രചാരകനും രാജ്യത്തിന്റെ പ്രധാനമന്ത്രിയുമായ നരേന്ദ്രമോദി, ധനമൂലധനത്തിന്റെ താൽപ്പര്യങ്ങൾ നടപ്പിലാക്കാനുള്ള നടപടികൾ ധ്രുതഗതിയിൽ സ്വീകരിക്കുന്നത് ഇതിനോടൊപ്പമാണ് കൂട്ടിവായിക്കേണ്ടത്. നമ്മുടെ രാജ്യത്തിന്റെ നിലനിൽപ്പിനുവേണ്ടി ആഗ്രഹിക്കുന്ന ഏവരും ഈ അവസരത്തിൽ നവലിബറൽ നയങ്ങളെ ചെറുക്കാനും മതനിരപേക്ഷതയെ സംരക്ഷിക്കാനും തയ്യാറാവേണ്ടതുണ്ട്.

ബഡ്ജറ്റ് 2023–24: കേന്ദ്രത്തിന്റേത് മുതലാളിത്ത വഴി, കേരളത്തിന്റേത് ജനകീയ വഴി

2023–24 ലെ കേന്ദ്ര ബജറ്റ് കേന്ദ്ര ധനമന്ത്രി നിർമല സീതാരാമൻ പാർലമെന്റിലും സംസ്ഥാന ബജറ്റ് സംസ്ഥാന ധനമന്ത്രി കെ എൻ ബാലഗോപാൽ നിയമസഭയിലും അവതരിപ്പിച്ചു. ഇരു ബജറ്റിലൂടെയും കണ്ണോടിച്ചാൽ കേന്ദ്ര ബജറ്റിന്റെ ജനവിരുദ്ധതയ്ക്ക് ശക്തമായ ബദൽ ഉയർത്തുന്ന, ജനങ്ങളെ ചേർത്തുപിടിക്കുന്ന ബജറ്റാണ് കേരളത്തിന്റേതെന്ന് വ്യക്തമാകും. കോർപ്പറേറ്റുകളെയും വൻകിടക്കാരെയും സഹായിക്കുന്നതാണ് കേന്ദ്ര ബജറ്റെങ്കിൽ സാമൂഹ്യമേഖലയിൽ കൂടുതൽ നിക്ഷേപം നടത്തിയും സാമൂഹ്യനീതി ഉറപ്പാക്കിയും ത്വരിതഗതിയിലുള്ള സാമ്പത്തികവളർച്ചയാണ് കേരളത്തിന്റെ ബജറ്റ് ലക്ഷ്യമാക്കുന്നത്. ആസൂത്രണം ഉപേക്ഷിച്ച് എല്ലാ പണവും കോർപ്പറേറ്റ് സഹായത്തിനായി നീക്കിവയ്ക്കുകയാണ് കേന്ദ്രം ചെയ്യുന്നതെങ്കിൽ ആസൂത്രണത്തിന്റെ പിൻബലത്തിൽ എല്ലാറവിഭാഗം ജനങ്ങൾക്കും സാമ്പത്തികവളർച്ചയുടെ നേട്ടത്തിന്റെ പങ്ക് ഉറപ്പാക്കുകയാണ് എൽ ഡി എഫ് സർക്കാർ. മറ്റൊരർഥത്തിൽ പറഞ്ഞാൽ ജനങ്ങളാണ് കേരള ബജറ്റിന്റെ ആധാരമെങ്കിൽ കോർപ്പറേറ്റുകളാണ് കേന്ദ്ര ബജറ്റിന്റെ ഊന്നൽ.

കോവിഡാനന്തര ലോക സമ്പദ്‌വ്യവസ്ഥ കടുത്ത പ്രതിസന്ധിയിലൂടെയാണ് കടന്നുപോകുന്നത്. ഉക്രയ്ൻ യുദ്ധം ഈ പ്രതിസന്ധി രൂക്ഷമാക്കി. ഇന്ത്യയെയും ഇത് നന്നായി ബാധിച്ചിട്ടുണ്ട്. ഇത് മുറിച്ചുകടക്കാനുള്ള പദ്ധതികളുടെ അഭാവമാണ് കേന്ദ്ര ബജറ്റിൽ മുഴച്ചുനിൽക്കുന്നത്. മൊത്തം ആഭ്യന്തര ഉൽപ്പാദനവളർച്ച ഇടിയുമെന്നാണ് സാമ്പത്തിക സർവേതന്നെ പറയുന്നത്. ജി ഡി പി വളർച്ചയ്ക്കൊപ്പം ആഭ്യന്തര ഉപഭോഗം വളരുന്നില്ലെന്നതാണ് ഇന്ത്യൻ സമ്പദ്‌വ്യവസ്ഥ അഭിമുഖീകരിക്കുന്ന പ്രതിസന്ധി. ബജറ്റിൽ മൂലധനച്ചെലവ് വർധിപ്പിക്കാനുള്ള നിർ

ദേശമുണ്ട്. വികലമായ നയം കാരണം ഇതിന്റെ നേട്ടം കൊയ്യുന്നത് കോർപ്പറേറ്റുകളായിരിക്കും. എന്നാൽ, ജനങ്ങളുടെ വാങ്ങൽശേഷി വർധിപ്പിക്കാനുള്ള ഒരു നടപടിയും ബജറ്റിൽ ഇല്ല. സാമൂഹ്യമേഖലയിൽ കൂടുതൽ നിക്ഷേപം നടത്തിയാൽ മാത്രമേ ജനങ്ങളുടെ കൈവശം പണം എത്തുകയുള്ളൂ.

ജനങ്ങളുടെ കൈവശം പണമില്ലാത്തതിന് കാരണം ഉള്ള പണം അടിസ്ഥാനമേഖലയായ ആരോഗ്യ, വിദ്യാഭ്യാസ ആവശ്യങ്ങൾക്ക് വർധിച്ച തോതിൽ ഉപയോഗിക്കുന്നതിനാലാണ് അതുകൊണ്ടാണ്ആരോഗ്യ, വിദ്യാഭ്യാസമേഖലയിൽ കൂടുതൽ പണം ചെലവാക്കാൻ സർക്കാർ തയ്യാറാകണമെന്ന് പറയുന്നത്. മെച്ചപ്പെട്ട ആരോഗ്യസേവനം സർക്കാർ ആശുപത്രികളിൽ നൽകിയാൽ സ്വകാര്യമേഖലയെ ആശ്രയിക്കാതെ മുന്നോട്ടുപോകാൻ ജനങ്ങൾക്ക് കഴിയും. മാത്രമല്ല, സ്വകാര്യമേഖലയിൽ ചെലവാക്കുന്ന ഭീമമായ തുക ജനങ്ങളുടെ കൈവശം മിച്ചം നിൽക്കും. സ്വാഭാവികമായും ഈ പണം ഉപഭോഗത്തിനായി ഉപയോഗിക്കും. എന്നാൽ, മോദിസർക്കാരിന്റെ ബജറ്റ് പരിശോധിച്ചാൽ സാമൂഹ്യമേഖലയിലെ നിക്ഷേപം തുലോം തുച്ഛമാണെന്ന് കാണാം. ഒരു ഉദാഹരണം മാത്രം പറയാം. സാധാരണ ജനങ്ങൾക്ക് ഏറ്റവും ഉപകാരപ്രദമായ മഹാത്മാഗാന്ധി തൊഴിലുറപ്പുപദ്ധതിക്ക് 60,000 കോടി രൂപ മാത്രമാണ് അടുത്ത സാമ്പത്തിക വർഷത്തേക്ക് നീക്കിവച്ചിട്ടുള്ളത്. മുൻപ് 1.12 ലക്ഷം കോടി രൂപ ചെലവാക്കിയയിടത്താണ്, തുക ഏതാണ്ട് നേർപകുതിയായി വെട്ടിക്കുറച്ചത്. വർഷത്തിൽ 100 ദിനം തൊഴിൽ ഉറപ്പുവരുത്തുന്നതിന് 2.72 ലക്ഷം കോടി രൂപയെങ്കിലും വേണ്ടിവരുമെന്നാണ് കണക്കാക്കിയിട്ടുള്ളത്. അതിന്റെ അഞ്ചിലൊന്ന് തുക മാത്രമാണ് വകയിരുത്തിയിട്ടുള്ളത്. 15,000 കോടി രൂപ കുടിശ്ശികകൂടി തട്ടിക്കിഴിച്ചാൽ 45,000 കോടി രൂപ മാത്രമാണ് നീക്കിയിരിപ്പ്. മോദി സർക്കാരിന്റെ മനസ്സിൽ രാജ്യം മാത്രമേയുള്ളൂ. അതിൽ ജനങ്ങളില്ല എന്ന് വ്യക്തമാക്കുന്നതാണ് ഈ പദ്ധതിക്കുള്ള വൻവെട്ടിക്കുറവ്. ഭക്ഷ്യസബ്സിഡിയിൽ 31 ശതമാനവും ഉച്ചഭക്ഷണപദ്ധതിയിൽ 9.4 ശതമാനം കുറവുവരുത്തിയതും ഇതുതന്നെയാണ് തെളിയിക്കുന്നത്.

മോദി സർക്കാരിന്റെ മൂന്ന് കർഷകവിരുദ്ധ നിയമങ്ങൾക്കെതിരെ വർഷം നീണ്ട സമരം നടത്തുകയും അതിൽ വിജയിക്കുകയും ചെയ്ത കർഷകരെ ശിക്ഷിക്കാനും ബജറ്റിലൂടെ കേന്ദ്ര സർക്കാർ തയ്യാറായി. എത്രയോ വർഷങ്ങളായി കൃഷിക്കാർ ആവശ്യപ്പെടുന്നതും ബി ജെ പി തെരഞ്ഞെടുപ്പ് മാനിഫെസ്റ്റോയിൽ ആവർത്തിച്ചു വാഗ്ദാനം നൽകുകയും ചെയ്ത താങ്ങുവില (കൃഷിച്ചെലവും അതിന്റെ പകുതിയും ചേർത്തുള്ള എം എസ് പി) ഇക്കുറിയും ബജറ്റിൽ ഇടംനേടിയില്ല. മാത്രമല്ല, കൃഷിക്കുള്ള വകയിരുത്തൽ വെട്ടിച്ചുരുക്കുകയും ചെയ്തു. രാഷ്ട്രീയ കൃഷി വികാസ് യോജനയ്ക്കുള്ള വകയിരുത്തൽ 31 ശതമാനവും കൃഷി ജലസേചനപദ്ധതിക്ക് 17 ശതമാനവും രാസവള സബ്സിഡി 22 ശതമാനവും

വിള ഇൻഷുറൻസിനുള്ള വകയിരുത്തൽ 12 ശതമാനവും വെട്ടിക്കുറച്ചാണ് മോദി കർഷകരോട് പ്രതികാരം വീട്ടിയത്. സ്വാഭാവികമായും കർഷകരോഷം സർക്കാരിനെതിരെ ഉയരുമെന്ന കാര്യത്തിൽ സംശയമില്ല.

കോവിഡ് മഹാമാരിയുടെ പശ്ചാത്തലത്തിൽ ലോകത്തിലെ ഭൂരിപക്ഷം സർക്കാരുകളും ആരോഗ്യമേഖലയിൽ കൂടുതൽ നിക്ഷേപം നടത്താൻ മുന്നോട്ടുവന്നപ്പോൾ മോദി അതിന് തയ്യാറായില്ല. മാത്രമല്ല, മുൻ ബജറ്റിൽ നീക്കിവച്ചതിൽ 9,000 കോടിയിലധികം രൂപ ചെലവഴിച്ചിട്ടില്ലെന്നും ബജറ്റ് രേഖ പറയുന്നു. അതായത്, മോദിസർക്കാർ നീക്കിവയ്ക്കുന്ന തുക ചെലവഴിക്കാനുള്ളതല്ലെന്ന് അർഥം. വിദ്യാഭ്യാസരംഗത്തും സ്ഥിതി സമാനം. ന്യൂനപക്ഷ ജനതയെ ക്രൂരമായി അവഗണിക്കാനും മോദിസർക്കാർ തയ്യാറായി. ന്യൂനപക്ഷ വികസനത്തിന് 1810 കോടി രൂപയിൽനിന്നും കേവലം 610 കോടിയായി നീക്കിയിരിപ്പ് കുറച്ചു. മാത്രമല്ല, സാമ്പത്തിക അസമത്വം പതിന്മടങ്ങ് വർധിക്കുകയാണെന്ന് അടുത്തകാലത്ത് പുറത്തുവന്ന ഓക്സ്ഫാം ഉൾപ്പെടെയുള്ള എല്ലാ പഠനവും വ്യക്തമാക്കുമ്പോഴും അതിസമ്പന്നരിൽ കൂടുതൽ നികുതി ലക്ഷ്യംവച്ചുള്ള വെൽത്ത് ടാക്സ് ഏർപ്പെടുത്താനോ ജി ഡി പിയുമായുള്ള നികുതി അനുപാതം വർധിപ്പിക്കാനോ സർക്കാർ തയ്യാറായില്ല.

കേന്ദ്ര ബജറ്റിന്റെ കാഴ്ചപ്പാടിൽനിന്നും തീർത്തും വ്യത്യസ്തമായ സമീപനമാണ് 2023–24 കാലത്തേക്കുള്ള കേരള ബജറ്റിൽനിന്നും വായിച്ചെടുക്കാൻ കഴിയുന്നത്. സാമൂഹ്യമേഖലയിൽ കൂടുതൽ നിക്ഷേപം നടത്തുന്നതോടൊപ്പം സാമ്പത്തികവളർച്ച ത്വരിതപ്പെടുത്താനും അടിസ്ഥാനസൗകര്യ വികസനത്തിനും പണം ചെലവാക്കുന്ന രീതിയാണ് എൽ ഡി എഫ് സർക്കാർ സ്വീകരിച്ചിട്ടുള്ളത്. ദാരിദ്ര്യ നിർമാർജനമെന്ന ആശയംതന്നെ കേന്ദ്ര സർക്കാർ പൂർണമായും ഉപേക്ഷിച്ചപ്പോൾ അതിദാരിദ്ര്യം നേരിടുന്ന 64,000 കുടുംബങ്ങളെ അഞ്ചു വർഷത്തിനകം ദാരിദ്യത്തിൽനിന്നും മോചിപ്പിക്കുന്നതിനായി 50 കോടി നീക്കിവച്ചതു മുതൽ (രാജ്യത്ത് ആദ്യമായിട്ടായിരിക്കാം ഒരു സർക്കാർ ദാരിദ്ര്യനിർമാർജനത്തിന് ഇത്തരമൊരു പദ്ധതി നടപ്പാക്കുന്നത്) കാഴ്ചാവൈകല്യങ്ങൾ നേരിടുന്നവർക്ക് സാമ്പത്തികസ്ഥിതി പരിശോധിച്ച് സൗജന്യ കണ്ണട നൽകുന്നതുൾപ്പെടെയുള്ള ജനക്ഷേമ പദ്ധതികൾക്കാണ് കേരളത്തിലെ ബജറ്റ് ഊന്നൽനൽകുന്നത്. ക്ഷേമപെൻഷൻ നൽകുന്നതിന് 9,764 കോടി രൂപ നീക്കിവച്ച സർക്കാർ, 1,600 രൂപ പെൻഷൻ മുടങ്ങാതിരിക്കാനായി പെട്രോളിനും ഡീസലിനും രണ്ടു രൂപ സെസ് ഏർപ്പെടുത്താനും മദ്യത്തിന്റെ വിലയിൽ നേരിയ വർധന വരുത്താനും തീരുമാനിച്ചു. സാമ്പത്തിക വിഷമത്തിന്റെ പേരിൽ എല്ലാ സർക്കാരും ക്ഷേമപ്രവർത്തനങ്ങൾ ഉപേക്ഷിക്കുമ്പോഴാണ് നവഉദാരവാദ നീതിക്ക് ബദൽ ഉയർത്തിപ്പിടിച്ചുകൊണ്ട് ക്ഷേമപ്രവർത്തനങ്ങൾ എന്തുവിലകൊടുത്തും നടപ്പാക്കുമെന്ന് കേരള ബജറ്റ് പ്രഖ്യാപിച്ചത്.

സംസ്ഥാനത്തിനുള്ള എല്ലാ ധനസ്രോതസ്സുകളും കേന്ദ്രം കൊട്ടിയടയ്ക്കുന്ന വേളയിലാണ് ഇത്തരമൊരു ധനസമാഹരണ മാർഗം സ്വീകരിക്കാൻ കേരളം നിർബന്ധിതമായത്. കേന്ദ്രത്തിന്റെ തെറ്റായ നയങ്ങളാണ് ഇത്തരമൊരു അവസ്ഥ സൃഷ്ടിച്ചതെന്നർഥം. ഇത് തിരിച്ചറിഞ്ഞ് കേന്ദ്ര സർക്കാരിനെതിരെ സമരം ചെയ്യുന്നതിന് പകരം ബി ജെ പിയുമായി കൂട്ടുചേർന്ന് സംസ്ഥാന സർക്കാരിനെതിരെ സമരം ചെയ്യുന്ന യു ഡി എഫിനെ ജനങ്ങൾ തിരിച്ചറിയും. പെട്രോളിന് 20 രൂപ സർചാർജ് പിരിക്കുന്ന കേന്ദ്ര സർക്കാരിന്റെ നടപടിയെ ന്യായീകരിക്കുന്ന ബി ജെ പിക്കാർ, എൽ ഡി എഫ് സർക്കാരിനെതിരെ നടത്തുന്ന സമരം പരിഹാസ്യമാണ്. സർക്കാരിന്റെ സാമൂഹ്യസുരക്ഷാ പദ്ധതിയെ അട്ടിമറിക്കാനാണ് വലതുപക്ഷ മാധ്യമങ്ങളും യു ഡി എഫും ബി ജെ പിയും യോജിച്ചുശ്രമിക്കുന്നത്. അതിന് വഴങ്ങാൻ എൽ ഡി എഫോ, സർക്കാരോ തയ്യാറല്ല. ആരോഗ്യരംഗത്ത് കഴിഞ്ഞ വർഷത്തേക്കാൾ 196 കോടി രൂപ അധികമായി വകയിരുത്തി. പാവങ്ങൾക്ക് വീട് വച്ചുനൽകുന്നതിന് 1436 കോടി രൂപയും ഗ്രാമീണ തൊഴിലുറപ്പുപദ്ധതിക്ക് 230 കോടിയും കുടുംബശ്രീക്ക് 260 കോടിയും നീക്കിവച്ചു. ഭവനരഹിതരായി സംസ്ഥാനത്ത് ആരും ഉണ്ടാകരുതെന്ന നയമാണ് എൽ ഡി എഫ് സർക്കാരിനെ നയിക്കുന്നതെന്ന് ലൈഫ് മിഷന് അനുവദിച്ച ഉയർന്ന തുക വ്യക്തമാക്കുന്നു.

തൊഴിൽ, തൊഴിൽക്ഷേമം, തൊഴിലില്ലായ്മ എന്നീ പരാമർശങ്ങൾ പോലും ഇല്ലാത്ത കേന്ദ്ര ബജറ്റിൽനിന്നും തീർത്തും വ്യത്യസ്തമായ ചിത്രമാണ് കേരള ബജറ്റ് നൽകുന്നത്. തൊഴിലവസരങ്ങൾ വർധിപ്പിക്കുകയെന്ന കൃത്യമായ ലക്ഷ്യംതന്നെ ബജറ്റിൽ കാണാം. യുവതലമുറയെ പുറത്തുപോകാതെ കേരളത്തിൽത്തന്നെ കാലുറപ്പിച്ചുനിർത്താനുള്ള മെയ്ക്ക് ഇൻ കേരള പോലുള്ള നൂതനമായ മാർഗങ്ങളും പദ്ധതികളും ബജറ്റ് മുന്നോട്ടുവയ്ക്കുന്നുണ്ട്. ഏറ്റവും പുതിയ സാങ്കേതികവിദ്യകൾ ഉപയോഗപ്പെടുത്തിക്കൊണ്ട് നൂതനമായ ഉൽപ്പാദനസങ്കേതങ്ങൾക്ക് രൂപംനൽകി ഒരു വിജ്ഞാനസമൂഹമായി മാറുന്നതിന്റെ ഭാഗമായുള്ള ഗുണപരമായി ഉയർന്ന നിലവാരമുള്ള തൊഴിലുകളാണ് സൃഷ്ടിക്കപ്പെടുന്നതെന്ന മെച്ചവുമുണ്ട്. ചുരുക്കിപ്പറഞ്ഞാൽ കേന്ദ്രം ജനങ്ങളെ മറന്നപ്പോൾ അവരുടെ ജീവിതം എങ്ങനെ മെച്ചപ്പെടുത്താമെന്ന സാമ്പത്തിക നയരേഖയാണ് കെ എൻ ബാലഗോപാൽ അവതരിപ്പിച്ച സംസ്ഥാന ബജറ്റ്.

വർഗസമരത്തിന്റെ വർത്തമാനം

'തത്വചിന്തകന്മാർ പലവിധേനയും ലോകത്തെ വ്യാഖ്യാനിക്കുകയേ ചെയ്തിട്ടുള്ളു; എന്നാൽ, നമ്മുടെ കടമ അതിനെ പരിവർത്തനപ്പെടുത്തുക എന്നതാണ്.'

കാൾമാർക്സ്

മാർക്സിസം ഒരു ദർശനമെന്നുള്ള നിലയ്ക്ക് ലോകത്തെ വ്യാഖ്യാനിക്കുക മാത്രമല്ല, അതിനെ മാറ്റിമറിക്കാൻ കൂടി ആഹ്വാനം ചെയ്യുന്നുണ്ട്. തൊഴിലാളി വർഗത്തിന്റെ മോചനത്തെയും ഉന്നതിയെയും പുരോഗമന താൽപ്പര്യത്തെയും പ്രതിനിധീകരിക്കുന്നു എന്നതാണ് മാർക്സിസത്തിന്റെ സവിശേഷത. തൊഴിലാളി വർഗത്തിന് സാമ്പത്തികവും അല്ലാതെയുമുള്ള അടിമത്തത്തിൽ നിന്നുള്ള പോംവഴിയും സാമൂഹിക മോചനമാർഗവും മാർക്സിസം മുന്നോട്ടുവെക്കുന്നുണ്ട്. മാർക്സിന്റെ വീക്ഷണങ്ങളുടെയും പ്രബോധനങ്ങളുടെയും സമാഹാരം മാത്രമല്ല മാർക്സിസം. നാളിതുവരെയുള്ള മനുഷ്യസമുദായത്തിൽ രൂപപ്പെട്ടിട്ടുള്ള സർവ്വതല സ്പർശിയായ മേഖലകളിലേയും എല്ലാ പുതിയ കണ്ടെത്തലുകളെയും ശാസ്ത്രത്തെയും പൂർണമായി ഉൾച്ചേർത്ത ഒന്നാണ് മാർക്സിസം. ലോകത്ത് എല്ലാം മാറ്റത്തിന് വിധേയമാണ്. മാറ്റമില്ലാത്തത് മാറിക്കൊണ്ടിരിക്കുന്നു എന്ന പ്രക്രിയയ്ക്ക് മാത്രമാണ് എന്ന ശാസ്ത്രീയമായ കാഴ്ചപ്പാടിലൂടെ, ലോകത്തെ മാറിക്കൊണ്ടിരിക്കുന്ന എല്ലാറ്റിനെയും സ്വാംശീകരിക്കാനാവുന്നതും അനുനിമിഷം വളർന്നുകൊണ്ടിരിക്കുന്നതുമായ ഒന്നാണ് മാർക്സിസം.

മുതലാളിത്തം എന്നും മാർക്സിസത്തെ എതിർത്തുപോന്നിട്ടുണ്ട്. തൊഴിലാളികളുടെ സാർവ്വദേശീയ സംഘടനയായ കമ്യൂണിസ്റ്റ് ലീഗിന്റെ പരിപാടി എന്ന നിലയിൽ മാർക്സും എംഗൽസും ചേർന്ന് *കമ്യൂണിസ്റ്റ്*

മാനിഫെസ്റ്റോ എഴുതി തയ്യാറാക്കി 1848 ൽ പ്രസിദ്ധീകരിക്കപ്പെട്ടതുമുതൽ ശത്രുക്കൾ ആ ആശയത്തെ എതിർത്തുകൊണ്ടിരുന്നു. *പാരീസ് കമ്യൂണിന്റെ* ഘാതകനായ തിയേർസും ഹിറ്റ്ലറും അക്കാലത്തെ പോപ്പും ഫ്രഞ്ച് റാഡിക്കലുകളും സാറും മെറ്റർനിക്കും ഗിസോവും ഒരുപാട് ഭരണവർഗങ്ങളുമൊക്കെ *കമ്യൂണിസ്റ്റ് മാനിഫെസ്റ്റോ* മുന്നോട്ടുവെച്ച ആശയ സംഹിതകളെ എതിർത്തു. എന്നാൽ, ഈ ശത്രുക്കളെല്ലാം ഭൂരിഭാഗവും ചരിത്രത്തിന്റെ ചവറ്റുകുട്ടകളിലേക്ക് വലിച്ചെറിയപ്പെട്ടെങ്കിലും അവരുടെ എതിർപ്പിന് പാത്രീഭവിച്ച മാർക്സിസം കൂടുതൽ കൂടുതൽ പ്രസക്തമായി ജനപഥങ്ങളിലേക്ക് വ്യാപിക്കുകയാണ്.

ആശയ വ്യാഖ്യാനങ്ങളിലേർപ്പെട്ട് വിയർപ്പുപൊടിയാതെ ശീതീകരണമുറികളിൽ അടയിരിക്കുവാനുള്ളതല്ല; മറിച്ച്, ഈ ലോകത്തെ മാറ്റിതീർക്കുന്നതിൽ മനുഷ്യനെ സഹായിക്കുകയും നയിക്കുകയും ചെയ്യുന്ന മഹത്തായ സിദ്ധാന്തവും തൊഴിലാളി വർഗത്തിന്റെ മൂർച്ചയേറിയ ആയുധവുമെന്ന നിലയ്ക്കാണ് മാർക്സിസം പ്രസക്തമാവുന്നത്. മുതലാളിത്തം താൽക്കാലികമായുള്ള ഒരു പ്രതിഭാസമല്ല. അതിന്റെ സ്ഥാനത്ത് താനേ വന്നുചേരുന്ന ഒന്നല്ല സോഷ്യലിസം. മുതലാളിത്ത വ്യവസ്ഥിതിയിൽ ജനങ്ങൾ അനുഭവിക്കുന്ന വിവരണാതീതമായ ദുരിതങ്ങളും മറ്റ് കുഴപ്പങ്ങളും എത്രമേൽ വളർന്നുവന്നാലും ആ വ്യവസ്ഥിതി താനേ സോഷ്യലിസമായി മാറുകയില്ല. ജനങ്ങളുടെ ബോധപൂർവ്വമായ ഇടപെടലുകളിലൂടെയും പ്രക്ഷോഭങ്ങളിലൂടെയും വർഗസമരങ്ങളിലൂടെയുമല്ലാതെ സമൂഹത്തിൽ ഒരു പ്രത്യേക ഉൽപ്പാദക ക്രമത്തിൽനിന്നും മറ്റൊന്നിലേക്ക് പ്രയാണം സംഭവിക്കുകയില്ല. അടിച്ചമർത്തപ്പെട്ട വർഗത്തിന് മോചനത്തിനുള്ള അറിവും മാർഗവും പ്രദാനം ചെയ്യുന്ന ഏകസിദ്ധാന്തമാണ് മാർക്സിസം.

വർഗവിഭജിതമായ സമൂഹം നിരവധി സാമൂഹ്യവികാസഘട്ടങ്ങളിലൂടെയാണ് വളർന്നുവന്നിട്ടുള്ളത്. വർഗസമരം ഒരു സാമൂഹിക പ്രതിഭാസമാണ്. അതിനാലാണ് സാമൂഹ്യ പരിവർത്തനത്തിനുള്ള ആയുധമായി വർഗസമരത്തെ തൊഴിലാളിവർഗം കാണുന്നത്. മാർക്സും എംഗൽസും ഇത് വ്യക്തമാക്കിയിട്ടുണ്ട്. വർഗസമൂഹത്തിനകത്ത് ഓരോ വ്യക്തിക്കും സ്വയം തെരഞ്ഞെടുക്കുവാനുള്ള ചേരികളുണ്ട്. ഒന്ന് മുതലാളിത്തത്തിന്റെ ചേരിയാണ്. മറ്റേത് തൊഴിലാളി വർഗത്തിന്റെ ചേരിയും. ഇവയിലേതെങ്കിലുമൊന്നിന്റെ പക്ഷത്ത് നിന്ന് അതിന്റെ വിജയത്തിനായി നിൽക്കുക എന്നതല്ലാതെ താൻ നിഷ്പക്ഷനാണെന്ന നാട്യത്തിൽ നിൽപ്പുറപ്പിക്കാൻ ആർക്കും സാധിക്കുകയില്ല. മുതലാളിത്തവും തൊഴിലാളി വർഗവും തമ്മിൽ നിരന്തരം നടക്കുന്ന സംഘട്ടനത്തിന്റെ വർത്തമാനത്തിൽ നിലവിലുള്ള സാമൂഹ്യ വ്യവസ്ഥിതിയെ മാറ്റി ഒരു പുതിയ സമൂഹ്യ വ്യവസ്ഥിതിയെ പകരംവെക്കാനുള്ള നിലപാടിൽ ഊന്നിയാണ് തൊഴിലാളിവർഗം മുന്നോട്ട് പോവുന്നത്. മുതലാളിത്ത സമൂഹത്തിലെ സ്വത്ത് ഉൽപ്പാദിപ്പിക്കുന്ന വർഗം തൊഴിലാളി വർഗമാണ്. സംഘടിതമാ

യുള്ള തൊഴിലാളി വർഗത്തിന്റെ പ്രതിരോധത്തിൽക്കൂടി മാത്രമേ മുതലാളിത്ത പ്രതിസന്ധിയെ മറികടക്കാനാവുകയുള്ളു. സമ്പന്നർ കൂടുതൽ സമ്പന്നരാവുകയും ദരിദ്രർ കൂടുതൽ ദരിദ്രരാവുകയും ചെയ്യുന്ന അവസ്ഥയാണ് മുതലാളിത്ത പ്രതിസന്ധി. ഇത് മുതലാളിത്തത്തിന്റെ ആവിർഭാവം മുതൽ അതിന്റെ അന്ത്യംവരെ നിലനിൽക്കുന്ന ഒരു പ്രക്രിയയാണ്. മുതലാളിത്ത പ്രതിസന്ധിയുടെ ആഴം കൂട്ടുന്ന ഒരു ഘടകമാണ് മാന്ദ്യം. ലോകവ്യാപകമായി ഇപ്പോൾ മാന്ദ്യം രൂക്ഷമാണ്. വിപ്ലവശക്തികളുടെ അഭാവത്താൽ വേണ്ടത്ര പരിക്കില്ലാതെ തന്നെ ഈ മാന്ദ്യത്തെ മറികടക്കാനുള്ള ശേഷി മുതലാളിത്ത ശക്തികൾക്ക് ഇന്നുമുണ്ട്. ഈ മാന്ദ്യങ്ങളിലൂടെ സാമൂഹ്യമാറ്റം ഉണ്ടാവണമെന്നില്ല. മാർക്സിസം വർഗസമര സിദ്ധാന്തത്തിൽ അധിഷ്ഠിതമായ സാമൂഹ്യ വിപ്ലവത്തിന് വേണ്ടിയാണ് ശാസ്ത്രീയമായി ശ്രമിക്കുന്നത്.

സമ്പന്നർ കൂടുതൽ സമ്പന്നരാവുന്നതും ദരിദ്രർ കൂടുതൽ ദരിദ്രരാവുന്നതും മുതലാളിത്ത ഉൽപ്പാദക ബന്ധത്തിന്റെ പ്രത്യേകത കൊണ്ടാണ്. സാമൂഹ്യമായ ഉൽപ്പാദനവും വ്യക്തിഗതമായ സമ്പത്തിന്റെ കേന്ദ്രീകരണവുമാണ് മുതലാളിത്തത്തിന്റെ അടിസ്ഥാനം. ഈ ഉൽപ്പാദന വിതരണ ഘടനയെ സമഗ്രമായി മാറ്റിപ്പണിയുമ്പോഴാണ് സാമൂഹ്യമായ ഉൽപ്പാദനവും ഉൽപ്പാദനോപാദികളുടെ സാമൂഹ്യമായ ഉടമസ്ഥതയും രൂപപ്പെടുന്നത്. അതിന് സാധിക്കണമെങ്കിൽ നിലവിലുള്ള ഭരണകൂടത്തെ മാറ്റേണ്ടതുണ്ട്. നിരന്തരം സാമ്പത്തിക ചൂഷണം നടത്തുകയും അതിനെതിരായി അനിവാര്യമായി ഉയർന്നുവരുന്ന പ്രതിഷേധങ്ങളെ അടിച്ചമർത്തുന്നതിന് മുതലാളിത്തം പടുത്തുയർത്തുന്ന ഭരണകൂടം തങ്ങൾ മുന്നോട്ടുവെക്കുന്ന നഗ്നമായ ക്രൂരതകൾ മറച്ചുവെക്കാനാവശ്യമായ ആശയപരമായ ചട്ടക്കൂടും ഒരുക്കിയെടുക്കുന്നുണ്ട്. ഭരണാധികാരവർഗം ഇതിന്റെ പ്രയോക്താക്കളാണ്.

നിലവിലുള്ള ഭരണാധികാര വർഗത്തിന്റെ താൽപ്പര്യം സംരക്ഷിക്കുന്ന ഭരണകൂടത്തെ തകർത്തുകൊണ്ട് മറ്റൊരു വർഗം അധികാരത്തിൽ വന്നാൽ മാത്രമേ ഭരണകൂടത്തിന്റെ സ്വഭാവത്തിന് മൗലികമായ മാറ്റം സംഭവിക്കുകയുള്ളു. അധികാരത്തിലിരിക്കുന്ന വർഗത്തിന്റെ കാര്യത്തിൽ അടിസ്ഥാനപരമായ ഒരു മാറ്റവും വരാതെ, അതേ വർഗത്തിലുള്ള വ്യക്തികളോ സംഘടനകളോ ഭരണകൂടത്തെ നിയന്ത്രിച്ചാൽ മാറുന്നത് ഗവൺമെന്റ് മാത്രമാണ്. ഭരണകൂടമല്ല. ഭരണവർഗത്തിന് ഈ മാറ്റം പ്രതിസന്ധി സൃഷ്ടിക്കുന്നില്ല.

ഒരു മുതലാളിത്ത സമൂഹത്തിൽ ഭരണകൂടത്തെ മാറ്റാനുള്ള ശേഷി അധ്വാനിക്കുന്ന ജനവിഭാഗത്തിനാണുള്ളത്. അതിന്റെ നേതൃത്വ ശക്തിയാണ് തൊഴിലാളി വർഗം. രാഷ്ട്രീയ നിലപാടുകളുമായി ബന്ധപ്പെട്ടുകൊണ്ടുള്ള വിവിധ മുഖങ്ങളുള്ള നിരവധിയായ പോരാട്ടങ്ങളിലൂടെ മാത്രമേ ഭരണകൂടത്തെ മാറ്റി പുതിയൊരു ഭരണകൂടം സ്ഥാപിക്കുന്നതിന് വേണ്ടിയുള്ള വിപ്ലവം നടക്കുകയുള്ളു. ഈ വിപ്ലവത്തിന്റെ തയ്യാ

റെടുപ്പുകളാണ് ലോകവ്യാപകമായി നടക്കുന്ന വർഗസമരത്തിലൂടെ കാണാനാവുന്നത്.

വർഗസമരം ഒരേ ദിശയിൽ ഒരേ രീതിയിലല്ല നടക്കുന്നത്. വൻപിച്ച മുന്നേറ്റങ്ങളും വലിയ രീതിയിലുള്ള തിരിച്ചടികളും വർഗസമരത്തിന്റെ ഭാഗമായി കാണാനാവും. സമചിത്തതയോടെ ഈ രണ്ട് മുഖങ്ങളെയും അഭിമുഖീകരിക്കാൻ നമുക്ക് സാധിക്കേണ്ടതുണ്ട്. വിജയിക്കുമ്പോൾ അത്യാഹ്ലാദവും പരാജയപ്പെടുമ്പോൾ അമിതമായ ദുഃഖവും ഉണ്ടാവേണ്ടതില്ല. വേലിയേറ്റങ്ങളും വേലിയിറക്കങ്ങളും ഉള്ളതുപോലെ പരാജയത്തിന്റെ പടുകുഴിയിൽനിന്നും മുന്നോട്ടുകുതിക്കാനും വിജയത്തിന്റെ ഉയർച്ചകളിൽനിന്ന് പിന്നോട്ടുപോകാനുമുള്ള സാധ്യതയെ ശാസ്ത്രീയമായി മനസ്സിലാക്കാൻ വർഗസമരത്തെ ആയുധമാക്കുന്നവർക്ക് സാധിക്കണം. ഇന്ത്യയിൽ മാർക്സിസത്തിന്റെ പ്രയോഗം ഇന്ത്യൻ സാമൂഹ്യമാറ്റത്തെ അടിസ്ഥാനപ്പെടുത്തിയാണ് വിലയിരുത്തേണ്ടത്. വർഗ പ്രസ്ഥാനങ്ങളും ബഹുജന പ്രസ്ഥാനങ്ങളും താന്താങ്ങളുടെ താൽപ്പര്യങ്ങൾക്ക് വേണ്ടിയുള്ള മുദ്രാവാക്യങ്ങളുയർത്തി സമരങ്ങളിൽ ഏർപ്പെടുമ്പോൾ തന്നെ രാജ്യം അഭിമുഖീകരിക്കുന്ന പ്രശ്നങ്ങളുടെ കാരണങ്ങൾ മനസ്സിലാക്കി മൗലീകമായി വിലയിരുത്താനുള്ള പ്രാപ്തിയും ഉണ്ടാവണം. ഇന്നത്തെ ഇന്ത്യൻ പരിതഃസ്ഥിതിയിൽ പാർലമെന്ററി പ്രവർത്തനവും പാർലമെന്റേതര പ്രവർത്തനവും ചേർന്നുപോകുന്ന ഒരു പ്രത്യേക നിലയാണുള്ളത്. പാർലമെന്ററി പ്രവർത്തനത്തിന്റെ അവസരമുള്ളിടത്തോളം കാലം അതിനെ നിരസിക്കാൻ സാധിക്കുകയില്ല. വലതുപക്ഷ അവസരവാദത്തെയും ഇടതുപക്ഷ തീവ്ര നിലപാടുകളെയും എതിർത്തുകൊണ്ട് പാർലമെന്ററി പ്രവർത്തനത്തെയും പാർലമെന്റേതര പ്രവർത്തനങ്ങളെയും സമന്വയിപ്പിച്ച് വർഗസമരത്തെ മുന്നോട്ടുനയിക്കാൻ സാധിക്കേണ്ടതുണ്ട്.

ഇടതുപക്ഷ ജനാധിപത്യ മുന്നണി പാർലമെന്ററി പ്രവർത്തനത്തെയും പാർലമെന്റേതര പ്രവർത്തനങ്ങളെയും കൂട്ടിയോജിപ്പിച്ച് വർഗസമരത്തെ മുന്നോട്ടുനയിക്കുന്നതിനുള്ള വേദിയാണ്. തൊഴിലാളികൾ, കൃഷിക്കാർ, കർഷക തൊഴിലാളികൾ, സ്ത്രീകൾ, യുവജനങ്ങൾ, വിദ്യാർത്ഥികൾ, അധ്യാപകർ, ജീവനക്കാർ തുടങ്ങിയവരൊക്കെ അഭിമുഖീകരിക്കുന്ന പ്രശ്നങ്ങൾക്ക് പരിഹാരം കാണുവാനുള്ള ജനാധിപത്യ സമരമുഖങ്ങളിലൂടെയാണ് ഈ മുന്നണി രൂപപ്പെടുക. ഇന്ത്യൻ വിപ്ലവത്തിന്റെ കേന്ദ്രബിന്ദുവായ ജനകീയ ജനാധിപത്യ വിപ്ലവത്തിന്റെ ഇങ്ങേയറ്റം മാത്രമാണിത്. നിലവിലുള്ള ഭരണകൂടത്തെ മാറ്റി പുതിയൊരു ഭരണകൂടത്തെ സ്ഥാപിക്കാനുള്ള മുന്നണിയാണ് ജനകീയ ജനാധിപത്യ മുന്നണി. എന്നാൽ, ഇടതുപക്ഷ ജനാധിപത്യ മുന്നണി എന്നത് നിലവിലുള്ള ഭരണകൂടത്തിന്റെ ജനവിരുദ്ധതയുടെ ഭാഗമായി മേൽ സൂചിപ്പിച്ച വിഭാഗങ്ങൾ നേരിടുന്ന പ്രശ്നങ്ങളെ അതിജീവിക്കാൻ അവർ സ്വന്തം നിലയിൽ ഉയർത്തിക്കൊണ്ടുവരുന്ന പ്രസ്ഥാനങ്ങളുടെ പൊതുവേദി

യാണ്. ഇതൊരു രാഷ്ട്രീയ കൂട്ടുകെട്ടല്ല. ഇന്ത്യയിൽ ഇടതുപക്ഷ ജനാധിപത്യ മുന്നണിയുണ്ടാക്കിയും വിപുലപ്പെടുത്തുക എന്ന കടമ നിർവഹിച്ചുകൊണ്ടല്ലാതെ ജനകീയ ജനാധിപത്യ മുന്നണി കെട്ടിപ്പടുക്കാൻ സാധിക്കുകയില്ല. സ്വന്തം താൽപ്പര്യത്തിന് വേണ്ടിയുള്ള സമരങ്ങളിലൂടെ തൊഴിലാളി വർഗവും അധ്വാനിക്കുന്ന ജനവിഭാഗങ്ങളും അനുഭവിച്ചറിയുന്ന ഭരണകൂടത്തിന്റെ പ്രത്യേകതയിൽനിന്നാണ് ഈ ഭരണകൂടത്തെ ആത്യന്തികമായി മാറ്റാതെ തങ്ങളുടെ പ്രശ്നങ്ങൾക്ക് പരിഹാരം കാണാനാവില്ല എന്ന ഉയർന്ന രാഷ്ട്രീയബോധത്തിലേക്ക്, നാം ആഗ്രഹിക്കുന്ന പുതിയൊരു വ്യവസ്ഥയുടെ സ്ഥാപനത്തിലേക്ക് എത്താനാവുകയുള്ളു.

ഓരോരോ വർഗബഹുജന സംഘടനകളും ഈ ലക്ഷ്യത്തെ മുൻനിർത്തിയാണ് അവരവരുടെ പോരാട്ടമുഖങ്ങൾ കൂർപ്പിച്ചെടുക്കുന്നത്. നിരന്തരമായ ആ പ്രക്രിയയുടെ ഭാഗമായി ഇന്ത്യയിലെ കർഷക തൊഴിലാളി പ്രസ്ഥാനവും തങ്ങളുടെ താൽപ്പര്യങ്ങൾ സാധിതമാക്കാനുള്ള നിരവധിയായ പോരാട്ടങ്ങളിൽ ഏർപ്പെടുന്നുണ്ട്. രാജ്യം സ്വാതന്ത്ര്യം നേടി ഇത്രയേറെ കാലമായിട്ടും രാജ്യത്തെ കർഷക തൊഴിലാളികൾക്ക് ഭൂമി ലഭിച്ചിട്ടില്ല. സ്വന്തമായ വീടും സ്ഥിരതയുള്ള ജോലിയും അതിനുള്ള കൃത്യമായ കൂലിയും ലഭിക്കുന്നില്ല. സാമൂഹ്യമായ പിന്നോക്കാവസ്ഥയിലാണ് ഇപ്പോഴും ഈ ജനവിഭാഗങ്ങളുള്ളത്. അധഃസ്ഥിത ജനവിഭാഗങ്ങളെന്ന വിലയിരുത്തൽ മാറ്റുവാനാവശ്യമായ പുരോഗതി കർഷക തൊഴിലാളികളുടെ ജീവിതത്തിലുണ്ടായിട്ടില്ല. ഇത്തരത്തിലുള്ള പാർശ്വവൽക്കരിക്കപ്പെട്ട ജനവിഭാഗത്തിന്റെ നാവാണ് രാജ്യത്തെ കർഷക തൊഴിലാളി പ്രസ്ഥാനം. നമ്മുടെ യൂണിയനെയും അതുപോലെ മറ്റ് വർഗബഹുജന സംഘടനകളെയും ശക്തിപ്പെടുത്തി ഇടതുപക്ഷ ജനാധിപത്യ മുന്നണിയെ വിപുലപ്പെടുത്തി ജനകീയ ജനാധിപത്യ വിപ്ലവത്തിലേക്ക് മുന്നേറുന്നതിനൊപ്പം മാർക്സിസം അപ്രസക്തമാണെന്ന കുപ്രചരണവുമായി തൊഴിലാളി വർഗത്തെ ദുർബലപ്പെടുത്താനുള്ള ശ്രമവും സജീവമാണ്. എന്നാൽ, വസ്തുത മറിച്ചാണ്. മാർക്സിസം കൂടുതൽ വളർന്നുകൊണ്ടിരിക്കുകയാണ്. മാർക്സിന്റെയും എംഗൽസിന്റെയും കാലത്തുണ്ടായിട്ടില്ലാത്ത രീതിയിൽ മുതലാളിത്ത വളർച്ചയുടെ പുതിയഘട്ടത്തെയാണ് നാം അഭിമുഖീകരിക്കുന്നത്. മുതലാളിത്തവും തൊഴിലാളി വർഗവും തമ്മിലുള്ള വർഗ വൈരുദ്ധ്യം രൂക്ഷമായി മൂർച്ഛിച്ചിരിക്കുന്നു. തൻമൂലം തങ്ങളുടെ കാലഘട്ടത്തിൽ മാർക്സും എംഗൽസും രൂപീകരിച്ച വർഗസമരത്തിലെ അടവും നയവും പുതിയ പരിസ്ഥിതിക്കനുയോജ്യമാവുംവിധം അധികമധികം വളർത്തേണ്ടിയിരിക്കുന്നു.

സ്ത്രീപക്ഷ നവകേരളത്തിലേക്ക്

സ്ത്രീസുരക്ഷ ഉറപ്പുവരുത്താനും സ്ത്രീകൾക്കെതിരായ അതിക്രമങ്ങൾ ഇല്ലാതാക്കുവാനും കേരളത്തിലെ ഇടതുപക്ഷ ജനാധിപത്യ മുന്നണി സർക്കാർ പ്രതിജ്ഞാബദ്ധമാണ്. സമൂഹത്തിന്റെ എല്ലാ മേഖലകളിലും സ്ത്രീകളുടെ പങ്കാളിത്തവും നേതൃത്വവും ഉറപ്പുവരുത്തുന്നതിനായി നിരവധി പ്രവർത്തനങ്ങൾ സർക്കാർ ആവിഷ്കരിച്ച് നടപ്പിലാക്കി വരുന്നുണ്ട്. എങ്കിലും കേരള സമൂഹത്തിൽ സ്ത്രീകൾക്കെതിരായ അതിക്രമങ്ങൾ റിപ്പോർട്ട് ചെയ്യപ്പെടുന്നുണ്ട്. ഇത്തരം പ്രവണതകൾ ഒരു സർക്കാർ സംവിധാനത്തിന്റെ ഇടപെടലുകളിലൂടെ മാത്രം ഇല്ലാതാക്കാൻ പറ്റുന്നതല്ല. അതിനാവശ്യം സ്ത്രീപക്ഷ നിലപാട് എല്ലാ വിഭാഗം ജനങ്ങളിലും ഉണ്ടാക്കുവാനുള്ള ബോധവൽക്കരണമാണ്. സ്ത്രീപക്ഷത്ത് നിൽക്കുന്ന സ്ത്രീകളും പുരുഷൻമാരും ഉള്ളതുപോലെ സ്ത്രീവിരുദ്ധമായ പൊതുബോധത്തിന്റെ ഭാഗമായി നിൽക്കുന്ന സ്ത്രീകളും പുരുഷന്മാരുമുണ്ട്. അത്തരമൊരു സമൂഹത്തിൽ ഉണ്ടാവുന്ന സ്ത്രീവിരുദ്ധമായ പ്രവർത്തനങ്ങളെയും ചിന്തകളെയും മറ്റും ഇല്ലാതാക്കാനുതകുന്ന സർവ്വതല സ്പർശിയായ ക്യാമ്പയിനാണ് സ്ത്രീപക്ഷ നവകേരളത്തിലൂടെ സംസ്ഥാന സർക്കാർ ഉയർത്തിക്കൊണ്ടുവരുന്നത്.

ലോകചരിത്രത്തിൽ സ്ഥാനം പിടിച്ച അവകാശ പോരാട്ടങ്ങളുടെ ചരിത്രത്തിൽ സ്ത്രീകളുടെ അനിഷേധ്യമായ പങ്കാളിത്തം ഉണ്ടായിരുന്നു എന്നത് തർക്കമറ്റ കാര്യമാണ്. പതിനെട്ടാം നൂറ്റാണ്ടിൽ രൂപപ്പെട്ടുവരികയും പത്തൊമ്പതാം നൂറ്റാണ്ടിൽ ശക്തിപ്പെടുകയും ചെയ്ത തൊഴിലാളിവർഗ പ്രസ്ഥാനം സ്ത്രീകളുടെ പ്രശ്നത്തിൽ സജീവമായി ഇടപെടാൻ തുടങ്ങിയതോടുകൂടി സ്ത്രീകൾ വൻതോതിൽ പ്രക്ഷോഭങ്ങളിൽ പങ്കെടുത്തു എന്നുള്ളത് ചരിത്രമാണ്. 1871 ലെ പാരീസ് കമ്യൂൺ

സംരക്ഷിക്കാനുള്ള പോരാട്ടത്തിൽ നിരവധി സ്ത്രീകൾ രക്തസാക്ഷിത്വം വരിച്ചു. പാരീസ് കമ്യൂൺ പരാജയപ്പെട്ടപ്പോൾ യുദ്ധ കമ്മീഷന് മുന്നിൽ പോരാളികളെ ഹാജരാക്കിയവേളയിൽ അവരിൽ 1051 പേർ സ്ത്രീകളായിരുന്നു എന്നത് അത്യന്തം ആവേശമുണർത്തുന്ന ചരിത്രമാണ്. നമ്മുടെ രാജ്യത്ത് 1930–31 കളിൽ നിസ്സഹകരണ പ്രസ്ഥാനത്തിൽ പങ്കെടുത്ത് 20000 ത്തിലധികം സ്ത്രീകൾ ജയിലിലടയ്ക്കപ്പെട്ടു. ആ കാലഘട്ടത്തിൽ രാജ്യത്ത് ഉയർന്നുവന്ന കർഷക പ്രസ്ഥാനങ്ങളുടെയും തൊഴിലാളി വർഗ പ്രസ്ഥാനങ്ങളുടേയും നേതൃത്വത്തിൽ നടന്ന പ്രക്ഷോഭങ്ങളിൽ സ്ത്രീകളുടെ ത്യാഗപൂർണമായ പങ്കാളിത്തം കാണാനാവും. സ്വാതന്ത്ര്യ സമര പ്രസ്ഥാനത്തിലെ വനിതാ പങ്കാളിത്തത്തെ ആർക്കും ചെറുതായി കാണാനാവില്ല.

രാജ്യത്താകെ സ്ത്രീപക്ഷ ചിന്തയും ആധുനിക വനിതാ വിമോചന പ്രസ്ഥാനങ്ങളും രൂപംകൊണ്ടത് നവോത്ഥാനത്തെ തുടർന്നാണ്. കേരളത്തിലും അങ്ങനെയായിരുന്നു. ലിംഗപരമായ വിവേചനവും അസമത്വവും അവസാനിപ്പിക്കാനുള്ള പ്രവർത്തനങ്ങൾക്ക് അക്കാലത്ത് തന്നെ തുടക്കമിട്ടു. ശൈശവ വിവാഹം, വിധവാ വിവാഹ നിരോധനം, സതി, പിതൃസ്വത്തിൽ പെൺമക്കൾക്ക് അവകാശമില്ലായ്മ, വിദ്യാഭ്യാസ നിഷേധം, ബഹുഭാര്യാത്വം തുടങ്ങിയ കാര്യങ്ങളെല്ലാം അക്കാലത്ത് തന്നെ പ്രക്ഷോഭ വിഷയങ്ങളായി.

തോൽവിറക് സമരം, മാറുമറയ്ക്കൽ സമരം, കല്ലുമാല സമരം തുടങ്ങിയ നിരവധി പ്രക്ഷോഭങ്ങൾ സ്ത്രീപക്ഷത്ത് നിന്നുകൊണ്ടുള്ള കേരളത്തിലെ പ്രധാന സമരങ്ങളായിരുന്നു. കേരളത്തിലെ വനിതകളുടെ മുന്നേറ്റം മറ്റ് സ്ഥലങ്ങളെ അപേക്ഷിച്ച് നോക്കുമ്പോൾ വളരെ മുന്നിലാണെന്ന് കാണാനാവും. 1800 കൾക്ക് മുമ്പ് തുടങ്ങിയ മാറുമറയ്ക്കൽ സമരത്തെ ഇന്ത്യയിലെ ആദ്യത്തെ സ്ത്രീമുന്നേറ്റമെന്ന് വിശേഷിപ്പിച്ചാൽ തെറ്റാവില്ല. കേരളത്തിലെ ആദ്യത്തെ പൗരാവകാശ പോരാട്ടവും ഇതായിരുന്നു. ചാന്നാർ സ്തീകൾക്ക് മാറുമറയ്ക്കാനുള്ള അവകാശത്തിനായുള്ള സമരം വിജയം കണ്ടു. ഘോഷ ബഹിഷ്കരിച്ചുകൊണ്ടാണ് നമ്പൂതിരി സ്ത്രീകൾ മുഖ്യധാരയിലേക്ക് വന്നത്. ലക്കിടിയിലെ തൊഴിൽ കേന്ദ്രം സ്ത്രീകളുടെ കമ്യൂൺ ആയിരുന്നു. നൂൽനൂൽപ്പും നെയ്ത്തും തുന്നലുമായി ആത്മാഭിമാനത്തോടെ അവിടെ സ്ത്രീകൾ ജീവിച്ചു. മലയാളത്തിലെ ആദ്യത്തെ സ്ത്രീപക്ഷ നാടകങ്ങൾ രൂപംകൊള്ളുന്നത് ആ പശ്ചാത്തലത്തിലാണ്. *അടുക്കളയിൽനിന്ന് അരങ്ങത്തേക്ക്, മറയ്ക്കുടയ്ക്കുള്ളിലെ മഹാ നരകം, ഋതുമതി* തുടങ്ങിയ നാടകങ്ങൾ അപരിഷ്കൃതവും സ്ത്രീവിരുദ്ധവുമായ പൊതുബോധത്തെ മാറ്റിമറിക്കാനുള്ള ബോധവൽക്കരണത്തിനായി ഉപയോഗിക്കപ്പെട്ടു.

കല്ലുമാല സമരം പുലയ സ്ത്രീകൾ കഴുത്തിൽ ധരിക്കുന്ന കല്ലുമാലകൾ ഉപേക്ഷിക്കുന്നതിന്റെ ഭാഗമായിരുന്നു. സാമൂഹ്യപരിഷ്കർത്താവായിരുന്ന ഗോപാലദാസിന്റെ ആഹ്വാനത്തെത്തുടർന്ന് പുലയ സ്ത്രീ

കൾ കല്ലുമാലകൾ ഉപേക്ഷിച്ചപ്പോൾ അക്കാലത്തെ സവർണ മാടമ്പികൾ ആ സ്ത്രീകളെ കല്ലുമാല ധരിപ്പിക്കുവാൻ പരിശ്രമിച്ചു. തുടർന്നുണ്ടായ പുലയർ – നായർ ലഹളയെ തുടർന്ന് കൊല്ലത്ത് വിളിച്ചുചേർത്ത മഹാസമ്മേളനത്തിൽ വെച്ച് പുലയ സ്ത്രീകൾ അണിഞ്ഞ കല്ലുമാലകൾ ഉപേക്ഷിച്ചു. ആ ദുരാചാരത്തിന് അറുതിയായി. സമരം വിജയിച്ചു. ചീമേനി കുന്നിന്റെ ചുറ്റുപാടുമുള്ള തിമിരി, ചെറുവത്തൂർ, കയ്യൂർ തുടങ്ങിയ സ്ഥലങ്ങളിലെ കൃഷിക്കാർ തോലും വിറകും ശേഖരിക്കുന്ന സ്ഥലങ്ങൾ വാങ്ങിക്കൂട്ടിയ ജോർജ്ജ് ജോസഫ് കൊട്ടുകാപ്പള്ളി എന്ന മുതലാളി ഒരു എസ്റ്റേറ്റുണ്ടാക്കി തോലും വിറകും ശേഖരിക്കുന്നത് തടഞ്ഞു. സ്ത്രീകളും കർഷകരും അരിവാളും കയറും പിടിച്ച് ചീമേനി എസ്റ്റേറ്റിലേക്ക് നീങ്ങി. ആ സമരത്തിന്റെ മുന്നിൽ അണിനിരന്നത് കുഞ്ഞിമാധവിയേയും കാർത്ത്യായനിക്കുട്ടി അമ്മയേയും പോലുള്ള ധീരവനിതകളായിരുന്നു. എട്ടുമാസത്തോളം നിണ്ടുനിന്ന സമരം തോലും വിറകും ശേഖരിക്കാനുള്ള അനുവാദം ലഭിച്ച ശേഷമാണ് അവസാനിച്ചത്.

നവോത്ഥാന പ്രസ്ഥാനങ്ങളിൽ മാത്രമല്ല സാമൂഹികവും രാഷ്ട്രീയവുമായി ലോകത്തിന്റെ വിവിധ ഭാഗങ്ങളിൽ നടന്ന പോരാട്ടങ്ങളിൽ സ്ത്രീകളുമുണ്ട്. പക്ഷേ, പലപ്പോഴും ചരിത്രത്തിൽ അവരുടെ പേരുകൾ കാണാനാവില്ല. പുരുഷ മേധാവിത്തത്തിൽ അധിഷ്ഠിതവും കേന്ദ്രീകൃതവുമായ ഒരു സാമൂഹ്യവ്യവസ്ഥ ശക്തമായി നിൽക്കുമ്പോൾ സ്ത്രീകൾ പാർശ്വവൽക്കരിക്കപ്പെടുന്നത് സ്വാഭാവികമാണ്. അതിനെ മറികടക്കാനുള്ള ശ്രമം സ്ത്രീ–പുരുഷ ഭേദമില്ലാതെ എല്ലാവരുടെയും ഭാഗത്ത് നിന്ന് ഉണ്ടാവേണ്ടതാണ്.

ഇന്ത്യൻ നാഷണൽ കോൺഗ്രസ് രൂപീകരിച്ചതിനുശേഷം കോൺഗ്രസിന്റെ വിവിധ തലങ്ങളിലുള്ള സമ്മേളനങ്ങളുടെ ഭാഗമായി സാമൂഹ്യ പരിഷ്കരണ സമ്മേളനങ്ങൾ പ്രത്യേകിച്ചും മഹിളാ സമ്മേളനങ്ങൾ വിളിച്ചു ചേർക്കാറുണ്ടായിരുന്നു. ഇടതുപക്ഷ പ്രസ്ഥാനങ്ങളും സോഷ്യലിസ്റ്റ് ഗ്രൂപ്പുകളും പാർട്ടികളും ട്രേഡ് യൂണിയനുകളും മറ്റ് ബഹുജന സംഘടനകളും രൂപംകൊണ്ടപ്പോൾ സ്ത്രീകളെ തങ്ങളുടെ അംഗങ്ങളായും അണികളായും കൂടെ നിർത്താനും അവരുടെ അവകാശപോരാട്ടത്തിൽ ഊന്നൽ നൽകാനും ശ്രദ്ധിച്ചു. ജനാധിപത്യവും സോഷ്യലിസവും ലക്ഷ്യമിട്ട് ജനങ്ങൾക്കിടയിൽ പ്രവർത്തിക്കുന്ന ഈ സംഘടനകൾ അവരുടെ നയപരിപാടികളിൽ ഇന്ത്യൻ സ്തീത്വം നൂറ്റാണ്ടുകളായി അനുഭവിക്കുന്ന കഷ്ടതകളിൽനിന്നുള്ള വിമോചനത്തിനായുള്ള മുദ്രാവാക്യങ്ങൾ ഉൾപ്പെടുത്തി. അങ്ങനെയാണ് ബ്രിട്ടീഷ് ഭരണ കാലത്ത് തന്നെ സംഘടിത വനിതാപ്രസ്ഥാനത്തിന് പല സാമൂഹ്യ പരിഷ്കരണ നിയമങ്ങളും പാസാക്കി എടുക്കുന്നതിൽ പങ്കുവഹിക്കാനായത്. തുടർന്ന് ദേശീയ സർക്കാർ രൂപീകരിക്കപ്പെട്ടപ്പോൾ ഈ പ്രക്രിയയ്ക്ക് ആക്കം കൂടി. ബ്രിട്ടീഷുകാർ ഇന്ത്യ വിട്ട് കാലമിത്രയായിട്ടും രാജ്യത്ത് സ്ത്രീ–പുരുഷ സമത്വം കൈവരിക്കാനായിട്ടില്ല.

വിവാഹം, സ്വത്തവകാശം, കുടുംബജീവിതം തുടങ്ങിയ പല കാര്യങ്ങളെയും ബാധിക്കുന്ന സാമൂഹിക പരിഷ്കരണ നിയമങ്ങൾ വന്നെങ്കിലും പുരുഷനും സ്ത്രീയും തമ്മിലുള്ള നിയമപരമായ തുല്യത ഇനിയും പൂർണമായും കൈവരിച്ചിട്ടില്ല. സ്ത്രീധന നിരോധന നിയമം, അയിത്താചരണ വിരുദ്ധ നിയമം തുടങ്ങി പല നിയമങ്ങളും പ്രാബല്യത്തിലുണ്ടെങ്കിലും അവയൊന്നും കാര്യക്ഷമമായി നടപ്പിലാക്കപ്പെടുന്നില്ല. പല സാമൂഹിക പരിഷ്കരണ നിയമങ്ങളും നഗ്നമായി ലംഘിക്കപ്പെടുകയാണ്. ശക്തമായ ജനകീയ പ്രസ്ഥാനങ്ങളിൽക്കൂടി മാത്രമേ നിയമങ്ങളെ നിർജ്ജീവമാക്കുന്ന നിക്ഷിപ്ത താൽപ്പര്യക്കാരെ മറികടക്കാനാവുകയുള്ളു.

ഐ ടിയുടെയും ബി ടിയുടെയും പുതിയ കാലത്ത് നമ്മുടെ സ്ത്രീകൾ വിവിധങ്ങളായ പ്രശ്നങ്ങളെ അഭിമുഖീകരിക്കുന്നുണ്ട്. ഇവിടെ സ്ത്രീകൾക്ക് വിദ്യാഭ്യാസം നേടി സ്വതന്ത്രമായ ജോലി സ്വീകരിക്കാനുള്ള അവസരമുണ്ട്. വിവാഹ ജീവിതം പരമ്പരാഗതമായ നിയന്ത്രണങ്ങളിൽ നിന്ന് ഏറക്കുറെ സ്വതന്ത്രമാക്കപ്പെട്ടു. സ്ത്രീകൾ പഴയ അടിച്ചമർത്തലിന് പകരം പുതിയ പ്രശ്നങ്ങളെയും അഭിമുഖീകരിക്കുന്നുണ്ട്. സ്ത്രീയെന്ന നിലയിൽ ഓരോ വ്യക്തിയും നേരിടുന്ന ജീവൽ പ്രശ്നങ്ങൾക്ക് പരിഹാരം കാണേണ്ടതുണ്ട്. ഇതിനായി ജാതി–മത–വർഗ ഭേദങ്ങൾക്കതീതമായി സ്ത്രീകളെ ഒന്നിപ്പിച്ച് അണിനിരത്തണം. ഏറിവരുന്ന സ്ത്രീ പീഡനങ്ങൾക്കെതിരെ എല്ലാ ജനാധിപത്യ ശക്തികളും ഉൾക്കൊള്ളുന്ന സ്ത്രീപക്ഷ പ്രസ്ഥാനം കെട്ടിപ്പടുക്കണം. സ്ത്രീ സമൂഹത്തിൽ തന്നെ സാമ്പത്തികമായി പിന്നോക്കം നിൽക്കുന്നവരുടെ പ്രശ്നങ്ങൾ പ്രത്യേകമായെടുത്ത് അവയ്ക്ക് ഓരോന്നിനും പരിഹാരം കാണണം. അതോടൊപ്പം ഉപരിവർഗത്തിലുള്ള സ്ത്രീകളുടെ പ്രശ്നങ്ങളെയും കാണേണ്ടതുണ്ട്. അങ്ങനെ പൊതുതാൽപ്പര്യമുള്ള പ്രശ്നങ്ങളെ അഭിമുഖീകരിക്കാൻ സ്ത്രീകളെയൊന്നാകെ അണിനിരത്തുന്ന വേദിയായി ഇത് മാറണം.

സ്ത്രീകളുടെ പ്രശ്നം ഒറ്റപ്പെട്ടുനിൽക്കുകയല്ല എന്ന ബോധം സ്ത്രീസമൂഹത്തിൽ വളർത്തണം. സ്ത്രീ സ്വാതന്ത്ര്യത്തിന് വിഘാതമായി നിൽക്കുന്ന എല്ലാ പ്രത്യയശാസ്ത്ര പ്രവണതകളേയും മൊത്തത്തിൽ എതിർക്കുന്നതോടൊപ്പം അവയുടെ സവിശേഷ രൂപങ്ങളായ ഭൂരിപക്ഷ, ന്യൂനപക്ഷ വർഗീയതകളെ വിട്ടുവീഴ്ച കൂടാതെ എതിർക്കണം. ഈ കടമകളെല്ലാം നിറവേറ്റുന്നതിന് കുടുംബശ്രീ പ്രസ്ഥാനത്തെ സ്ത്രീപക്ഷമാക്കേണ്ടതുണ്ട്. സ്വതന്ത്രമായും ജനാധിപത്യപരമായും ചിന്തിക്കുന്ന, പ്രവർത്തിക്കുന്ന സ്ത്രീകളുടെ പ്രസ്ഥാനമായി മാറാൻ കുടുംബശ്രീക്ക് സാധിക്കണം. സമൂഹത്തെയും സാമൂഹ്യബന്ധങ്ങളെയും മാറ്റിയെഴുതാൻ സാധിക്കുന്ന ഒരു മുന്നേറ്റമായി സ്ത്രീപക്ഷ നവകേരളം മാറുമെന്നാണ് ഞാൻ പ്രതീക്ഷിക്കുന്നത്. ഈ നാടിന്റെ രാഷ്ട്രീയ, സാമൂഹ്യ, സാമ്പത്തിക, സാംസ്കാരിക മേഖലകളിൽ സ്ത്രീ

കൾക്ക് എന്ത് പങ്ക് വഹിക്കാൻ സാധിക്കുമെന്ന ചോദ്യത്തിനുള്ള ഉത്തരം കണ്ടെത്താൻ കൂടി സാധിക്കണം. സ്ത്രീകളുടെ പ്രശ്നങ്ങൾ അവരുടെ മാത്രം പ്രശ്നവും പുരുഷന്മാരുടെ പ്രശ്നങ്ങൾ സമൂഹത്തിന്റെ മൊത്തം പ്രശ്നവും എന്നൊരു നോക്കികാണൽ ചില ഭാഗങ്ങളിൽ നിന്നുണ്ടാവാറുണ്ട്. സ്ത്രീകൾ സമൂഹത്തിന്റെ ഭാഗമാണെന്നും അവർക്ക് പുരുഷന്മാരെപ്പോലെ ഈ സമൂഹത്തിൽ ജീവിക്കാനുള്ള അവകാശമുണ്ടെന്നും സ്ത്രീസമൂഹത്തിൽ നല്ല തിരിച്ചറിവുണ്ടാക്കാനുതകുന്ന രീതിയിൽ സ്ത്രീപക്ഷ നവകേരളം മുന്നേറണം.

കേരളത്തിന്റെ വികസന മുന്നേറ്റത്തിൽ കുടുംബശ്രീ പ്രസ്ഥാനം വഹിച്ച പങ്ക് ആർക്കും വിസ്മരിക്കാൻ കഴിയില്ല. സ്ത്രീ സുരക്ഷയിലും സ്ത്രീശാക്തീകരണത്തിലുമൂന്നിയുള്ള നിരവധി പ്രവർത്തനങ്ങൾ കുടുംബശ്രീ നടത്തുന്നുണ്ട്. യുവതീ ഓക്സിലറി ഗ്രൂപ്പിലൂടെ ഏറ്റവും ഊർജ്ജസ്വലതയുള്ള യുവതികളുടെ കൂട്ടായ്മകൾ കൂടി കുടുംബശ്രീ യാഥാർത്ഥ്യമാക്കിയിരിക്കുന്നു. അങ്ങനെ സമൂഹത്തിന്റെ നാനാതുറകളിലുമുള്ള സ്ത്രീകൾ നയിക്കുന്ന, പ്രാദേശിക വികസന പ്രക്രിയയ്ക്ക് ആക്കം കൂട്ടുന്ന ചാലകശക്തിയായ കുടുംബശ്രീ, സ്ത്രീധനത്തിനും സ്ത്രീപീഡനത്തിനും എതിരെ സ്ത്രീപക്ഷ നവകേരളമെന്ന ക്യാമ്പയിനുമായി മുന്നോട്ടുപോവുമ്പോൾ അത് സ്ത്രീ ശാക്തീകരണത്തിന്റെ പുതിയൊരധ്യായമായി മാറുന്നു.

അതിദാരിദ്ര്യരഹിത നവകേരളത്തിലേക്ക്

ലോകത്ത് എവിടെയെങ്കിലും ദാരിദ്ര്യമുണ്ടെങ്കിൽ അത് ഭൂമിയിൽ എല്ലായിടത്തുമുള്ള മനുഷ്യന്റെ നിലനിൽപ്പിന് ഭീഷണിയാണ്. അത് അക്രമത്തിന്റെ ഏറ്റവും ഭീകരമായ രൂപമാണ്. അപ്പോൾ ലോകത്തെവിടെയും അതിദാരിദ്ര്യത്തിനെതിരായി നടക്കുന്ന പോരാട്ടം മനുഷ്യരാശിയുടെയാകെ അതിജീവനത്തിനായുള്ള വിമോചനമുന്നേറ്റമാണ്. ആ മുന്നേറ്റത്തിന്റെ പാതയിൽ കരുത്തോടെ കുതിക്കുന്ന ജനതയായി കേരളം മാറിയിരിക്കുന്നു.

ഏറ്റവും ഒടുവിൽ പുറത്തുവരുന്ന റിപ്പോർട്ടുകൾ പ്രകാരം ഇന്ത്യയിൽ പരമദരിദ്രരുടെ എണ്ണം 13.4 കോടിയിലെത്തിയതായാണ് മനസ്സിലാക്കാനാവുന്നത്. കോവിഡ് മഹാമാരിക്കാലത്ത് ഇന്ത്യയിൽ അസമത്വവും ദാരിദ്ര്യവും തൊഴിലില്ലായ്മയും അതിഭീകരമായി വർധിച്ചിരിക്കുന്നു. 4.6 കോടി ജനങ്ങൾകൂടി അതിദരിദ്രരുടെ പട്ടികയിലേക്ക് എടുത്തെറിയപ്പെട്ടു. ഐക്യ രാഷ്ട്രസഭയുടെ കണക്കു പ്രകാരം കോവിഡ് കാലത്ത് ഇന്ത്യയിൽ ശതകോടീശ്വരുടെ എണ്ണം 102 ൽ നിന്ന് 143 ലേക്ക് ഉയർന്നുവെന്നാണ് സൂചിപ്പിക്കുന്നത്. അതേസമയം 84 ശതമാനം കുടുംബങ്ങളുടെയും വരുമാനത്തിൽ ഈ കാലയളവിൽ ഇടിവാണ് രേഖപ്പെടുത്തിയത്. 55.5 കോടി ജനങ്ങളെക്കാൾ സ്വത്ത് കേവലം 142 ശതകോടീശ്വരന്മാരുടെ പക്കലുണ്ട്. ഈ അസമത്വങ്ങളെ അഭിസംബോധന ചെയ്യാതെ ക്ഷേമരാഷ്ട്രമെന്ന സങ്കൽപ്പം നമുക്ക് സ്വപ്നം കാണാനാവില്ല. ഈ പശ്ചാത്തലത്തിലാണ് കേരളത്തിലെ ഇടതുപക്ഷ സർക്കാർ ജനകീയ ബദലുകൾ ഉയർത്തിപ്പിടിച്ച് ജനങ്ങൾക്ക് ക്ഷേമം ഉറപ്പാക്കുന്നത്. അതി ദാരിദ്ര്യ നിർമ്മാർജ്ജനത്തിനായുള്ള യജ്ഞത്തിൽ ഏർപ്പെടുന്നത്.

രാജ്യത്ത് ദാരിദ്ര്യം ഏറ്റവും കുറഞ്ഞ സംസ്ഥാനം കേരളമാണെന്ന്

നീതി ആയോഗിന്റെ ബഹുമേഖല ദാരിദ്ര്യ സൂചിക (എം പി ഐ) റിപ്പോർട്ട് സൂചിപ്പിക്കുന്നു. ആരോഗ്യം, വിദ്യാഭ്യാസം, ജീവിതനിലവാരം എന്നീ മേഖലകളിലെ 12 മാനദണ്ഡപ്രകാരം കേരളത്തിൽ ദാരിദ്ര്യം അനുഭവിക്കുന്നത് 0.71 ശതമാനം പേർ മാത്രമാണെന്ന് റിപ്പോർട്ടുകൾ ചൂണ്ടിക്കാട്ടുന്നു. മാനവിക വികസന സൂചികയിലും സാമൂഹ്യപുരോഗതിയിലും ഏറെ മുന്നിലെത്തുമ്പോഴും ഓരോ മനുഷ്യരെയും കരുതലോടെ കൈപിടിച്ചുയർത്തുകയും ജനത എന്ന നിലയിൽ കൂട്ടായ പുരോഗതി ഉറപ്പാക്കുകയും ചെയ്യുക എന്ന മഹത്തായ മനുഷ്യപക്ഷ ചിന്തയാണ് കേരള സർക്കാരിനെ നയിക്കുന്നത് എന്നതിന്റെ തെളിവാണ് അതിദാരിദ്ര്യ നിർമ്മാർജ്ജന യജ്ഞം.

അഞ്ചു വർഷങ്ങൾക്കുള്ളിൽ കേരളത്തിൽനിന്നും അതിദാരിദ്ര്യം തുടച്ചു നീക്കുകയെന്ന ഇടതുപക്ഷ ജനാധിപത്യ മുന്നണി സർക്കാരിന്റെ പ്രഖ്യാപിത ലക്ഷ്യത്തിലേക്കുള്ള പ്രയാണത്തിന്റെ ആദ്യപടി വിജയകരമായി പിന്നിടുകയാണ്. അതിദരിദ്രരെ കണ്ടെത്തുന്നതിനുള്ള അതിദാരിദ്ര്യനിർണ്ണയ പ്രക്രിയ സംസ്ഥാനത്ത് പൂർത്തിയാക്കിയിരിക്കുന്നു. വിപുലമായ ജനകീയ പങ്കാളിത്തത്തോടെയുള്ള പ്രവർത്തനങ്ങളാണ് ഇതിനായി നടത്തിയത്.

ലോകത്തിന് മുൻപിൽ മഹത്തായ നിരവധി മാതൃകകൾ സൃഷ്ടിച്ച നാടാണ് കേരളം. വികസിത രാജ്യങ്ങൾ ഉയർന്ന പ്രതിശീർഷ വരുമാനം കൊണ്ടും സാമ്പത്തിക വളർച്ചാനിരക്കുകൊണ്ടും നേടിയ സാമൂഹിക വികസന നേട്ടങ്ങൾ കുറഞ്ഞ സാമ്പത്തിക വളർച്ചാ നിരക്കും, കുറഞ്ഞ പ്രതിശീർഷ വരുമാനവുമുള്ള പ്രദേശമായിട്ടും കൈവരിക്കാനായി എന്നതിലൂടെയാണ് കേരള വികസന മോഡൽ ലോകത്തിന് മുൻപിൽ ശ്രദ്ധേയമായത്. ഭൂപരിഷ്കരണം, ആരോഗ്യ-വിദ്യാഭ്യാസ മേൻമ, സമ്പൂർണ്ണ സാക്ഷരത, ജനകീയാസൂത്രണം, കുടുംബശ്രീ പ്രസ്ഥാനം തുടങ്ങിയ കേരള മോഡലുകൾക്ക് രൂപംനൽകിയ നമ്മൾ ഇന്ന് പുതിയ ഒരു ചരിത്ര നേട്ടത്തിലേക്കുള്ള പാതയിലാണ്. സമൂഹത്തിലെ അതിദരിദ്രരെ കണ്ടെത്തി അവർക്കുള്ള അതിജീവന പദ്ധതികൾ തയ്യാറാക്കുന്നതിനുള്ള ജനകീയ മുന്നേറ്റത്തിൽ അവിശ്രാന്തം കൈകോർത്ത് കുതിക്കുകയാണ് നമ്മൾ. ആശ്രയ, അഗതിരഹിത കേരളം, വിശപ്പുരഹിത കേരളം തുടങ്ങി അതിദരിദ്രരെ ലക്ഷ്യംവച്ച് കേരള സർക്കാർ നടത്തിയ വിവിധ പ്രവർത്തനങ്ങളുടെ തുടർച്ചയാണ് ഈ പുതിയ പദ്ധതി. എന്നാൽ, അതിദാരിദ്ര്യ നിർമ്മാർജ്ജന യജ്ഞം വ്യത്യസ്തമാവുന്നത് തീർത്തും ജനകീയവും ഇടതുബദലിന്റെ ദൃഷ്ടാന്തവുമെന്ന നിലയ്ക്കാണ്.

സാമൂഹിക പങ്കാളിത്തത്തോടെ സമാനതകളില്ലാത്ത പ്രവർത്തനമാണ് തദ്ദേശ സ്ഥാപനങ്ങളിൽ പദ്ധതിയുടെ ഭാഗമായി നാം നടത്തിയത്. ഇതിനായി, സംസ്ഥാനത്താകെ 1034 തദ്ദേശ സ്വയംഭരണ സ്ഥാപനങ്ങളിലെ 19489 വാർഡുകളിലായി 69,119 ഫോക്കസ് ഗ്രൂപ്പുകളുടെ

ചർച്ചകളും പൂർത്തിയാക്കി. അതിന്റെ തുടർപ്രക്രിയകൾ എന്ന നിലയിൽ പ്രീ–എന്യുമെറേഷനും എന്യുമെറേഷനും സൂപ്പർ ചെക്കും പൂർത്തിയാക്കി. സംസ്ഥാനത്തുടനീളം മൊബൈൽ ആപ്ലിക്കേഷൻ വഴി നടത്തിയ സർവേ പ്രവർത്തനവുമായി ബന്ധപ്പെട്ട് 35,888 ഉദ്യോഗസ്ഥരും സന്നദ്ധ പ്രവർത്തകരും പങ്കെടുത്തു.

ജനകീയ പങ്കാളിത്തത്തോടുകൂടി അതിദരിദ്രരായ മനുഷ്യരെ കണ്ടെത്തുക എന്നതായിരുന്നു അതിദാരിദ്ര്യ നിർണയ പ്രക്രിയയുടെ പ്രത്യേകത. ഉദ്യോഗസ്ഥർ, എന്യുമെറേറ്റർമാർ, സന്നദ്ധ പ്രവർത്തകർ, ജനപ്രതിനിധികൾ, കുടുംബശ്രീ പ്രവർത്തകർ, ആശാവർക്കർമാർ, അംഗൻവാടി പ്രവർത്തകർ, തൊഴിലുറപ്പ് മേറ്റുമാർ, റസിഡൻസ് അസോസിയേഷൻ ഭാരവാഹികൾ ഉൾപ്പെടെ 13,74,072 പേരാണ് അതിബൃഹത്തും അതിപ്രധാനവുമായ ഈ ഉദ്യമത്തിനായി കൈകൾ കോർത്തത്.

കേരളത്തിന്റെ ചരിത്രപരമായ ഈ പ്രവർത്തനം ലോകത്തിനു തന്നെ മാതൃകയാണെന്നതിൽ സംശയമില്ല. ഫോക്കസ് ഗ്രൂപ്പ് ചർച്ചകളിലൂടെ 1,18,309 പേരെ കണ്ടെത്തുകയും അതിൽ ഉപസമിതികളുടെ അംഗീകാരത്തോടെ 87,158 പേരുടെ പ്രീ എന്യുമെറേഷനും, എന്യുമെറേഷനും പൂർത്തീകരിച്ചു. എന്യുമെറേഷൻ വിവരങ്ങളുടെ കൃത്യത പരിശോധിക്കുന്നതിനായി 20 ശതമാനം സൂപ്പർ ചെക്ക് ചെയ്ത് തയ്യാറാക്കുന്ന പട്ടികയ്ക്ക് ഗ്രാമ, വാർഡ് സഭയിലാണ് അന്തിമ അംഗീകാരം ലഭിക്കുന്നത്. കേരളത്തിൽ അങ്ങനെ 64,006 അതിദരിദ്ര കുടുംബങ്ങളെയാണ് കണ്ടെത്താനായത്.

അതിദരിദ്രരെ കണ്ടെത്തി, ഓരോ കുടുംബത്തിനും അതിജീവനത്തിനുള്ള 'മൈക്രോ പ്ലാൻ' തയ്യാറാക്കി ദാരിദ്ര്യത്തിൽനിന്നും മോചിപ്പിക്കുക എന്ന ലക്ഷ്യത്തോടെയാണ് ഈ പ്രവർത്തനങ്ങൾ നടത്തുന്നത്. ഈ ലക്ഷ്യം കൃത്യതയോടെ നിറവേറ്റാൻ ജനപ്രതിനിധികളും തെരഞ്ഞെടുക്കപ്പെട്ട ഉദ്യോഗസ്ഥന്മാരും ഉൾപ്പെടെ വളരെ ഫലപ്രദമായ രീതിയിൽ മികവോടെ പ്രവർത്തിച്ചു. സർക്കാർ നിശ്ചയിച്ച സമയക്രമം പാലിച്ച് ജനകീയ ക്യാമ്പയിനായി ഈ പ്രവർത്തനങ്ങളാകെ സംഘടിപ്പിക്കാനും കഴിഞ്ഞുവെന്നത് വളരെ പ്രധാനപ്പെട്ട നേട്ടമാണ്.

ദാരിദ്ര്യത്തിന്റെ വിഷമതകൾ ഏറ്റവുമധികം അനുഭവിക്കുന്ന വിഭാഗത്തെ കണ്ടെത്തുകയും അവരുടെ ജീവിതനിലവാരം മെച്ചപ്പെടുത്തുന്നതിനാവശ്യമായ ഇടപെടലുകൾ നടത്തുകയും അഗതിയായ ഓരോ വ്യക്തിയേയും, ദാരിദ്ര്യത്തിൽ കഴിയുന്ന ഓരോ കുടുംബത്തെയും കണ്ടെത്തി പ്രാദേശികവും ഗാർഹികവുമായ പദ്ധതികളിലൂടെ ദാരിദ്ര്യ രേഖയ്ക്ക് മുകളിൽ കൊണ്ടുവരുന്നതിനുമുള്ള സമഗ്രമായ ഈ പദ്ധതി രാജ്യത്തിനും ലോകത്തിനും മാതൃകയാവുമെന്ന് ഉറപ്പാണ്.

വികസിത രാജ്യങ്ങളിലേതുപോലെ ഉയർന്ന ജീവിതനിലവാരവും വിദ്യാഭ്യാസവും മറ്റ് മനുഷ്യവിഭവ സൂചകങ്ങളും സംസ്ഥാനം ആർ

ജ്ജിച്ചെടുത്തിട്ടുണ്ട്. എന്നാൽ ഒറ്റപ്പെട്ട രീതിയിൽ ഇപ്പോഴും നിലനിൽക്കുന്ന അതിദാരിദ്ര്യം എന്ന കടമ്പ മറികടക്കാതെ വികസനത്തിലും പുരോഗതിയിലും നമുക്ക് അഭിമാനിക്കാനാവില്ല. ദാരിദ്ര്യത്തെയും അതിദാരിദ്ര്യത്തെയും തമ്മിൽ വേർതിരിച്ചുകൊണ്ട്, അതിദാരിദ്ര്യത്തിന്റെ ബഹുതലങ്ങളെ തിരിച്ചറിഞ്ഞാണ് കേരളത്തിന്റെ തനത് പശ്ചാത്തലത്തിൽ അതിദരിദ്രരെ കണ്ടെത്തിയത്. അതിദാരിദ്ര്യത്തിന്റെ ലക്ഷണങ്ങളെയും കാരണങ്ങളെയും ലളിതമായ രീതികൾ ഉപയോഗിച്ച് സാമൂഹിക നിരീക്ഷണങ്ങളിലൂടെ കണ്ടെത്തുന്നതിനാണ് ഈ പദ്ധതിയിലൂടെ ശ്രമിച്ചത്. അതിദരിദ്രരെ സംബന്ധിച്ച സാമൂഹിക അറിവുകളെ ഫലപ്രദമായി ഉപയോഗിക്കുന്നു എന്നതാണ് കേരളത്തിന്റെ അതിദാരിദ്ര്യ നിർമ്മാർജ്ജന യജ്ഞത്തിന്റെ വ്യത്യസ്തത.

സമൂഹത്തിലെ അതിദരിദ്ര വിഭാഗത്തിലുള്ള കുടുംബങ്ങളെ കണ്ടെത്തി അവരെ അതിദാരിദ്ര്യത്തിൽനിന്നും പുറത്തുകൊണ്ടുവരുന്നതിന് ഓരോ കുടുംബത്തിനും ആവശ്യമായ അതിജീവന പദ്ധതികൾ തയ്യാറാക്കുക എന്നതാണ് ഈ സർക്കാരിന്റെ പ്രഥമ പരിഗണയിലുള്ളത്. ഈ ദിശയിലേക്ക് അതിവേഗം ചുവടുവയ്ക്കുന്ന കേരളത്തിന് അഭിമാനിക്കാവുന്ന നേട്ടം പ്രദാനം ചെയ്യുവാൻ ഉതകുന്നതാണ് അതിദരിദ്രരെ കണ്ടെത്തുന്ന പ്രക്രിയ. ഇത് അനേക ഘട്ടങ്ങളിലൂടെയാണ് നടത്തുന്നത്. ഓരോ ഘട്ടങ്ങളിലെ പ്രവർത്തികളും വ്യക്തതയോടെയും പൂർണതയോടെയും ജനകീയപങ്കാളിത്തത്തോടുകൂടിയുമാണ് നടക്കേണ്ടതെന്ന് നാം നേരത്തെ വ്യക്തമാക്കിയിട്ടുണ്ട്.

അതിദാരിദ്ര്യം എന്നത് ഒട്ടും അതിജീവന ശേഷി ഇല്ലാത്ത അവസ്ഥയാണ്. തങ്ങൾക്ക് വേണ്ടി വാദിക്കാനോ, ശബ്ദം ഉയർത്താനോ പോലും കഴിയാത്തവരാണ് അതിദരിദ്രർ എന്നതാണ് പൊതുവിൽ കാണുന്ന അവസ്ഥ. വിവിധതരം സാമൂഹിക ഒറ്റപ്പെടൽ അനുഭവിക്കുന്നവരും ഇവരിൽ ഉണ്ടാകും. മാനസിക വെല്ലുവിളികൾമൂലം സമൂഹം ഒറ്റപ്പെടുത്തിയ കുടുംബങ്ങൾ ഉദാഹരണമാണ്. തെരുവിൽ അലയുന്നവർ സ്ഥിരമായി ഒരു സ്ഥലത്ത് താമസിക്കണം എന്നില്ല. സ്വയം അവകാശങ്ങൾക്ക് വേണ്ടി ശബ്ദം ഉയർത്താൻ ശേഷിയില്ലാത്തവരും, പൊതുസമൂഹത്തിന്റെ ശ്രദ്ധയിൽ പലപ്പോഴും പെടാതെ പോകുന്നവരുമായതിനാൽ പരമ്പരാഗതമായ ദരിദ്രസർവ്വേ രീതിയിലൂടെ അതിദരിദ്രരെ കണ്ടെത്തൽ ഫലപ്രദമാകണമെന്നില്ല. പ്രാദേശിക തലത്തിൽ പൊതുസമൂഹത്തിന്റെ ഒരു പരിച്ഛേദം സജീവമായി ഇടപെട്ടുകൊണ്ടുള്ള ഒരു പങ്കാളിത്ത പ്രക്രിയയിലൂടെ അതിദരിദ്ര കുടുംബങ്ങളെ കണ്ടെത്തുക എന്നത് പ്രസക്തമാവുന്നത് ഇവിടെയാണ്. അതായിരുന്നു അതിദാരിദ്ര്യ നിർണ്ണയ സർവേയുടെ അനിവാര്യത.

ആരാലും കണ്ടെത്താതെ, അതിജീവന ശേഷിയില്ലാതെ, ദാരിദ്ര്യത്തിന്റെ പിടിയിലമർന്ന് ഒറ്റപ്പെട്ടു കഴിയുന്ന നിരാലംബരായ അതിദരിദ്രരെ കണ്ടെത്തി പരിരക്ഷിക്കുന്നതിന് ഇടതുപക്ഷ സർക്കാർ പ്രതിജ്ഞാ

ബദ്ധമാണ്. സംസ്ഥാന സർക്കാരിന്റെ അഭിമാന പദ്ധതിയായി പ്രഖ്യാപിച്ചിട്ടുള്ള അതിദാരിദ്ര്യ നിർമ്മാർജ്ജനമെന്ന ലക്ഷ്യത്തിലേക്ക് നിശ്ചയദാർഢ്യത്തോടെ നടന്നടുക്കുന്നതിന് ഊർജ്ജംപകരുന്നതാണ് വിപുലമായ ജനകീയ പങ്കാളിത്തത്തോടെയുള്ള അതിദാരിദ്ര്യനിർണ്ണയ പ്രക്രിയയുടെ പൂർത്തീകരണം. അഞ്ചു വർഷങ്ങൾക്കുള്ളിൽ കേരളത്തിൽ നിന്നും അതിദാരിദ്ര്യം തുടച്ചുനീക്കുകയെന്ന പ്രഖ്യാപിത ലക്ഷ്യത്തിലേക്കുള്ള പ്രയാണം കൂടുതൽ ശക്തമായി, സമഗ്രമായി മുന്നോട്ടുപോകുവാൻ നമുക്ക് ഇനിയും ഒത്തൊരുമിച്ച് പ്രയത്നിക്കാം.

കേരളത്തിനാവശ്യം സാർവ്വത്രിക റേഷനിംഗ് തന്നെയാണ്

കേരളത്തോട് കേന്ദ്രസർക്കാർ കാണിക്കുന്ന മനോഭാവം തീർത്തും അപലപനീയമാണ്. കേന്ദ്രത്തിന്റെ ജനവിരുദ്ധ നടപടികൾ കൊണ്ട് പൊറുതിമുട്ടുന്നത് പാവപ്പെട്ട ജനവിഭാഗങ്ങളാണ്. തീർത്തും രാഷ്ട്രീയമായ ലക്ഷ്യത്തോടെ കേന്ദ്രസർക്കാർ പുലർത്തുന്ന ചിറ്റമ്മനയം കേരളത്തിലെ പൊതുവിതരണ സമ്പ്രദായത്തെ തീർത്തും ദുർബലപ്പെടുത്തിയിരിക്കുന്നു. ഈ അവസരത്തിലാണ് കേരള സ്റ്റേറ്റ് കർഷക തൊഴിലാളി യൂണിയൻ ശക്തമായ സമരപരിപാടികളുമായി മുന്നോട്ടുപോകുന്നത്. സംസ്ഥാനത്തിന് അവകാശപ്പെട്ട സ്റ്റാറ്റ്യൂട്ടറി റേഷൻ സംവിധാനം പുനഃസ്ഥാപിക്കുക, ഭക്ഷ്യഭദ്രതാ നിയമത്തിലെ അപാകതകൾ പരിഹരിക്കുക, വെട്ടിക്കുറച്ച ഭക്ഷ്യവിഹിതം പൂർണമായും വിതരണം ചെയ്യുക, പൊതുവിതരണ സമ്പ്രദായത്തെ ശക്തിപ്പെടുത്തുക എന്നീ മുദ്രാവാക്യങ്ങളാണ് കെ എസ് കെ ടി യു മുന്നോട്ടുവെക്കുന്നത്.

കേരളത്തിൽ മെച്ചപ്പെട്ട രീതിയിലുള്ള റേഷൻ സംവിധാനം നിലനിന്നിരുന്നു. സംസ്ഥാനത്ത് നടന്ന റേഷൻ സമരങ്ങൾ ഏറെ പ്രാധാന്യമുള്ളവയാണ്. പൂട്ടിയിട്ട പത്തായങ്ങളിലെ നെല്ലെടുത്ത് പാവങ്ങൾക്ക് വിതരണം ചെയ്ത പാരമ്പര്യവും നമുക്കുണ്ട്. കേരളത്തെ സംബന്ധിച്ചിടത്തോളം റേഷനെന്നത് ആരും വെച്ചുനീട്ടിയ ഔദാര്യമല്ല, പോരാടി നേടിയതാണ്. 1966 മുതലാണ് നിയമാനുസൃതമായ രീതിയിൽ റേഷൻ നടപ്പായതെങ്കിലും അതിനുമുന്നേ തന്നെ അനൗദ്യോഗിക റേഷനിംഗ് കേരളത്തിലുണ്ടായിരുന്നു. 1957 ൽ അധികാരത്തിൽ വന്ന ഇ എം എസ് സർക്കാർ തുടങ്ങിവെച്ച ഔദ്യോഗിക ചർച്ചകളുടെ ഭാഗമായാണ് ഇവിടെ റേഷനിംഗ് പ്രാബല്യത്തിൽ വന്നത്. മറ്റ് സംസ്ഥാനങ്ങൾ റേഷനിങ്ങിൽ പുലർത്തുന്ന പരിതാപകരമായ അവസ്ഥയെ താരതമ്യം ചെയ്തു

കൊണ്ട് കേരളത്തെ വിലയിരുത്തുന്ന കേന്ദ്രസർക്കാർരീതി ചരിത്ര ബോധമില്ലായ്മയിൽനിന്നും ഉരുത്തിരിഞ്ഞിട്ടുള്ളതാണ്.

മഞ്ഞബോർഡിൽ കറുത്ത അക്ഷരത്തിലെഴുതിയ റേഷൻ കടകൾ നവഉദാരവൽക്കരണ നയങ്ങളുടെ ഭാഗമായാണ് പൊതുവിതരണ കേന്ദ്രങ്ങളായി മാറുന്നത്. സ്കൂൾ ഉച്ചഭക്ഷണ വിതരണം, ദാരിദ്ര്യനിർമാർജന പരിപാടി, അങ്കണവാടികൾ, ദുരിതാശ്വാസ നടപടികൾ, ദുർബലവിഭാഗങ്ങളുടെ ഹോസ്റ്റലുകൾ, ആശുപത്രി ഭക്ഷണം തുടങ്ങിയവയ്ക്കൊക്കെ കേരളത്തിൽ റേഷനരി ഉപയോഗിക്കപ്പെട്ടിരുന്നു. ഓരോന്നോരോന്നായി വെട്ടിമാറ്റുന്ന കാഴ്ചയും നമ്മൾ കണ്ടുകൊണ്ടിരിക്കയാണ്. 1994 ഓടെയാണ് കേരളത്തിലെ കരുത്തുറ്റ സാർവത്രിക പൊതുവിതരണ സംവിധാനം ഇല്ലാതായത്. പകരം വന്ന ലക്ഷ്യാധിഷ്ഠിത പൊതുവിതരണ സംവിധാനം എല്ലാ ജനവിഭാഗങ്ങൾക്കും കരുതൽ പകരാൻ ഉതകിയില്ല. ബി പി എൽ-എ പി എൽ ലിസ്റ്റിന്റെ യാന്ത്രിക നിർമിതിയിൽ കരുതൽ ആവശ്യമുള്ള ജനവിഭാഗങ്ങൾ തഴയപ്പെട്ടു. ആദിവാസി കോളനികളിൽ വരെ എ പി എൽ റേഷൻകാർഡുള്ളവരുണ്ടായി. കെ എസ് കെ ടി യു ഈ നീതികേടിനെതിരെ ശക്തമായി ശബ്ദമുയർത്തിയപ്പോഴാണ് കുറച്ചെങ്കിലും തിരുത്തലുകൾ വന്നത്.

2013 ൽ ഭക്ഷ്യഭദ്രതാ നിയമം നടപ്പിലായപ്പോൾ കേരളത്തിലെ കോൺഗ്രസ് നേതാവ് കെ വി തോമസായിരുന്നു ഭക്ഷ്യമന്ത്രി. ഉത്തരേന്ത്യൻ സംസ്ഥാനങ്ങളിലെ റേഷൻ ദുർബലാവസ്ഥയ്ക്ക് പരിഹാരമാവും എന്നാണ് കോൺഗ്രസുകാരടക്കമുള്ളവർ അന്ന് പറഞ്ഞു നടന്നത്. എന്നാൽ, കേരളത്തിന്റെ തിരിച്ചുപോക്ക് അവർ കണ്ടിട്ടും കണ്ടില്ലെന്ന് നടിച്ചു. കേരളത്തിലെ യു ഡി എഫ് സർക്കാർ ഭക്ഷ്യഭദ്രതാ നിയമം നടപ്പിലാക്കാനുള്ള ഔദ്യോഗിക നടപടികളൊന്നും പൂർത്തിയാക്കിയില്ല. റേഷൻകാർഡ് പുതുക്കുന്നതിനും മുൻഗണനാ വിഭാഗത്തെ കണ്ടെത്തുന്നതിനുമുള്ള നടപടിക്രമങ്ങൾ ഒന്നിച്ച് നടപ്പിലാക്കാൻ 2014 ൽ 11-ാം നമ്പർ സർക്കുലർ പുറത്തിറക്കി. അതുപ്രകാരം 2015 ജൂലായ് 31-ഓടെ നടപടിക്രമങ്ങളെല്ലാം പൂർത്തിയാവണമായിരുന്നു. പക്ഷേ, ഉമ്മൻചാണ്ടി സർക്കാർ കേരള ജനതയെ വഞ്ചിച്ചു. അവരുടെ മുൻഗണനയിൽ റേഷൻ സംവിധാനവും പാവപ്പെട്ട ജനവിഭാഗങ്ങളുമില്ലായിരുന്നു. കേന്ദ്രം ആവർത്തിച്ച് ആവശ്യപ്പെട്ടിട്ടും യു ഡി എഫ് സർക്കാർ പുറംതിരിഞ്ഞിരുന്നു. ഇന്നത്തെ റേഷൻ പ്രതിസന്ധിക്ക് കാരണം യു ഡി എഫ് സമീപനമാണ്.

കേരളത്തിന്റെ അരിവിഹിതം 14.25 ലക്ഷം മെട്രിക്ക് ടണ്ണായി കേന്ദ്രം കണക്കാക്കിയതിന്റെ ഉത്തരവാദിത്വത്തിൽനിന്നും കഴിഞ്ഞ ഉമ്മൻചാണ്ടി സർക്കാരിന് ഒഴിഞ്ഞുമാറാൻ സാധിക്കില്ല. ബി പി എൽ വിഹിതം കഴിച്ചാൽ അരിവിഹിതത്തിൽ ബാക്കിവരിക 4 ലക്ഷം ടണ്ണോളം അരിയാണ്. 1.7 കോടിയോളം വരുന്ന എ പി എൽ വിഭാഗത്തിലുള്ളവർക്ക് ഇതെങ്ങനെ വീതിച്ചുനൽകുമെന്ന ചോദ്യത്തിന് യു ഡി എഫ് ഇപ്പോഴും

മറുപടി തന്നിട്ടില്ല. ആ സ്ഥിതിവിശേഷമാണ് കേരളത്തിൽ റേഷൻ പ്രതിസന്ധിയുണ്ടാക്കിയത്. കേരളത്തെ ബുദ്ധിമുട്ടിക്കാൻ ബി ജെ പി നേതൃത്വത്തിലുള്ള കേന്ദ്രസർക്കാരും പരിശ്രമിച്ചു. അവർ സംസ്ഥാന വുമായി പ്രത്യേകം ചർച്ചചെയ്യാനുള്ള അവസരം ഇല്ലാതാക്കി. കേരള ത്തിന് ആവശ്യമായ അരിവിഹിതം നിർണയിക്കാതെ, കേന്ദ്രത്തിന് തോന്നിയതുപോലെ അരിവിഹിതം നേരത്തെ തീരുമാനിക്കുകയും അതി നനുസരിച്ച് ഗുണഭോക്താക്കളെ കേരളം കണ്ടെത്തണമെന്ന് നിർദേശി ക്കുകയും ചെയ്തു. ചെരിപ്പിനൊത്ത് കാലുമുറിക്കണമെന്ന ബി ജെ പി സർക്കാരിന്റെ നിർദേശം കേരളത്തിലെ സംഘപരിവാറുകാർ അറിയാ ഞ്ഞിട്ടല്ല. പട്ടിണികിടന്നു ചത്താലും മാർക്സിസ്റ്റുകാരെ ചീത്തവിളി പ്പിക്കും എന്ന വിലകുറഞ്ഞ രാഷ്ട്രീയമാണ് അവർ പയറ്റുന്നത്.

പിണറായി സർക്കാർ അധികാരത്തിൽ വന്നതിനുശേഷം കേന്ദ്രസർ ക്കാരുമായി നിരവധി തവണ ചർച്ചകൾ നടത്തി. മുഖ്യമന്ത്രി നേരിട്ട് പ്രധാനമന്ത്രിയെ കണ്ടു സംസാരിച്ചു. റേഷനിംഗ് മേഖലയുമായി ബന്ധ പ്പെട്ട രണ്ട് പ്രധാന കാര്യങ്ങൾ നടപ്പിലാക്കി. ദേശീയ ഭക്ഷ്യഭദ്രതാ നിയമം അനുശാസിക്കുന്ന റേഷൻ സാധനങ്ങളുടെ വാതിൽപ്പടി വിതര ണത്തിന്റെയും പുതുക്കിയ റേഷൻ കാർഡ് വിതരണത്തിന്റെയും ആരംഭംകുറിച്ചു. കേന്ദ്രസർക്കാർ, സംസ്ഥാനത്തെ ശ്വാസം മുട്ടി ക്കുമ്പോഴും പരിമിതികൾക്കകത്തുനിന്നുകൊണ്ട് റേഷൻ വിതരണ ശൃംഖലയിൽനിന്നും ഒരാളുപോലും ഒഴിവാക്കപ്പെടാതിരിക്കാനുള്ള മുൻ കരുതലുകൾ എൽ ഡി എഫ് സർക്കാർ സ്വീകരിച്ചു. എ എ വൈ, മുൻ ഗണനാവിഭാഗം, മുൻഗണനേതര സംസ്ഥാന സബ്സിഡി വിഭാഗം, മുൻ ഗണനേതര സബ്സിഡിരഹിത വിഭാഗം, മുൻഗണനേതര സംസ്ഥാന മുൻഗണനാ വിഭാഗം എന്നിങ്ങനെ റേഷൻകാർഡുകൾ തരംതിരിച്ച് എല്ലാവർക്കും റേഷൻ വിതരണം ഉറപ്പുവരുത്തുന്നു. പക്ഷേ, അളവിലും വിലയിലും മാറ്റമുണ്ട്. ആ മാറ്റം ഇല്ലാതാക്കണമെങ്കിൽ കേന്ദ്രസർക്കാർ കേരളത്തോടുള്ള മനോഭാവം മാറ്റണം.

കേരളത്തിന് അർഹമായ അരിവിഹിതം ലഭിക്കാതിരിക്കാൻ കാരണക്കാരായ യു ഡി എഫും സംഘപരിവാറിനെ പ്രതിരോധിക്കുന്ന കേരളത്തിലെ ജനങ്ങളെ ബുദ്ധിമുട്ടിക്കാൻ വേണ്ടി, അരിവിഹിതം വെട്ടിക്കുറയ്ക്കുന്ന കേന്ദ്രസർക്കാരിനെ പ്രതിനിധീകരിക്കുന്ന ബി ജെ പിയും കേരളത്തിൽ സ്റ്റാറ്റ്യൂട്ടറി റേഷൻ സംവിധാനം പുനഃസ്ഥാപിക്കാ നുള്ള മുദ്രാവാക്യം ഉയർത്തിപ്പിടിക്കാൻ തയ്യാറാണോ? കേരളത്തിലെ ജനങ്ങളുടെ ആവശ്യമാണ് സ്റ്റാറ്റ്യൂട്ടറി റേഷനിംഗ്. ആ കാര്യത്തിൽ ബി ജെ പിയും യു ഡി എഫും പാലിക്കുന്ന മൗനം അവർ കേരളത്തിലെ സാധാരണക്കാരായ ജനങ്ങളുടെ കൂടെയല്ല എന്നതിന്റെ തെളിവാണ്.

സാർവ്വത്രിക റേഷൻ നിലവിലിരുന്ന കാലത്ത് കാർഡിൽ വേർതിരി വുണ്ടായിരുന്നില്ല. വർഷാവർഷം പുതുക്കുന്ന കാർഡിലെ ഏഴുക ള്ളികളിൽ രേഖപ്പെടുത്തി ഓരോ ദിവസത്തെയും അരിവിഹിതം

യൂണിറ്റടിസ്ഥാനത്തിൽ വാങ്ങാമായിരുന്നു. കർഷക തൊഴിലാളികൾക്ക് അന്നന്നത്തെ കൂലിക്ക് റേഷനരിവാങ്ങാൻ സാധിച്ചു. ഇപ്പോൾ റേഷൻ വിതരണം മാസക്കണക്കിലാക്കി. ഒന്നിച്ചുവാങ്ങാനായി ഒന്നിച്ച് പണം കണ്ടെത്തേണ്ട അവസ്ഥ വന്നു. നവലിബറൽ നയങ്ങൾ ഇല്ലാതാക്കിയ യു പി ഡി എസ് തിരിച്ചുകൊണ്ടുവരാൻ കേന്ദ്രസർക്കാർ തയ്യാറാവണം. അതനുസരിച്ചാവണം കേരളത്തിന്റെ ഭക്ഷ്യവിഹിതം വർധിപ്പിക്കേണ്ടത്. റേഷൻ വേണമെന്ന് ആഗ്രഹിക്കുന്ന എല്ലാവർക്കും റേഷൻ നൽകാൻ സാധിക്കണം. മനുഷ്യശരീരത്തെ സംരക്ഷിക്കാനുള്ള ഭക്ഷണം നൽകാനുള്ള ബാധ്യത സർക്കാരിനുണ്ട്. രാഷ്ട്രത്തെ അക്രമങ്ങളിൽ നിന്ന് രക്ഷിക്കുവാനുള്ള ബാധ്യതപോലെ പ്രധാനമാണ് അതും.

പൊതുവിപണിയിൽ അരിവില വാണംപോലെ കയറുന്നത് റേഷൻ സംവിധാനം തകരുമ്പോഴാണ്. രാജ്യത്ത് ഭക്ഷ്യധാന്യ ഉൽപ്പാദനം വൻതോതിൽ വർധിച്ചിട്ടുണ്ട്. സാർവ്വത്രിക റേഷനിംഗ് കാലത്തേക്കാൾ ഉൽപ്പാദനവർധനവുണ്ടെന്ന് രേഖകൾ വ്യക്തമാക്കുന്നു. ധ്യാന്യോൽപ്പാദനവും സംഭരണവും വർധിച്ചതുകൊണ്ടാണ് ധാന്യകോർപ്പറേഷനുകളുടെ ഗോഡൗണുകളിൽ അരിപുഴുത്തിരിക്കുന്നത്. കൊല്ലങ്ങൾ പഴക്കമുള്ള ധാന്യങ്ങളാണ് മിക്കവാറും റേഷൻ വിതരണത്തിനായി ലഭ്യമാകുന്നത്. പാവങ്ങൾക്ക് വിതരണം ചെയ്യപ്പെടേണ്ട അരിയടക്കമുള്ള ധാന്യങ്ങൾ ലേലം ചെയ്യപ്പെടുകയും അത് വൻകിടമില്ലുകാർ വാങ്ങി പോളിഷ് ചെയ്ത് പൊതുകമ്പോളത്തിൽ കൂടിയ വിലയ്ക്ക് എത്തിക്കുകയും ചെയ്യുന്നു. ഇന്ത്യയിൽനിന്നും വിദേശത്തേക്ക് ധാന്യം കയറ്റി അയക്കുന്നത് ബി പി എൽ വിലയേക്കാൾ കുറഞ്ഞവിലയ്ക്കാണെന്ന വസ്തുതയും പുറത്തുവന്നിട്ടുണ്ട്. അതായത് സാർവ്വത്രിക റേഷനിംഗ് സംവിധാനം വഴി രാജ്യമാകെ വിതരണം ചെയ്യാൻ പാകത്തിനുള്ള ധാന്യങ്ങൾ രാജ്യത്ത് കെട്ടിക്കിടപ്പുണ്ട്. ആ അരി കർഷക തൊഴിലാളികളടക്കമുള്ള പാവപ്പെട്ട ജനവിഭാഗങ്ങൾക്ക് ലഭ്യമാക്കാൻ കേന്ദ്രസർക്കാർ തടസ്സം നിൽക്കുന്നതെന്തിനാണ്?

കേരളം കൈവരിച്ച സാമൂഹ്യനേട്ടങ്ങൾ, സംസ്ഥാനത്തിന്റെ അവകാശങ്ങൾ കവർന്നെടുക്കാൻ കേന്ദ്രസർക്കാർ ഉപയോഗിക്കുകയാണ്. കേന്ദ്രാവിഷ്കൃതപദ്ധതികൾക്കുള്ള കേന്ദ്ര മാനദണ്ഡങ്ങൾ കണക്കിലെടുത്താൽ കേരളത്തിന് ഒന്നും കിട്ടില്ല. ഉത്തരേന്ത്യൻ സംസ്ഥാനങ്ങളിൽ ലഭിക്കുന്നതിന്റെ നാലിരട്ടി കൂലി കേരളത്തിൽ കായികാധ്വാനത്തിലേർപ്പെടുന്ന തൊഴിലാളികൾക്ക് ലഭിക്കും. ആ വരുമാനം കേന്ദ്രാനുകൂല്യങ്ങൾ ലഭിക്കുന്നതിന് കുറവായി മാറുന്നത് നീതിയല്ല. നാം നേടിയ സാമൂഹ്യ നേട്ടങ്ങളെ നിലനിർത്തിക്കൊണ്ട് മാനദണ്ഡങ്ങൾ പുനരാവിഷ്കരിക്കാൻ സംസ്ഥാനങ്ങൾക്ക് അവകാശം വേണം. അല്ലെങ്കിൽ ദരിദ്രർ അതേ അവസ്ഥയിൽ തുടരും. വസ്തുനിഷ്ഠമായ കണക്കുകൾ കേന്ദ്രത്തിന് സമർപ്പിക്കുമ്പോൾ കേരളം പരിഗണിക്കപ്പെടണം. കേന്ദ്ര സഹായത്തിന് വേണ്ടി കേരളത്തിന് നവോത്ഥാന

ക്കാലത്തിനും പിറകിലേക്ക് നടക്കാൻ സാധിക്കില്ല. ഇത്തരം കാര്യങ്ങളിൽ രാഷ്ട്രീയസമവായം ഉണ്ടാവണം. കോൺഗ്രസും ബി ജെ പിയും സങ്കുചിത രാഷ്ട്രീയ മുദ്രാവാക്യങ്ങൾ മാറ്റിവെച്ച് കേരളത്തിന്റെ ഗുണപരമായ മാറ്റത്തിനായി മുന്നോട്ടുവരണം. മലയാള മാധ്യമങ്ങൾ വ്യാജ വിവാദങ്ങളിൽ അഭിരമിക്കാതെ തങ്ങൾക്ക് ടാംറേറ്റ് തരുന്ന പാവപ്പെട്ട ജനങ്ങളുടെ ജീവിതത്തെക്കുറിച്ചും ചിന്തിക്കണം. ഉത്തരവാദിത്വ മാധ്യമപ്രവർത്തനമാണ് കേരളത്തിന് വേണ്ടത്.

കേരള സ്റ്റേറ്റ് കർഷക തൊഴിലാളി യൂണിയന്റെ മുദ്രാവാക്യങ്ങൾ കേരളത്തിന്റെ ജീവൻ നിലനിർത്താനുള്ളവയാണ്. പണ്ട് ഞങ്ങളുയർത്തിയ മുദ്രാവാക്യങ്ങളെയും സമരങ്ങളെയും പരിഹസിച്ചവർ ഇന്ന് അവ ഉയർത്തിപ്പിടിക്കാൻ നിർബന്ധിതരാവുന്നത് അതുകൊണ്ടാണ്. കേരളത്തിന് ഭക്ഷ്യധാന്യങ്ങൾ നിഷേധിക്കുന്നത് രാഷ്ട്രീയമായ ആക്രമണം കൂടിയാണ്. കേരളത്തിന് ആവശ്യമായ ഭക്ഷ്യധാന്യത്തിന്റെ 15 ശതമാനത്തിന്റെ താഴെ മാത്രമാണ് ഇവിടെ ഉൽപ്പാദിപ്പിക്കുന്നത്. കേന്ദ്രം സംഭരിക്കുന്ന ഭക്ഷ്യധാന്യ ശേഖരത്തിൽനിന്നും വിഹിതം ലഭിക്കാതെ കേരളത്തിന് മുന്നോട്ടുപോകാൻ സാധിക്കില്ല. ഇതൊരു യാഥാർത്ഥ്യമാണ്. കേന്ദ്രം കേരളത്തോട് നീതി കാണിച്ചില്ലെങ്കിൽ സമരങ്ങളുടെ തീച്ചൂളകൾ നാടാകെ ഉയർന്നുപൊങ്ങും.

ഇന്ത്യ എന്ന വികാരം

ഇന്ത്യ എന്ന വികാരം പൂർണമായ സ്വാതന്ത്ര്യത്തിന്റെ പ്രകാശത്താലാണ് ദീപ്തമാവേണ്ടത്. സ്വതന്ത്ര ഇന്ത്യയുടെ സ്വഭാവം എന്തായിരിക്കണമെന്നതിനെക്കുറിച്ച് 1920 മുതൽക്കുതന്നെ വിരുദ്ധമായ സമീപനങ്ങൾ മുന്നോട്ടുവെക്കപ്പെട്ടിരുന്നു. അതിൽ പ്രബലമായ മൂന്ന് സമീപനങ്ങളുണ്ട്. ഒന്ന്, ഇന്ത്യ ഒരു മതേതര ജനാധിപത്യ റിപ്പബ്ലിക്ക് ആകണമെന്ന മുഖ്യധാരാ കോൺഗ്രസിന്റെ കാഴ്ചപ്പാടാണ്. ഇടതുപക്ഷം ഇതിനോട് വിയോജിച്ചില്ല. എന്നാൽ, രാജ്യത്തിന്റെ രാഷ്ട്രീയ സ്വാതന്ത്ര്യമെന്നത് ഓരോ വ്യക്തിയുടെയും സാമ്പത്തിക സ്വാതന്ത്ര്യമാണെന്നും ഒരു സോഷ്യലിസ്റ്റ് വ്യവസ്ഥയ്ക്ക് കീഴിലേ അത് സാക്ഷാൽക്കരിക്കപ്പെടുകയുള്ളൂ എന്നും പറയുന്നതിലൂടെ സ്വാതന്ത്ര്യമെന്ന കാഴ്ചപ്പാടിന് കുറച്ചുകൂടി വ്യക്തത വരുത്താൻ ഇടതുപക്ഷത്തിന് സാധിച്ചു. ഇതാണ് രണ്ടാമത്തെ സമീപനം. മൂന്നാമത്തെ വീക്ഷണം സ്വതന്ത്ര ഇന്ത്യ എന്നത് ജനങ്ങളുടെ മതവിശ്വാസത്തിൽ ഊന്നിയതായിരിക്കണമെന്നതായിരുന്നു. മുസ്ലിംലീഗിന്റെ ഇസ്ലാമിക രാഷ്ട്രവാദവും ആർ എസ് എസിന്റെ ഹിന്ദു രാഷ്ട്ര വാദവുമായിരുന്നു ഈ വീക്ഷണത്തിന് പിറകിലുണ്ടായിരുന്നത്. മുസ്ലിംലീഗ് നിലപാടാണ് ഇന്ത്യാ വിഭജനത്തിലേക്കും ഇന്നും തുടരുന്ന അതിന്റെ അനന്തരഫലങ്ങളിലേക്കും രാജ്യത്തെ നയിച്ചത്. മറുഭാഗത്തുള്ള ഹിന്ദുത്വ വർഗീയവാദികൾ സ്വാതന്ത്ര്യം നേടിയ നാളുകളിൽ നേടാനാവാത്ത ഫാസിസ്റ്റ് ഹിന്ദുരാഷ്ട്രമെന്ന ലക്ഷ്യം സാക്ഷാൽക്കരിക്കുന്നതിനുള്ള ശ്രമമാണ് ഇപ്പോൾ നടത്തിവരുന്നത്. ഈ മൂന്ന് കാഴ്ചപ്പാടുകൾ തമ്മിലുള്ള പ്രത്യയശാസ്ത്ര സംഘർഷവും അതിന്റെ ഭാഗമായുള്ള രാഷ്ട്രീയ വൈരുധ്യങ്ങളും രാജ്യത്ത് അവസാനമില്ലാതെ തുടരുക തന്നെയാണ്.

സാമ്രാജ്യത്വ ദാസ്യത്തിന്റെയും ജന്മി ഭൂപ്രഭു വിധേയത്വത്തിന്റെയും പിടിയിൽനിന്ന് സ്വതന്ത്ര ഇന്ത്യയെ മോചിപ്പിക്കാതെ കോൺഗ്രസിന്റെ കാഴ്ചപ്പാടിന് പ്രസക്തിയില്ല എന്നതാണ് വസ്തുത. വൻകിട ബൂർഷ്വാസിയും ഭൂപ്രഭുക്കളുമടങ്ങുന്ന സ്വാതന്ത്ര്യാനന്തര ഭരണവർഗത്തിന്റെ താൽപ്പര്യങ്ങളെ സേവിക്കുന്ന കോൺഗ്രസിന് ഈ ദൗത്യം നിർവഹിക്കാനാവില്ലായിരുന്നു. ഒരു മതേതര ജനാധിപത്യ രാഷ്ട്രം യാഥാർഥ്യമാക്കുന്നതിനെ ഇത് ദുർബലപ്പെടുത്തി. സ്വാതന്ത്ര്യസമരത്തിന് പ്രചോദനമായ സാമ്രാജ്യത്വ വിരുദ്ധ സാമൂഹ്യാവബോധത്തെ ആദ്യമേ കോൺഗ്രസ് ഉപേക്ഷിച്ചു. മുഴുവൻ സാമൂഹ്യ വിഭാഗങ്ങളെയും ഉൾക്കൊള്ളുന്ന ഒരു ഇന്ത്യയായിരുന്നു നമുക്കാവശ്യം. എന്നാൽ, പാർശ്വവൽക്കരിക്കപ്പെട്ട വലിയൊരു വിഭാഗം ജനതയെ അവർ പുറന്തള്ളുകയാണുണ്ടായത്. സ്വാതന്ത്ര്യത്തിനു ശേഷമുള്ള കാലങ്ങളിൽ ആ പ്രവണത വികസിച്ചുവന്നതാണ് നമുക്ക് കാണാനായത്. ജനങ്ങളിൽ ഇതുണ്ടാക്കിയ വർധിച്ച അസംതൃപ്തിയും നിരാശയും വർഗീയതയുടെ മൂന്നാം ചേരിക്ക് ഇന്ധനമായി മാറുകയായിരുന്നു.

ഇന്ത്യൻ ബൂർഷ്വാസി സാമ്പത്തികവും രാഷ്ട്രീയവുമായി കൈവരിച്ച പുരോഗതിയാണ് കോൺഗ്രസിന്റെ രൂപീകരണത്തിനും വളർച്ചയ്ക്കും കാരണം. ആ വർഗം ലക്ഷ്യമിട്ടത് അധികാരലബ്ധിയും തുടർന്നുള്ള മുതലാളിത്ത വളർച്ചയുമാണ്. രാജ്യത്തിന്റെ സ്വാതന്ത്ര്യലബ്ധിയോടുകൂടി പല പരിമിതികളോടുംകൂടി അധികാരം ലഭിച്ചെങ്കിലും ആ ലക്ഷ്യത്തിലേക്കെത്തുന്നതിന് മുമ്പുണ്ടായിരുന്ന പ്രക്ഷോഭകാലത്തെ രാഷ്ട്രീയ ആദർശങ്ങളെ വലിച്ചെറിഞ്ഞു. തുടർന്ന് മുതലാളിത്ത സമൂഹത്തിന്റെ സഹജസ്വഭാവമായ ചൂഷണത്തിലേക്കും സ്വാർഥ ലാഭത്തിലേക്കും ലക്ഷ്യമിട്ടു. സ്വന്തം മടിശ്ശീല വീർപ്പിക്കുന്നതിനുവേണ്ടി പരസ്പരം മത്സരിക്കുന്ന രാഷ്ട്രീയധാരയായി കോൺഗ്രസ് മാറി.

സ്വാതന്ത്ര്യാനന്തരം ഇന്ത്യയിൽ ചൂഷണത്തിനെതിരായുള്ള പോരാട്ടം മുന്നോട്ടുകൊണ്ടുപോയത് ഇടതുപക്ഷമാണ്. രാജ്യം, ദേശീയത, രാജ്യസ്നേഹി, ദ്രോഹി, ഭൂരിപക്ഷം, ന്യൂനപക്ഷം എന്നിങ്ങനെയുള്ള പരികൽപ്പനകളിലൂടെ രാജ്യത്തെ ഭിന്നിപ്പിക്കാനുള്ള ശ്രമമാണ് നാട് ഇപ്പോൾ കാണുന്നത്. സാമ്രാജ്യത്വത്തിനും കൊളോണിയലിസത്തിനുമെതിരെ സ്വാതന്ത്ര്യസമര കാലത്ത് ഉയർന്നുവന്ന ദേശീയത മുന്നോട്ടുവെച്ചത് ഉൾക്കൊള്ളലിന്റെ രാഷ്ട്രീയമാണ്. അതിനെ പരാജയപ്പെടുത്താനാണ് ഇപ്പോൾ വലതുപക്ഷം ശ്രമിക്കുന്നത്. ചൂഷണത്തിനിരയാവുന്ന ബഹുഭൂരിപക്ഷം വരുന്ന ജനങ്ങളെ സാമ്പത്തികമായി ഉൾക്കൊള്ളേണ്ടതുണ്ടെന്ന സമീപനം മുന്നോട്ടുവെക്കുന്നത് ഇടതുപക്ഷമാണ്. ഇന്ത്യയെന്ന ആശയം യാഥാർഥ്യമാക്കാൻ കാർഷിക പരിഷ്ക്കരണം, ഫെഡറൽ രാഷ്ട്രം, രാഷ്ട്രത്തെ മതത്തിൽനിന്നും വേർപെടുത്തൽ എന്നീ

കാതലായ കാര്യങ്ങൾ നടപ്പിലാക്കേണ്ടിയിരിക്കുന്നു. ഏറെക്കാലം രാജ്യം ഭരിച്ച കോൺഗ്രസിനെ സംബന്ധിച്ച് മതേതര ജനാധിപത്യ രാഷ്ട്രമെന്നത് പ്രഖ്യാപനത്തിനുവേണ്ടിയുള്ള വാചകങ്ങൾ മാത്രമാണ്. ആർ എസ് എസ് നിയന്ത്രിക്കുന്ന ബി ജെ പി സർക്കാരാവട്ടെ മതേതരത്വവും ജനാധിപത്യവും ഭരണഘടനയുമൊക്കെ വലിച്ചെറിയുകയാണ്.

രാജ്യത്തെ ഭരണവർഗം കുത്തക മൂലധനവുമായും ഭൂപ്രഭു വർഗവുമായും സന്ധിചെയ്യുന്നവരാണ്. ഇതിന്റെ ഭാഗമായാണ് രാജ്യത്ത് വൈരുദ്ധ്യങ്ങൾ വർധിച്ചുവരുന്നത്. സാമ്രാജ്യത്വ സമ്പദ്‌വ്യവസ്ഥയുടെയും ഫ്യൂഡൽ ഭൂപ്രഭുവർഗത്തിന്റെയും ആക്രമണങ്ങളെയും ആധിപത്യ മനോഭാവത്തെയും ചെറുത്തുതോൽപ്പിക്കുവാനോ, രാജ്യത്തെ ജനതയ്ക്ക് കൈത്താങ്ങാകുവാനോ ഭരണവർഗത്തിന് സാധിക്കുന്നില്ല. അവർ അസമത്വങ്ങൾ ഉടലെടുപ്പിക്കുന്ന വൈരുദ്ധ്യങ്ങളുടെ കാവൽക്കാരായി തുടരുകയാണ്. ഫ്യൂഡൽ ഉൽപ്പാദന ബന്ധനങ്ങളിൽനിന്ന് ഇന്ത്യയെ മോചിപ്പിക്കാൻ മുതലാളിത്തത്തിന് കഴിഞ്ഞില്ല. ഫ്യൂഡൽ ഘടനയ്ക്കുമുകളിൽ മുതലാളിത്തത്തെ സ്ഥാപിക്കാനുള്ള ശ്രമമാണ് ഇവിടെ നടന്നത്. ഭരണവർഗം പല രീതികളിൽ ശ്രമിച്ചിട്ടും ഹരിതവിപ്ലവം മൂർത്തമാകാത്തതിന് കാരണം അതാണ്. ബ്രിട്ടീഷ് കാലത്തെ റയട്ട്‌വാരി സമ്പ്രദായത്തെയാണ് അത് പരിപോഷിപ്പിച്ചത്. ആഭ്യന്തര വിപണിയുടെ അവികസിതാവസ്ഥ കോടിക്കണക്കിന് ജനതയുടെ വാങ്ങൽശേഷിയെയാണ് പ്രതികൂലമായി ബാധിക്കുന്നത്. ഇതിനെയൊക്കെ മറികടക്കാനായി വിപ്ലവകരമായ ഭൂപരിഷ്ക്കരണത്തിനും കാർഷിക പരിഷ്ക്കരണത്തിനും തുടക്കമിടാനുള്ള ഇച്ഛാശക്തി ഭരണവർഗത്തിനില്ല.

നമ്മുടെ രാജ്യത്തിന്റെ ഭാഷാപരവും മതപരവും ഭൂമിശാസ്ത്രപരവും സാംസ്കാരികവുമായ വൈവിധ്യം മറ്റൊരു ദേശത്തിനും അവകാശപ്പെടാൻ കഴിയാത്തതാണ്. ചിലർ പറയുന്നത് ഈ വൈവിധ്യങ്ങളെയെല്ലാം ഏകോപിപ്പിച്ചത് ബ്രിട്ടീഷ് ഭരണമാണെന്നാണ്. എന്നാൽ, പതിനായിരക്കണക്കിന് മനുഷ്യർ കൊലചെയ്യപ്പെട്ട വർഗീയതയുടെയും വിഭജനത്തിന്റെയും രാഷ്ട്രതന്ത്രജ്ഞതയുടെ മസ്തിഷ്കം ബ്രിട്ടീഷുകാരുടേതായിരുന്നു എന്ന വസ്തുത അവർ മിണ്ടാതിരിക്കുന്നു. ബ്രിട്ടീഷുകാർക്ക് സേവ നടത്തിയിരുന്ന ആ വലതുപക്ഷം സ്വാതന്ത്ര്യസമര പ്രസ്ഥാനത്തിന്റെയും രക്തസാക്ഷിത്വങ്ങളുടെയും നിരവധിയായ പോരാട്ടഭൂമികകളുടെയും മഹത്വവും പ്രസക്തിയും ഇല്ലാതാക്കാനാണ് ഇത്തരത്തിലുള്ള പ്രചരണം നടത്തുന്നത്. കൊളോണിയലിസ്റ്റുകൾ അധിനിവേശം നടത്തിയ രാജ്യങ്ങളിലെല്ലാം അവരുടെ നീചമായ വിഭജനത്തിന്റെ വിത്തുകൾ വിതച്ചാണ് അവർ പിന്മാറിയിട്ടുള്ളത്. ബ്രിട്ടീഷ് കൊളോണിയൽ മേധാവിത്വത്തിനെതിരായ ജനകീയ പ്രക്ഷോഭത്തിന്റെ കാലത്താണ് ഇന്ത്യയെന്ന വികാരം മൂർത്തമാവുന്നത്. എല്ലാ വിഭാഗം ജനങ്ങളെയും

ഉൾക്കൊള്ളുന്നതും വൈവിധ്യങ്ങളെയും വ്യതിരിക്തതകളെയുമെല്ലാം ഗുണപരമായ ഐക്യത്തിലേക്ക് പരിവർത്തിപ്പിച്ചുകൊണ്ടിരിക്കുന്ന ഒരു രാജ്യം എന്ന നിലയിലാണ് ഈ വികാരം രൂപമെടുക്കുന്നത്. അവിടെയാണ് മതേതരത്വം പ്രസക്തമാവുന്നത്. മതേതരത്വത്തെ മതപരമായ സഹിഷ്ണുത എന്ന നിശ്ചിതമായ അർഥത്തിലാണ് പൊതുവായി മനസ്സിലാക്കപ്പെടുന്നത്. ഇന്ത്യൻ സാഹചര്യത്തിൽ മതേതരത്വത്തെ കുറെക്കൂടി വിശാലമായ അർഥത്തിൽ കാണുക തന്നെ വേണം. വിപുലമായ അർഥത്തിൽ മതങ്ങൾ തമ്മിലുള്ള സൗഹാർദവും സഹിഷ്ണുതയും വർത്തമാന കാലത്ത് രാജ്യത്തിന് ഏറെ ആവശ്യമാണ്. അതില്ലാതാക്കാൻ ശ്രമിച്ചുകൊണ്ടിരിക്കുന്ന ഭരണവർഗത്തെ മുന്നിൽ കണ്ടുവേണം രാജ്യം മുന്നോട്ടുപോകേണ്ടത്.

നാനാത്വത്തിൽ ഏകത്വമെന്നുള്ള നിലയിലുള്ളൊരു ഉൾച്ചേർക്കലിന്റെ രാഷ്ട്രീയം മതനിരപേക്ഷതയുടെ വെളിച്ചത്തിലാണ് തിളങ്ങുന്നത്. കമ്യൂണിസ്റ്റ് പാർട്ടിയുടെ ആശയ ഗരിമയോടൊപ്പം പല പ്രബുദ്ധ വിഭാഗങ്ങളും ഈ രാഷ്ട്രീയത്തെ ഉയർത്തിപ്പിടിച്ചു. ഡോ. അംബേദ്കറിന്റെ പേര് ഇതിൽ പ്രമുഖമാണ്. ഭരണഘടനയുടെ കരട് അംഗീകരിക്കുന്ന വേളയിൽ വൈരുധ്യങ്ങളുടെ ജീവിതത്തിലേക്കാണ് നാം പ്രവേശിക്കാൻ പോകുന്നതെന്നാണ് അദ്ദേഹം പറഞ്ഞത്. രാഷ്ട്രീയത്തിൽ നമുക്ക് സമത്വമുണ്ട്. എന്നാൽ സാമൂഹികവും സാമ്പത്തികവുമായ ജീവിതത്തിൽ അസമത്വം മാത്രമാണുള്ളത്. രാഷ്ട്രീയത്തിൽ ഒരാൾ ഒരു വോട്ട് ഒരു മൂല്യം എന്ന തത്വം നാം അംഗീകരിക്കുന്നു. സാമൂഹികവും സാമ്പത്തികവുമായ ജീവിതത്തിൽ ഒരു മനുഷ്യൻ ഒരു മൂല്യം എന്ന തത്വം നിരാകരിക്കുന്ന ഘടനയാണ് നമുക്കുള്ളത്. വൈരുധ്യങ്ങളുടേതായ ഈ ജീവിതം എത്രകാലം നമുക്ക് തുടരാനാവുമെന്ന അംബേദ്കറുടെ ചോദ്യം ഇപ്പോഴും മുഴങ്ങിക്കൊണ്ടിരിക്കുകയാണ്. സാമൂഹികവും സാമ്പത്തികവുമായ ജീവിതത്തിലെ സമത്വം എത്രകാലം നമുക്ക് നിഷേധിക്കാനാവും? ഏറെക്കാലം ഈ നിഷേധം തുടരാനാണ് പോകുന്നതെങ്കിൽ നമ്മുടെ രാഷ്ട്രീയ ജനാധിപത്യം വിനാശമടയുകയാവും ഫലം. കഴിവതും നേരത്തെ ഈ വൈരുധ്യങ്ങളെ മാറ്റാനായില്ലെങ്കിൽ അസമത്വം അനുഭവിക്കുന്നവർ നമ്മൾ കെട്ടിപ്പൊക്കിയ ഈ രാഷ്ട്രീയ ജനായത്ത വ്യവസ്ഥയെ തകർത്തെറിയുമെന്നുള്ള അംബേദ്കറുടെ മുന്നറിയിപ്പ് ഈ കാലത്ത് ഏറെ പ്രസക്തമാവുന്നുണ്ട്. സ്വാതന്ത്ര്യത്തിനുശേഷം ഈ വൈരുധ്യങ്ങൾ ഏറ്റവും ശക്തമായി നാം ഇപ്പോൾ അഭിമുഖീകരിക്കുകയാണ്. ഇന്ത്യ എന്ന ആശയത്തെ വിശാലമായ അർഥത്തിൽ പുനഃസ്ഥാപിച്ചുകൊണ്ടല്ലാതെ മതേതര ജനാധിപത്യത്തെ നമുക്ക് ഉയർത്തിപ്പിടിക്കാനാവില്ല.

സാമ്പത്തിക വികസനത്തിന്റെ പാതയിൽ ഭരണവർഗം സൃഷ്ടിച്ച വൈരുധ്യങ്ങൾക്ക് സമാന്തരമായി മറ്റൊരു പ്രതിസന്ധി കൂടി ഉടലെടു

ത്തിട്ടുണ്ട്. ഫ്യൂഡലിസത്തിന്റെ ശേഷിപ്പുകളെ തുടച്ചുമാറ്റാനാവാത്ത സമൂഹത്തിൽ മറ്റ് മുതലാളിത്തപൂർവ സാമൂഹ്യരൂപങ്ങളുമായി ബന്ധപ്പെട്ട അവബോധങ്ങളും ഫ്യൂഡലിസവും അടിച്ചുറപ്പിക്കപ്പെടുന്നുണ്ട്. ഇതിന്റെ ഭാഗമായാണ് വർഗീയതയും ജാതീയതയും സമൂഹത്തിൽ പ്രബലമായത്. ഇവിടെ മുതലാളിത്തത്തെ മുകളിൽനിന്ന് അടിച്ചേൽപ്പിക്കാനുള്ള ശ്രമമാണ് നടന്നത്. അതിനാലാണ് ഫ്യൂഡലിസ്റ്റ് ബോധത്തോടൊപ്പം മുതലാളിത്ത അവബോധത്തിന്റെ മൂല്യശോഷണവും സമൂഹത്തിന് പേറേണ്ടിവന്നത്. മുതലാളിത്ത വികസനത്തിന്റെ മുരടിപ്പ് ഇന്ത്യയിലെ വർഗരൂപീകരണ പ്രക്രിയയുടെ സ്ഥാനത്ത് ജാതി വിഭജനത്തെയാണ് പ്രതിഷ്ഠിച്ചത്. ഭരണവർഗമാവട്ടെ മുതലാളിത്ത പൂർവ സാമൂഹ്യ ബന്ധങ്ങളെ അഴിച്ചുപണിയുന്നതിനുപകരം അതുമായി സന്ധി ചെയ്യുകയും ചെയ്തു. അതോടെ സമകാലിക ഇന്ത്യയിൽ ചൂഷിത വർഗത്തിന്റെയും അടിച്ചമർത്തപ്പെട്ട വിഭാഗങ്ങളുടെയും ദുരിതങ്ങൾ ഇരട്ടിച്ചു. ഫ്യൂഡൽ അപചയവും മുതലാളിത്ത അധാർമികതയും കൂടിച്ചേർന്ന് സമൂഹത്തിൽ അരാഷ്ട്രീയ – അരാജകവൽക്കരണ പ്രവണതകളും ക്രിമിനൽവൽക്കരണവും വർധിച്ചു. ഇന്ത്യൻ രാഷ്ട്രീയത്തിന്റെ ജനാധിപത്യ ഉള്ളടക്കത്തെ തകർക്കുന്നതിനും ഇത് കാരണമായി. ഇത്തരമൊരു പരിതഃസ്ഥിതിയിൽ കെട്ടിപ്പടുത്ത തെരഞ്ഞെടുപ്പ് വ്യവസ്ഥയും വോട്ടുബാങ്ക് രാഷ്ട്രീയവും ജാതിയുടെയും വർഗീയതയുടെയും മുൻവിധികളിൽ സ്വാധീനിക്കപ്പെടുന്നത് സ്വാഭാവികമാണ്. ഈ അവിശുദ്ധ കാലാവസ്ഥയിലാണ് തെരഞ്ഞെടുപ്പ് പ്രക്രിയയെ തന്നെ പണശക്തിയും മസിൽപവറും കൂടി വിലക്കെടുക്കുന്നത്. രാജ്യത്തിന്റെ ആരോഗ്യപരമായ മുന്നോട്ടുപോക്കിന് തിരിച്ചടിയാവുന്ന ഈ രാഷ്ട്രീയപരിസരമാണ് ഹിന്ദു രാഷ്ട്രവാദമെന്ന ആർ എസ് എസ് ബി ജെ പി നിലപാടിന് അടിത്തറയാവുന്നത്. രാജ്യത്തെ വൻകിട മൂലധനശക്തികളിൽ ഭൂരിപക്ഷത്തിന്റെയും പിന്തുണ ഈ വിധ്വംസക ശക്തികൾക്കുണ്ട്.

നമ്മുടെ രാജ്യത്തിന്റെ ഭരണഘടനയുടെ മൗലിക ധാരണകൾ തന്നെ പൊളിച്ചെഴുതി ഒരു മതാധിഷ്ഠിത രാഷ്ട്രം കെട്ടിപ്പടുക്കണമെന്ന ആശയത്തിന് ശക്തിപകരുകയാണ് രാജ്യത്തെ വർഗീയ രാഷ്ട്രീയ ശക്തികൾ. ഭരണഘടനയുടെ അനുച്ഛേദങ്ങൾ ഒരു മടിയുമില്ലാതെ അവർ റദ്ദ് ചെയ്യുന്നു. പാർലമെന്ററി സമ്പ്രദായത്തിന് പകരം പ്രസിഡൻഷ്യൽ ഭരണസംവിധാനം ഏർപ്പെടുത്തുന്നതിന് വേണ്ടി ഭരണഘടനയിൽ മാറ്റം വരുത്തണമെന്ന വിചാരധാര യുക്തിയാണ് അവരെ നയിക്കുന്നത്. ജമ്മു കാശ്മീരിന്റെ പ്രത്യേക പദവി ഇല്ലാതാക്കി അവിടം കേന്ദ്രഭരണ പ്രദേശമാക്കിയത് ആ മനോഭാവത്തിന്റെ ഭാഗമായാണ്. ഈയൊരു വർത്തമാനത്തിൽ പൂർണസ്വാതന്ത്ര്യത്തിന്റെയും ജനാധിപത്യത്തിന്റെയും മതനിരപേക്ഷതയുടേയും മുദ്രാവാക്യങ്ങൾ കൂടുതൽ ഉയർത്തേണ്ടതുണ്ട്.

ഭരണഘടനയെ പൊളിച്ചെഴുതുവാനും ഇല്ലാതാക്കാനുമുള്ള വർഗീയ ശക്തികളുടെ ശ്രമത്തെ പ്രതിരോധിക്കാൻ ഒറ്റക്കെട്ടായി നിന്നില്ലായെങ്കിൽ രാജ്യം വീണ്ടും സാമ്രാജ്യത്വത്തിന്റെ കൈയിലെ കോളനിയായി മാറുമെന്നതിൽ സംശയമില്ല. സാമ്പത്തിക പ്രതിസന്ധിയുടെ കാലത്ത് ലാഭം പരമാവധിയാക്കുന്നതിനുള്ള കോർപ്പറേറ്റ് ലോകത്തിന്റെ നെട്ടോട്ടം മൂർധന്യാവസ്ഥയിലെത്തിയിരിക്കുകയാണ്. പരമാവധി ലാഭമെന്ന ആവശ്യത്തെ നിർവഹിച്ചുകൊടുക്കാനും അതിനായി ഉറച്ച തീരുമാനമെടുക്കാനും പ്രാപ്തനായ ഒരു നേതാവായാണ് അവർ പ്രധാനമന്ത്രി മോദിയെ കാണുന്നത്. പ്രശസ്ത ചരിത്രകാരനായ എറിക് ഹോബ്സ്ബോം പറഞ്ഞതുപോലെ 'ഭരണകൂടത്തിനു മേൽ വ്യാപാരത്തെ സ്ഥാപിക്കാനുള്ള മിടുക്ക് ഫാസിസത്തിനുണ്ട്.' നമുക്ക് അത് മറക്കാതിരിക്കാം.

ഇടതുപക്ഷ ബദലും നവകേരള ചരിത്രവും

ഐക്യകേരളം യാഥാർത്ഥ്യമാക്കിയതിനുശേഷം അധികാരത്തിൽ വന്ന കമ്യൂണിസ്റ്റ് സർക്കാർ കേരളത്തിന്റെ ഭാവി ഭാഗധേയം നിർണയിക്കുന്ന വിധത്തിൽ അടിസ്ഥാനപരമായ ഇടപെടലുകളാണ് നടത്തിയത്. മുഖ്യമന്ത്രിയായിരുന്ന ഇ എം എസിന്റെ നേതൃത്വത്തിൽ ഭൂപരിഷ്കരണ-കാർഷിക ബന്ധ നിയമങ്ങൾ നടപ്പിലാക്കിയതും നിലവിലുള്ള വ്യവസ്ഥകളെ പൊളിച്ചെഴുതി വിദ്യാഭ്യാസം സാർവത്രികമാക്കിയും ആരോഗ്യമേഖലയെ ഏവർക്കും പ്രാപ്തമാക്കിയതുമൊക്കെ ചില ഉദാഹരണങ്ങൾ മാത്രം. ആധുനിക സമൂഹത്തെ കെട്ടിപ്പടുക്കുന്നതിനുള്ള അടിത്തറയാണ് അന്ന് നിശ്ചയിക്കപ്പെട്ടത്. തുടർന്ന് കേരളത്തിൽ ഇടതുപക്ഷ പുരോഗമന സർക്കാരുകൾ അധികാരത്തിൽ വന്ന വേളകളിലെല്ലാം പിന്തിരിപ്പൻ വലതുപക്ഷത്തിന്റെ എതിർപ്പുകളെയെല്ലാം നേരിട്ട് സംസ്ഥാനത്തെ പുരോഗമനത്തിന്റെ പാതയിൽത്തന്നെ നിലനിർത്തി. സാമൂഹ്യസുരക്ഷ, സാക്ഷരത, അധികാര വികേന്ദ്രീകരണം, ജനകീയാസൂത്രണം, കുടുംബശ്രീ തുടങ്ങി വിവിധ മേഖലകളിൽ കേരളം മാതൃകകൾ തീർത്തു. ഇതിന്റെ തുടർച്ചയായാണ് വികസന ക്ഷേമ പ്രവർത്തനങ്ങളിലും സാമൂഹ്യനീതി ഉറപ്പുവരുത്തുന്നതിലും കഴിഞ്ഞ എൽ ഡി എഫ് സർക്കാർ ചരിത്രപരമായ മുന്നേറ്റങ്ങൾ നടത്തിയത്.

കഴിഞ്ഞ അഞ്ചുവർഷത്തെ നേട്ടങ്ങളെ അടിസ്ഥാനപ്പെടുത്തി പുതിയ വികസന പന്ഥാവുകൾ സൃഷ്ടിക്കാനുള്ള ശ്രമങ്ങളാണ് രണ്ടാം പിണറായി വിജയൻ സർക്കാർ നടത്തുന്നത്. കോവിഡ് മഹാമാരി സൃഷ്ടിച്ച സമാനതകളില്ലാത്ത പ്രതിസന്ധികളെ അതിജീവിച്ചാണ് സർക്കാർ മുന്നോട്ടുപോവുന്നത്. കോവിഡിനെയും ഒമിക്രോൺ പോലുള്ള വകഭേദങ്ങളെയും പ്രതിരോധിച്ച് മുന്നോട്ടുപോകുമ്പോൾ ലോകമാകെ

കേരളത്തെ ഉറ്റുനോക്കുകയാണ്. സാധാരണക്കാരായ ജനങ്ങളുടെ ജീവിതം മെച്ചപ്പെടുത്താനുള്ള ഇടപെടലുകൾക്കാണ് സർക്കാർ മുൻഗണന നൽകുന്നത്. കോവിഡിനെ പ്രതിരോധിച്ചുകൊണ്ട് സമ്പദ്ഘടനയെ ഉണർത്താൻ ഇടതുപക്ഷ സർക്കാർ നൂറുദിന പരിപാടികൾ ആവിഷ്കരിച്ച് നടപ്പിലാക്കിയത് രാജ്യത്തിന് മാതൃകയായി. ഇന്ത്യയിലെ ഏറ്റവും മികച്ച സാമ്പത്തിക പാക്കേജായിരുന്നു നമ്മുടേത്. വികേന്ദ്രീകൃത ഭരണക്രമത്തെ ഫലപ്രദമായി ഉപയോഗപ്പെടുത്തിയാണ് കേരളം കോവിഡ് പ്രതിരോധ പ്രവർത്തനങ്ങളെ ഏകോപിപ്പിച്ചത്.

വികസനം സാമൂഹ്യനീതിയിലധിഷ്ഠിതമായിരിക്കണമെന്ന കാഴ്ചപ്പാടാണ് സർക്കാരിനെ നയിക്കുന്നത്. അതിന് വിഭവങ്ങളുടെ നീതിയുക്തമായ വിതരണം ഉണ്ടാകണം. അതുറപ്പുവരുത്തുന്ന ഇടപെടലുകളാണ് നടത്തുന്നത്. അതി ദാരിദ്ര്യ നിർമ്മാർജ്ജന യജ്ഞം പൂർത്തിയാകുമ്പോൾ കേരളം ദാരിദ്ര്യത്തിലുഴറുന്ന കുടുംബങ്ങളില്ലാത്ത നാടായി മാറും. ലൈഫ് വീടുകൾ പൂർത്തീകരണത്തിന് മുൻഗണന നൽകിയാണ് സർക്കാർ മുന്നോട്ടുപോവുന്നത്. സാമൂഹ്യനീതിയിൽ ഊന്നുമ്പോഴും അഭ്യസ്തവിദ്യരും ശേഷീസമ്പന്നരുമായ ചെറുപ്പക്കാർക്ക് ഇന്നാട്ടിൽത്തന്നെ കഴിവുകൾക്കും അഭിരുചികൾക്കും അനുസൃതമായ തൊഴിലുകൾ ഉറപ്പുവരുത്തുവാനും ശ്രമം നടത്തുന്നു. 20 ലക്ഷം തൊഴിൽ സൃഷ്ടിക്കാനും അതിനായി യുവജനങ്ങളുടെ ശേഷിവികസനം ഉറപ്പുവരുത്താനുമുള്ള പദ്ധതി കെ ഡിസ്കിലൂടെ ആവിഷ്കരിച്ചു. കേരളത്തെ ഒരു ജ്ഞാനസമൂഹമായി മാറ്റിയെടുക്കാനുള്ള തീവ്രശ്രമങ്ങളും അതിന് പര്യാപ്തമാകുന്ന രീതിയിലുള്ള വികസന പരിപ്രേക്ഷ്യങ്ങളും സർക്കാർ മുന്നോട്ടുവെക്കുന്നുണ്ട്. ക്ഷേമ വികസനമേഖലകളിൽ കേരളം ഒന്നാമതാണെന്ന കാര്യം ലോകമാകെ അംഗീകരിക്കുന്നുണ്ട്. നീതി ആയോഗിന്റെ സുസ്ഥിര വികസന സൂചികയിൽ ഒന്നാം സ്ഥാനത്താണ് കേരളം. രാജ്യത്ത് കാര്യക്ഷമതയോടെ ഭരണം നടത്തുന്ന സംസ്ഥാനത്തിനുള്ള പുരസ്കാരവും കേരളത്തെ തേടിയെത്തി. സാമൂഹ്യനീതി, സുസ്ഥിര വികസനം, തുല്യത, വളർച്ച എന്നീ ഘടകങ്ങളിൽ ഊന്നി നിന്നുകൊണ്ട് ഇടതുപക്ഷബദൽ വികസന ശൈലിയിലൂന്നി മുന്നേറുന്ന കേരള മികവാണ് പുരസ്കാരങ്ങൾക്ക് പാത്രീഭവിക്കുന്നത്. പശ്ചാത്തല മേഖലയിൽ ഉണർവുണ്ടാക്കാൻ കിഫ്ബി ആവിഷ്കരിച്ചതിലൂടെ സാധിച്ചു എന്നത് നിസ്തർക്കമായ കാര്യമാണ്. പശ്ചാത്തല മേഖലയിലെ പിന്നോക്കാവസ്ഥയ്ക്ക് പരിഹാരം കണ്ടുമാത്രമേ നവകേരളമെന്ന ലക്ഷ്യം നിറവേറ്റാൻ സാധിക്കൂ. ഒന്നാം എൽ ഡി എഫ് സർക്കാർ കിഫ്ബിയിലൂടെ കേരളത്തിൽ സാധ്യമാക്കിയത് സമാനതകളില്ലാത്ത പശ്ചാത്തല സൗകര്യ വികസനമാണ്. യു ഡി എഫ് അധികാരത്തിൽ വന്നിരുന്നുവെങ്കിൽ മുടങ്ങുമായിരുന്ന പല പദ്ധതികളുടെയും തുടർച്ചയാണ് ഭരണതുടർച്ചയിലൂടെ കേരളം സാധിതമാക്കുന്നത്. നിയമസഭാ തെരഞ്ഞെടുപ്പ് കാലത്ത് യു ഡി എഫും ബി ജെ പിയും കേന്ദ്ര അന്വേഷണ

ഏജൻസികളുടെ സഹായത്തോടെ നമ്മുടെ നാടിന്റെ വികസന കുതിപ്പിന് തടയിടാൻ നടത്തിയ ശ്രമങ്ങൾ കുപ്രസിദ്ധമാണ്. നേരത്തെ ആവിഷ്കരിച്ച പദ്ധതികൾ നടപ്പിലാക്കിയും പുതിയ പദ്ധതികൾ മുന്നോട്ടു വെച്ചുമാണ് രണ്ടാം എൽ ഡി എഫ് സർക്കാർ മുന്നോട്ടുപോവുന്നത്.

ജനകീയാസൂത്രണത്തിന്റെ രജതജൂബിലി വേളയിൽ അധികാര വികേന്ദ്രീകരണത്തിന്റെ പുതിയ പന്ഥാവിലേക്ക് സർക്കാർ മുന്നേറുകയാണ്. കൂടുതൽ ജനപങ്കാളിത്തത്തോടുകൂടി നാടിന് എന്ത് വേണമെന്ന് നിശ്ചയിക്കാനും സുസ്ഥിര വികസനത്തിലൂന്നിക്കൊണ്ട് തദ്ദേശ സ്വയം ഭരണ സ്ഥാപനങ്ങളെ ശാക്തീകരിക്കാനും നീർത്തടാധിഷ്ഠിത വികസനത്തിന്റെ സാധ്യതകൾ മുന്നിൽക്കണ്ട് വികസന പ്രവർത്തനങ്ങൾ ഏറ്റെടുക്കുകയും ചെയ്യുകയാണ്. കിഫ്ബി മുന്നോട്ടുവെച്ചിട്ടുള്ള 63,000 കോടി രൂപയുടെ പശ്ചാത്തല സൗകര്യ പ്രോജക്ടുകൾ ചുവപ്പുനാടകളുടെ തടസ്സമില്ലാതെ നടപ്പിലാക്കാനുള്ള ഇച്ഛാശക്തിയും സർക്കാരിനുണ്ട്. ട്രാൻസ്ഗ്രിഡ്, കെ ഫോൺ, ജലപാത, തീരദേശ-മലയോര ഹൈവേകൾ, വ്യവസായ പാർക്കുകൾ, ആശുപത്രി-കോളേജ് നവീകരണം, യൂണിവേഴ്സിറ്റി കേന്ദ്രങ്ങളുടെ നിർമ്മാണം തുടങ്ങിയ പദ്ധതികളെല്ലാം പുരോഗമിക്കുമ്പോൾ കേരളത്തിന്റെ മുഖം വികസിത രാജ്യങ്ങളുടേത് പോലാകുമെന്നതിൽ സംശയം വേണ്ട. ആർട്ടിഫിഷ്യൽ ഇന്റലിജൻസ് ഹബ്ബ് ഒരുക്കുകയും പുതിയ സാധ്യതകൾ ഉണ്ടാക്കിയെടുക്കുകയും ചെയ്യാൻ സർക്കാർ തീരുമാനിച്ചിട്ടുണ്ട്. കേരള സർവ്വകലാശാല, സാങ്കേതിക സർവ്വകലാശാല, ഡിജിറ്റൽ യൂണിവേഴ്സിറ്റി, ഐ സി റ്റി അക്കാദമി തുടങ്ങിയ ഉന്നതവിദ്യാഭ്യാസ സ്ഥാപനങ്ങളുടെയും ടെക്നോപാർക്കിന്റെയും കൂട്ടായ നേതൃത്വത്തിൽ ആർട്ടിഫിഷ്യൽ ഇന്റലിജൻസിൽ പുതിയ പ്രോജക്ടുകൾ ഏറ്റെടുത്ത് വികസിപ്പിക്കുകയാണ് ചെയ്യുക. നൂതനവിദ്യാ പ്രോത്സാഹനത്തിന് നടപടികൾ കൈക്കൊള്ളും. ആഗോള കമ്പനികൾക്ക് വേണ്ടി കേരളത്തിലിരുന്ന് പണിയെടുക്കുന്നതിനുള്ള സൗകര്യങ്ങൾ സൃഷ്ടിക്കാനും നൂതന വിദ്യകളെ അടിസ്ഥാനമാക്കിയുള്ള ചെറുകിട സംരംഭങ്ങളും വ്യവസായങ്ങളും യാഥാർത്ഥ്യമാക്കാനും ഇതിലൂടെ സാധിക്കും. വിവിധ മേഖലകളിൽ രൂപംനൽകുന്ന നൂതന വിദ്യ ഉൾക്കൊള്ളുന്ന പ്രോജക്ടുകൾക്ക് മത്സരാടിസ്ഥാനത്തിൽ സംസ്ഥാന സർക്കാർപ്രോത്സാഹനം നൽകും.

അഴിമതിരഹിത സദ്ഭരണമെന്നതാണ് ഇടതുപക്ഷ സർക്കാരിന്റെ ഒരു പ്രധാന വാഗ്ദാനം. അത് നടപ്പിലാക്കണമെങ്കിൽ ആ മുദ്രാവാക്യത്തിന്റെ അന്തഃസത്ത ഉൾക്കൊള്ളേണ്ടതുണ്ട്. ഭരണ നിർവ്വഹണ മാന്വലുകളും സർവ്വീസ് ചട്ടങ്ങളും സമഗ്രമായി പരിഷ്കരിച്ചുകൊണ്ടാണ് സർക്കാർ മുന്നോട്ടുപോവുക. ഭരണരംഗം കൂടുതൽ സുതാര്യവും കാര്യക്ഷമവുമാക്കുന്നതിന് ഇ-ഓഫീസ് പ്രവർത്തനം വിപുലപ്പെടുത്തുകയും ചെയ്യുന്നുണ്ട്. ജനങ്ങളുടെ സൗകര്യത്തിനായി സേവന കേന്ദ്രങ്ങളും അക്ഷയകേന്ദ്രങ്ങളും ശക്തിപ്പെടുത്തണം. സേവനങ്ങൾക്കായി ജനങ്ങൾ

സർക്കാർ ഓഫീസ് സന്ദർശിക്കുന്ന പരമ്പരാഗത രീതി മാറ്റാനുള്ള ശക്തമായ ഇടപെടലാണ് സർക്കാർ നടത്തുന്നത്. വാതിൽപ്പടി സേവനങ്ങളും സാങ്കേതിക വിദ്യകൾ ഉപയോഗപ്പെടുത്തിയുള്ള സോഫ്റ്റ്വെയർ സംവിധാനങ്ങളും മറ്റും ജനങ്ങളിലേക്ക് സർക്കാർ സേവനം എത്തിക്കാൻ പര്യാപ്തമാവും. കാലഹരണപ്പെട്ട നിയമങ്ങൾ റദ്ദാക്കിയും മറ്റുള്ളവ പരിഷ്കരിച്ചുമാണ് സർക്കാർ മുന്നോട്ടുപോവുന്നത്. പാർശ്വവൽകൃത സമൂഹങ്ങൾക്കും സ്ത്രീകൾക്കും പൂർണ്ണ പൗരാവകാശം ഉറപ്പാക്കുന്ന നടപടികളും മുന്നോട്ടുവെക്കുന്നു. എല്ലാ പരാതികളിലും പ്രശ്നങ്ങളിലും 30 ദിവസത്തിനുള്ളിൽ തീർപ്പുകൽപ്പിക്കാൻ സംവിധാനമൊരുക്കിക്കൊണ്ട്, ജനകീയ ഭരണ നിർവഹണമെന്നത് യാഥാർത്ഥ്യമാക്കിയേ തീരു. അഴിമതിയുടെ ലാവണങ്ങളാണെന്നുള്ള പ്രതിച്ഛായയുള്ള ചില ഓഫീസുകളുണ്ട്. അത്തരത്തിലുള്ള പൊതുബോധം ഇല്ലായ്മ ചെയ്യാൻ ജീവനക്കാരുടെ ജനകീയമായ ഇടപെടലുകളിലൂടെയും നടപടിക്രമങ്ങളിലൂടെയും മാത്രമേ സാധിക്കുകയുള്ളൂ. അഴിമതിയുടെ കറ പുരളാതെ മുന്നോട്ടുപോകാനുള്ള സർവ്വീസ് സാക്ഷരത വളർത്തിയെടുക്കാനാണ് സർക്കാർ ശ്രമിക്കുന്നത്.

രാജ്യത്ത് ഏറ്റവും ഉയർന്ന മിനിമം കൂലി തൊഴിലാളികൾക്ക് ലഭിക്കുന്നത് കേരളത്തിലാണ്. അതിനാലാണ് അതിഥി തൊഴിലാളികൾ കേരളത്തിലേക്ക് ആകർഷിക്കപ്പെടുന്നത്. മലയാളികളുടെ പ്രതിശീർഷവരുമാനവും ദേശീയ ശരാശരിയേക്കാൾ 50 ശതമാനം ഉയർന്നതാണ്. എൽ ഡി എഫ് സർക്കാർ സ്ത്രീകൾക്കായി പ്രത്യേക വകുപ്പ് രൂപീകരിച്ചതോടൊപ്പം ജൻഡർ ബജറ്റും ആവിഷ്കരിച്ചു. ബജറ്റിന്റെ 16 ശതമാനം സ്ത്രീകൾക്കായി നീക്കിവെക്കാനും കേരളം തയ്യാറായി. രാജ്യത്ത് ആദ്യമായി ട്രാൻസ്ജെൻഡർ നയം പ്രഖ്യാപിക്കാനും ലൈംഗികാതിക്രമം നടത്തുന്നവരുടെ രജിസ്ട്രിക്ക് തുടക്കംകുറിക്കാനും സാധിച്ചു. ഏറ്റവും കൂടുതൽ ശതമാനം കുടുംബങ്ങൾക്ക് സാമൂഹ്യക്ഷേമ പെൻഷൻ നൽകുന്നത് കേരളത്തിലാണ്. ക്ഷേമ വികസന കാര്യങ്ങളിലെല്ലാം നാം മുൻപിലാണ് നിൽക്കുന്നത്. സ്ത്രീപക്ഷ നവകേരളമെന്ന ആശയം ഉയർത്തിപ്പിടിച്ച് സത്രീധനവും സ്ത്രീപീഡനങ്ങളും ഇല്ലാതാക്കാനുള്ള യത്നത്തിലാണ് സർക്കാരുള്ളത്. നാട്ടിലെ ഓരോ വീട്ടിലും സ്ത്രീപക്ഷ നവകേരളത്തിന്റെ മുദ്രാവാക്യങ്ങൾ എത്തിക്കുന്നതിലൂടെ കേരളത്തെ സ്ത്രീപക്ഷ സംസ്ഥാനമാക്കി മാറ്റാൻ സാധിക്കുമെന്നതിൽ തർക്കമില്ല.

പൊതുജനാരോഗ്യം, പൊതുവിദ്യാഭ്യാസം, അടിസ്ഥാന ആവശ്യങ്ങളും ജീവനോപാധിയും, കൃഷിവ്യാപനം, ജലസംരക്ഷണം, മാലിന്യസംസ്കരണം, പരിസ്ഥിതി സംരക്ഷണം, ദുരന്തങ്ങളെ അതിജീവിക്കാൻ കഴിയുന്നതും പരിസ്ഥിതി സൗഹൃദവുമായ വികസന പദ്ധതികൾ എന്നീ മേഖലകളിൽ വരുംകാല വെല്ലുവിളികളെക്കൂടി നേരിടാൻ കഴിയും വിധത്തിലുള്ള മുന്നേറ്റമുണ്ടാക്കിയും നിലവിലുള്ള പരിമിതികൾ പരിഹരിച്ച് ഏറ്റവും ഉയർന്ന ഗുണമേൻമ ഉറപ്പാക്കിയും ജനപങ്കാളിത്തത്തോടെ ഒരു

നവകേരളം സൃഷ്ടിക്കാനുള്ള പ്രവർത്തനങ്ങൾ സംസ്ഥാന സർക്കാർ സംഘടിപ്പിച്ചുവരികയാണ്. പാർപ്പിടവും ഉപജീവന മാർഗ്ഗങ്ങളും ഉൾപ്പെടെയുള്ള അടിസ്ഥാന ആവശ്യങ്ങൾ ഇല്ലാത്തവരെ അപാകതകളില്ലാത്തവിധം കണ്ടെത്തി അവരുടെ ജീവിതഗുണമേന്മയും ഉപജീവന സൗകര്യങ്ങളും വർദ്ധിപ്പിക്കാൻ ലക്ഷ്യമിട്ടുള്ള പദ്ധതികൾ ആവിഷ്കരിച്ച് നടപ്പാക്കുന്നു. ആശുപത്രികളിലും പൊതുവിദ്യാലയങ്ങളിലും സൃഷ്ടിക്കപ്പെട്ടിട്ടുള്ള മെച്ചപ്പെട്ട അടിസ്ഥാന സൗകര്യങ്ങളെ പ്രയോജനപ്പെടുത്തി അവിടങ്ങളിൽനിന്ന് ലഭിക്കുന്ന സേവനങ്ങളുടെയും വിദ്യാഭ്യാസത്തിന്റെയും ഗുണനിലവാരം ഉയർത്തിയാണ് മുന്നോട്ടുപോവുന്നത്. മാലിന്യ സംസ്കരണം, ജലസംരക്ഷണം, കൃഷി, പരിസ്ഥിതിസംരക്ഷണം, പൊതുആസ്തികളുടെ പരിപാലനം, ആശുപത്രികളുടെയും ആരോഗ്യ സേവനങ്ങളുടെയും പരിപാലനം എന്നിവയിൽ ഉത്തരവാദിത്വ സമീപനം വളർത്തിയെടുക്കുകയും നേട്ടങ്ങൾ സുസ്ഥിരമാക്കുകയും ചെയ്യുന്ന നിലപാടാണ് ഉയർത്തിപ്പിടിക്കുന്നത്.

നവകേരളം എന്നത് എല്ലാവരെയും ഉൾക്കൊള്ളുന്നതും ദുരന്തങ്ങൾക്കോ ദുഷ്പ്രചാരണങ്ങൾക്കോ തകർക്കാൻ കഴിയാത്തതുമായ ഒരു ആധുനിക സമൂഹത്തെക്കുറിച്ചുള്ള സങ്കൽപ്പമാണ്. അതിന്റെ കേന്ദ്രത്തിലുള്ളത് ഓരോ കേരളീയനുമാണ്. കേരളത്തെ ലോകത്തിന്റെ മുന്നിൽ മാതൃകയായി ഉയർത്തിക്കാട്ടാവുന്ന സുസ്ഥിര വികസനത്തിലടിസ്ഥാനപ്പെട്ട സമൂഹമായി പരിവർത്തിപ്പിക്കുന്നതിനുള്ള ശ്രമങ്ങൾക്ക് പൂർണ പിന്തുണയേകുവാൻ നമുക്കോരോരുത്തർക്കും ബാധ്യതയുണ്ട്. ബദൽനയങ്ങൾ നടപ്പാക്കിയാണ്, കേരളം വിവിധ വികസന സൂചികകളിൽ ആഗോളനിലവാരത്തിലേക്ക് ഉയർന്നത്. ഈ ബദൽനയങ്ങൾ എന്തുകൊണ്ട് രാജ്യത്തെ മറ്റ് സംസ്ഥാനങ്ങളിൽ പ്രാവർത്തികമാക്കുന്നില്ല എന്ന ചോദ്യത്തിന്റെ ഉത്തരമാണ് ഇടതുപക്ഷം എന്നുള്ളത്. കേരളത്തിൽ ഭരിക്കുന്നത് ഇടതുപക്ഷമാണ്. സി പി ഐ (എം) ന്റെ നേതൃത്വത്തിലുള്ള ഇടതുപക്ഷ ജനാധിപത്യ മുന്നണിയുടെ സർക്കാരാണ് ഭരണം നടത്തുന്നത്. ജനകീയ ബദലുകൾ കേരളത്തിൽ നടപ്പിലാക്കാനാവുന്നത് ഇടതുപക്ഷത്തിന് നേതൃത്വം നൽകുന്ന പുരോഗമന പ്രസ്ഥാനത്തിന്റെ ദർശന മികവുകൊണ്ടാണ്. കേന്ദ്രസർക്കാരും വലതുപക്ഷ നിയന്ത്രണത്തിലുള്ള ഭരണകൂടം ഒട്ടാകെയും സാമ്രാജ്യത്വത്തിന്റെ പിണിയാളുകളായി, അവർക്ക് ലാഭം കുന്നുകൂട്ടാനാവശ്യമായ നയങ്ങളും നിലപാടുകളും മുന്നോട്ടുവെക്കുമ്പോൾ ഭരണകൂടത്തിന്റെ ജനവിരുദ്ധതയെ ഇടതുപക്ഷ ബദലുകളിലൂന്നിയുള്ള ഭരണമികവുകൊണ്ട് മറികടക്കാനാവുന്നതിനാലാണ് കേരളത്തിലെ സർക്കാരിന് ജനപക്ഷത്ത് നിൽക്കാനാവുന്നത്. ഇന്ത്യയിൽ ഇടതുപക്ഷം പ്രസക്തമാവുന്നതിന് കേരളത്തിലെ ജനകീയ സർക്കാരിന്റെ ബദൽ നയങ്ങളും വികസന പരിപ്രേക്ഷ്യങ്ങളും കാരണമാവുന്നുണ്ട്. ജനക്ഷേമം മുൻനിർത്തിയുള്ള ഈ ബദൽവികസന കാഴ്ചപ്പാട് കൂടുതൽ പ്രകാശിപ്പിക്കുന്നതിലൂടെ രണ്ടാം പിണറായി വിജയൻ സർക്കാർ സൃഷ്ടിക്കുന്നത് നവകേരള ചരിത്രമാണ്.

രജതജൂബിലി നിറവിൽ ജനകീയാസൂത്രണം

അധികാര വികേന്ദ്രീകരണ പ്രക്രിയയിൽ കേരളം ലോകത്തിന് നൽകിയ മാതൃകയാണ് ജനകീയാസൂത്രണപ്രസ്ഥാനം. 1996 ലെ ചിങ്ങം ഒന്നിന് അന്നത്തെ രാഷ്ട്രീയ, സാമൂഹ്യ, സാംസ്കാരിക മേഖലയിലെ പരിച്ഛേദമാകെ അണിനിരന്ന വേദിയിൽ കേരളത്തിന്റെ പ്രഥമ മുഖ്യമന്ത്രി ഇ എം എസ് നമ്പൂതിരിപ്പാടാണ് ജനകീയാസൂത്രണത്തിന് തിരിതെളിച്ച് അധികാരം ജനങ്ങളിലേക്ക് പകർന്ന് നൽകിയത്. രജതജുബിലിയുടെ നിറവിൽ വികേന്ദ്രീകൃതാസൂത്രണ പ്രക്രിയയെ ഊർജ്ജ്വസലമാക്കി, നവകേരളം സാധ്യമാക്കാനുള്ള പ്രയത്നത്തിലാണ് സംസ്ഥാന സർക്കാർ.

ജനകീയാസൂത്രണത്തിന്റെ ആരംഭകാലത്ത് ഒമ്പതാം പദ്ധതി ജനകീയ പദ്ധതിയാക്കി മാറ്റി, ജനപങ്കാളിത്തത്തോടെ നാടിനെന്ത് വേണമെന്ന് തീരുമാനിക്കാൻ സാധിച്ചു. ഇപ്പോൾ പതിമൂന്നാം പദ്ധതിയുടെ അവസാനഘട്ടത്തിലാണ് നാമുള്ളത്. അടുത്ത പദ്ധതിയിലേക്ക് പോകുമ്പോൾ കേരളത്തിന് എന്തൊക്കെ വേണമെന്ന് ആസൂത്രണം ചെയ്യാനുള്ള വിപുലമായ ഗ്രാമ/വാർഡ് സഭകളിൽനിന്നും തുടക്കമിടും. ജനകീയാസൂത്രണത്തിന്റെ രണ്ടാംഘട്ടത്തിലെ ഏറ്റവും സർഗാത്മകമായ അധ്യായമായി ഈ ജനകീയ ഇടപെടലിനെ രേഖപ്പെടുത്താനുള്ള മുന്നൊരുക്കത്തിലാണ് സർക്കാരുള്ളത്. നേട്ടങ്ങളെ കൂടുതൽ വിപുലമാക്കിയും ബലപ്പെടുത്തിയും പോരായ്മകൾ പരിഹരിച്ചും അധികാര വികേന്ദ്രീകരണ പ്രക്രിയയേയും പ്രാദേശിക സർക്കാരുകളെയും ശക്തിപ്പെടുത്തണമെന്നാണ് ഇടതുപക്ഷ ജനാധിപത്യ മുന്നണി സർക്കാർ കരുതുന്നത്.

ഗ്രാമസ്വരാജ് എന്ന ആശയം സ്വാതന്ത്ര്യ സമരകാലത്ത് തന്നെ ഗാന്ധിജി മുന്നോട്ടുവെച്ചിരുന്നു. ദേശീയ വിമോചനത്തോടൊപ്പം

അധികാര വികേന്ദ്രീകരണവും ആ കാലഘട്ടം മുതൽ നമ്മുടെ ലക്ഷ്യമാണ്. പഞ്ചായത്ത്, നഗരഭരണം സംബന്ധിച്ച് സംസ്ഥാനങ്ങൾക്ക് നിയമനിർമ്മാണം നടത്താൻ കഴിയുന്ന വിധത്തിൽ, ഭരണഘടനയുടെ നിർദ്ദേശക തത്ത്വങ്ങളിൽ എഴുതി ചേർക്കുകയും ഏഴാം പട്ടികയിൽ ഉൾപ്പെടുത്തുകയും ചെയ്തതോടെ വിവിധ സംസ്ഥാനങ്ങളിൽ പഞ്ചായത്ത് രാജ്, മുനിസിപ്പാലിറ്റി നിയമങ്ങൾ നിലവിൽ വന്നു. അധികാര വികേന്ദ്രീകരണം ശക്തിപ്പെടുത്തേണ്ടതിന്റെ ആവശ്യകത വ്യക്തമാക്കുന്ന ബൽവന്ത് റായ് മേത്ത കമ്മിറ്റിയുടെ റിപ്പോർട്ട് 1958 ൽ കേന്ദ്ര സർക്കാരിന് ലഭിച്ചെങ്കിലും ഗൗരവത്തോടെ അതിനെ പരിഗണിച്ചില്ല. സംസ്ഥാനങ്ങളിലെ നിയമസഭകൾ പാസാക്കിയ നിയമങ്ങളുടെ അടിസ്ഥാനത്തിൽ പ്രവർത്തിച്ചുവന്ന പഞ്ചായത്തീരാജ് സ്ഥാപനങ്ങൾ കാര്യമായ യാതൊരു അധികാരവും ഇല്ലാത്തവയായിരുന്നു. കേരളത്തിലെ സ്ഥിതിയും വ്യത്യസ്തമായിരുന്നില്ല.

നവോത്ഥാന മുന്നേറ്റങ്ങളുടെയും ഇടതുപക്ഷ ബദൽ വികസന മാതൃകയുടെയും തുടർച്ചയിലാണ് കേരളത്തിൽ ജനകീയാസൂത്രണവും സാദ്ധ്യമായത്. നവകേരളമെന്ന സങ്കൽപ്പം യാഥാർത്ഥ്യമാവുമ്പോൾ, ജനക്ഷേമത്തിന്റെയും സാമൂഹികമായ കരുതലിന്റെയും പുത്തൻ പന്ഥാവുകൾ തീർത്ത വികേന്ദ്രീകൃതാസൂത്രണത്തിന്റെ കരുത്തുറ്റ മുന്നേറ്റങ്ങളും കാണാനാവും. 1957 ൽ അധികാരത്തിൽവന്ന ഇ എം എസിന്റെ നേതൃത്വത്തിലുള്ള സർക്കാരിന്റെ കാലം മുതൽ രാജ്യത്തെ മറ്റ് സർക്കാരുകളുടേതിൽനിന്ന് വ്യത്യസ്തമായ കാഴ്ചപ്പാടും സമീപനവും കേരളത്തിലെ ഇടതുപക്ഷ സർക്കാരുകൾ സ്വീകരിച്ചുപോന്നു. അതിന്റെ ഫലം കൂടിയാണ് 1996 ൽ തുടക്കംകുറിച്ച ജനകീയാസൂത്രണ പ്രസ്ഥാനം.

ഐക്യകേരളം സ്ഥാപിതമാവുന്നതിന് മുന്നെ തന്നെ 1950 ലെ തിരുവിതാംകൂർ-കൊച്ചി പഞ്ചായത്ത് ആക്ട് മദിരാശി വില്ലേജ് പഞ്ചായത്ത് ആക്ട്, 1960 ലെ കേരള പഞ്ചായത്ത്, മുനിസിപ്പാലിറ്റി നിയമങ്ങൾ എന്നിവ കേരളത്തിലെ പഞ്ചായത്ത്, നഗരഭരണ സ്ഥാപനങ്ങൾക്ക് തുടക്കംകുറിച്ചു. എന്നാൽ, അവയുടെ അധികാരങ്ങൾ നാമമാത്രമായിരുന്നു. അധികാര വികേന്ദ്രീകരണത്തിന് വേണ്ടിയുള്ള നിരന്തരമായ ജനകീയ ഇടപെടലുകളെ മുഖവിലയ്ക്കെടുക്കാതെ 1990 കളുടെ ആദ്യഘട്ടം വരെ അധികാരം കേന്ദ്രീകരിച്ച് കൈപ്പിടിയിലൊതുക്കാൻ ഭരണവർഗ്ഗത്തിന് സാധിച്ചു. 1992 ൽ പാർലമെന്റ് പാസാക്കി, 1993 ൽ പ്രാബല്യത്തിൽ വന്ന പഞ്ചായത്ത് രാജ്, നഗരപാലിക ഭരണഘടനാ ഭേദഗതി നിയമങ്ങൾ (73,74 ഭരണഘടനാ ഭേദഗതി) രാജ്യത്ത് സമഗ്രമായ അധികാര വികേന്ദ്രീകരണത്തിന്റെ വഴികൾ തുറന്നിട്ടു. ഭരണഘടനാ ഭേദഗതി നിയമത്തിന്റെ പരിധിക്കുള്ളിൽനിന്നുകൊണ്ട് സംസ്ഥാനങ്ങൾ നിയമ നിർമ്മാണങ്ങൾ നടത്തി. ആ നിയമങ്ങൾ അധികാര വികേന്ദ്രീകരണത്തിന് വേണ്ടിയുള്ള ജനങ്ങളുടെ അഭിലാഷങ്ങൾ പൂർത്തീകരിക്കാൻ പര്യാപ്തമായിരുന്നില്ല. ഭരണഘടനാ ഭേദഗതിക്കുമുമ്പ്, കേരളത്തിൽ,

1987–91 ലെ ഇ കെ നായനാർ സർക്കാർ കൊണ്ടുവന്ന ജില്ലാ കൗൺസിൽ നിയമം അധികാര വികേന്ദ്രീകരണത്തിന്റെ വിശാലമായ സാധ്യതകൾ തുറന്നിടുന്നതായിരുന്നു.

1996 ൽ അധികാരത്തിൽ വന്ന ഇടതുപക്ഷ സർക്കാരിന്റെ വികസന മുൻഗണനകളിൽ പ്രധാനപ്പെട്ടതായിരുന്നു അധികാര വികേന്ദ്രീകരണം. സംസ്ഥാന ബജറ്റിന്റെ മൂന്നിലൊന്ന് സമ്പൂർണ്ണ ആസൂത്രണാധികാര ത്തോടെ തദ്ദേശ സ്വയംഭരണ സ്ഥാപനങ്ങൾക്ക് കൈമാറാനുള്ള ഇട തുപക്ഷ ജനാധിപത്യ മുന്നണിയുടെ രാഷ്ട്രീയ തീരുമാനമാണ് ജനകീ യാസൂത്രണത്തിന് നിദാനമായത്. സെൻ കമ്മിറ്റിയുടെയും, സംസ്ഥാന ധനകാര്യകമ്മീഷൻ ശുപാർശകളുടെയും അടിസ്ഥാനത്തിൽ 1999 ലും തുടർന്ന് 2000 ലും പാസാക്കിയ കേരള പഞ്ചായത്ത് ആക്ട്/നഗരപാ ലികാ ആക്റ്റ് ഭേദഗതി നിയമങ്ങൾ ജനങ്ങളുടെ സമ്പൂർണ്ണ പങ്കാളിത്ത മുള്ള പ്രാദേശിക ആസൂത്രണത്തിന് നിയമപരമായ ചട്ടക്കൂടൊരുക്കി. ജനകീയാസൂത്രണം കേരള വികസന ചരിത്രത്തിൽ വഴിത്തിരിവ് കുറിച്ചത് വികസന, ക്ഷേമ രംഗങ്ങളിൽ പ്രാദേശിക ജനകീയാധികാരം സ്ഥാപിച്ചുകൊണ്ടാണ്. തദ്ദേശ സ്വയംഭരണ സംവിധാനങ്ങളെ ഘടനാ പരമായി ശക്തിപ്പെടുത്തി. പ്രാദേശിക സർക്കാരുകൾക്ക് ആളും അർത്ഥവും അധികാരവും കൈമാറി. പ്രാദേശിക തലത്തിൽ നടക്കുന്ന വികസന, ക്ഷേമ പ്രവർത്തനങ്ങളുടെ നേതൃത്വത്തിലേക്ക് പ്രാദേശിക സർക്കാരുകൾ ഉയർന്നുവന്നു.

നിരവധി വെല്ലുവിളികൾ ജനകീയാസൂത്രണത്തിന്റെ ആദ്യഘട്ടങ്ങ ളിൽ അഭിമുഖീകരിക്കേണ്ടി വന്നിരുന്നു. അതിൽ ഏറ്റവും പ്രധാനം മുന്നനുഭവങ്ങളുടെ അഭാവമായിരുന്നു. ജനകീയാസൂത്രണ കാലത്തെ ആദ്യ വാർഷിക പദ്ധതി തയ്യാറായത് ഒരു വർഷത്തിലേറെ നീണ്ടുനിന്ന തയ്യാറെടുപ്പുകൾക്കൊടുവിലാണ്. ആസൂത്രണ ഗ്രാമസഭ/വാർഡ് സഭ, കർമ്മ സമിതികൾ, ജില്ലാ ആസൂത്രണസമിതി എന്നിവയടങ്ങുന്ന ആസൂ ത്രണ ചട്ടക്കൂട് ജനകീയാസൂത്രണത്തിന്റെ അസ്തിവാരം ബലപ്പെടുത്തി. രാജ്യത്താദ്യമായി പദ്ധതി വിഹിതത്തിന്റെ 10 ശതമാനം സ്ത്രീകൾക്കു വേണ്ടി മാറ്റിവെക്കാൻ കേരളത്തിലെ തദ്ദേശ ഭരണസ്ഥാപനങ്ങൾ ക്കായത് ഇടതുപക്ഷത്തിന്റെ സ്ത്രീപക്ഷ രാഷ്ട്രീയത്തിന്റെ പ്രതിഫല നമായിരുന്നു. അമ്പത് ശതമാനം സ്ത്രീസംവരണമെന്ന കാഴ്ചപ്പാട് സ്ത്രീപദവി കൂടുതൽ ഉയർത്തുന്നതിന് സഹായകമായി. ജനകീയാ സൂത്രണ ക്യാമ്പയിന്റെ ഭാഗമായി വികസിച്ചു വന്ന കുടുംബശ്രീ സംവിധാനം പ്രാദേശിക വികസന പ്രക്രിയയിൽ സ്ത്രീകളുടെ സമഗ്ര പങ്കാളിത്തം ഉറപ്പാക്കി. തലചായ്ക്കാൻ കൂരയില്ലെന്ന ദുരവസ്ഥയെ അഭി മുഖീകരിക്കുന്ന പാവപ്പെട്ടവർക്ക് ഇ എം എസ് ഭവന പദ്ധതിയിലൂടെ കരുത്തായി മാറാനും അതുപോലുള്ള ബൃഹത്തായ സാമൂഹ്യ വികസന പദ്ധതികൾ ജനകീയാസൂത്രണത്തിന്റെ തണലിൽ മുന്നോട്ടുവെക്കാനും സാധിച്ചു.

ജനങ്ങൾക്ക് ലഭിച്ച അധികാരത്തെ അട്ടിമറിക്കാനുള്ള ശ്രമങ്ങളെ രാഷ്ട്രീയ ഭിന്നതകൾക്ക് അതീതമായ ജനകീയ സമ്മർദ്ദമുയർത്തിക്കൊണ്ടാണ് ചെറുത്തുതോൽപ്പിക്കുകയും തദ്ദേശ സ്വയംഭരണ സംവിധാനത്തിന് കരുത്തു പകരുകയും ചെയ്തത്. അത് രാഷ്ട്രീയമായ ഇച്ഛാശക്തിയുടെ പ്രതിഫലനം കൂടിയാണ്. സാമ്പത്തിക വർഷത്തിന്റെ ആദ്യ ദിവസം മുതൽ വികസന പദ്ധതികളുടെ നിർവഹണം ആരംഭിക്കുന്ന അവസ്ഥയിലേക്ക് കേരളം എത്തിയെന്നത് ചെറിയ കാര്യമല്ല. തൊണ്ണൂറു ശതമാനത്തിന് മുകളിൽ പദ്ധതി ചെലവ് യാഥാർത്ഥ്യമായി. അധികാരം, ഉദ്യോഗസ്ഥ ശേഷി, ദൈനംദിന ഭരണമികവ്, സാമ്പത്തിക ഭദ്രത തുടങ്ങി വിവിധ തലങ്ങളെടുത്ത് പരിശോധിക്കുമ്പോൾ രാജ്യത്തെ ഏറ്റവും ശക്തമായ പ്രാദേശിക സ്വയംഭരണ സംവിധാനം കേരളത്തിലേതാണ്. ഇത് മാതൃകയാക്കിയാണ് കേന്ദ്രസർക്കാർ ഗ്രാമപഞ്ചായത്ത് ഡെവലപ്മെന്റ് പ്ലാൻ എന്ന പദ്ധതി ആവിഷ്കരിച്ചത്. കേരളത്തിലേതുപോലെ ഫണ്ട് മാറ്റിവെക്കാൻ കേന്ദ്ര സർക്കാർ തയ്യാറാകാത്തതുകൊണ്ട് ആ പദ്ധതി ഗുണപ്പെട്ടില്ല എന്നത് മറ്റൊരു കാര്യം.

ജനകീയാസൂത്രണ പ്രസ്ഥാനം ആരംഭിച്ചപ്പോൾ മുന്നോട്ടുവെച്ച പ്രാദേശിക വികസനമെന്ന ലക്ഷ്യത്തിൽനിന്നും കൂടുതൽ വിപുലമായി ചിന്തിക്കാനും ആസൂത്രണം നടത്താനും സാധിക്കുന്ന വിധത്തിൽ നമ്മുടെ പ്രാദേശിക സർക്കാരുകൾ വളർന്നിട്ടുണ്ട്. ആ ശാക്തീകരണത്തിന്റെ ഭാഗമായാണ് മഹാപ്രളയത്തെയും പ്രകൃതിക്ഷോഭങ്ങളെയും കോവിഡ് മഹാമാരിയെയും പ്രതിരോധിക്കുന്നതിന് പ്രാദേശിക സർക്കാരുകൾക്ക് സാധിച്ചത്. 2016 ലെ എൽ ഡി എഫ് സർക്കാർ പതിമൂന്നാം പദ്ധതിയിൽ പ്രാദേശിക വികസന കാഴ്ചപ്പാടുകളിൽ വരുത്തിയ മാറ്റത്തിലൂടെ ജനകീയാസൂത്രണത്തിന് പുതിയൊരു ദിശ കൈവരിക്കാനായി. പ്രാദേശിക വികസന ലക്ഷ്യത്തിൽനിന്നും സുസ്ഥിര വികസന ലക്ഷ്യത്തിലേക്കുള്ള കാൽവെപ്പായിരുന്നു അത്. കഴിഞ്ഞ കാലയളവിൽ നാം നേടിയ വികസനങ്ങളുടെയും ഭൗതിക നേട്ടങ്ങളുടെയും പ്രതലം സുസ്ഥിരമായി നിലനിർത്തുന്നതിനും കേരളത്തിന്റെ ജനകീയ വികസന മാതൃകയെ പുതിയ കാലഘട്ടത്തിലെ വെല്ലുവിളികളെ നേരിടാൻ പര്യാപ്തമാക്കുന്നതിനും സാധിച്ചു. സർവ്വതല സ്പർശിയായുള്ളതും കൂടുതൽ ഗുണമേൻമയുള്ളതും ഫലപ്രദവുമായ പദ്ധതികൾക്ക് രൂപംനൽകാനും നിർവ്വഹണം സാധ്യമാക്കാനും സംസ്ഥാന സർക്കാർ ശ്രമിച്ചു. നവകേരളകർമ്മപദ്ധതിയ്ക്കായി ജനകീയാസൂത്രണം എന്ന മുദ്രാവാക്യം ഉയർത്തി സർക്കാർ മുന്നോട്ടുവന്നു.

ഇടതുപക്ഷ സർക്കാരിന്റെ ഭരണ തുടർച്ചയിൽ, പ്രാദേശിക സർക്കാരുകളുടെ വഴിത്താരകൾ കൃത്യമായി നിർണയിച്ചാണ് മുന്നോട്ടുപോവുന്നത്. ഏറ്റെടുക്കുന്ന പദ്ധതികളിലൂടെ ഗുണനിലവാരവും ഫലപ്രാപ്തിയും ഉറപ്പാക്കും. വികസന പ്രശ്നങ്ങളെ തദ്ദേശ സ്വയംഭരണ സ്ഥാപനങ്ങൾ വിശാലമായ കാഴ്ചപ്പാടിൽ നോക്കിക്കാണണം. നഗരവൽക്കര

ണം, മാലിന്യ സംസ്കരണം, വയോജന സംരക്ഷണം, രണ്ടാം തലമുറ വികസന പ്രശ്നങ്ങൾ, ദുരന്ത നിവാരണം എന്നീ വിഷയങ്ങൾ പ്രാദേശിക തലത്തിൽത്തന്നെ ആസൂത്രണം ചെയ്ത് പരിഹരിക്കാൻ ശ്രമിക്കേണ്ടതുണ്ട്. പ്രാദേശിക സർക്കാരുകൾക്ക് കൂടുതൽ പ്രവർത്തന സ്വാതന്ത്ര്യം നൽകി, അവരുടെ ഉത്തരവാദിത്വങ്ങളും ഇടപെടലുകളും വിപുലവും ഊർജ്ജസ്വലവുമാക്കും. അതോടൊപ്പം ബഹുതല ആസൂത്രണ സാധ്യതകളും സംയോജിത സാധ്യതകളും ഉൾക്കൊള്ളും. പതിനാലാം പദ്ധതിയ്ക്ക് രൂപംനൽകുമ്പോൾ കുറവുകൾ പരിഹരിച്ച്, ഗുണമേൻമയുള്ളതും സുസ്ഥിരവും സർവ്വതലസ്പർശിയുമായ പദ്ധതി രൂപീകരണവും നിർവ്വഹണവും ഉറപ്പുവരുത്തും.

രജത ജൂബിലി വേളയിൽ അധികാരവികേന്ദ്രീകരണ പ്രക്രിയയിൽ കുതിപ്പും മുന്നേറ്റവും ഉണ്ടാക്കാൻ തദ്ദേശ സ്വയംഭരണ വകുപ്പിനെ ഏകോപിത സർവ്വീസാക്കി മാറ്റും. പഞ്ചായത്ത്, നഗരകാര്യം, ഗ്രാമവികസനം, ടൗൺപ്ലാനിംഗ്, എഞ്ചിനീയറിംഗ് എന്നിങ്ങനെ അഞ്ച് ഡയറക്ടറേറ്റുകൾക്ക് കീഴിൽ നിൽക്കുന്ന വകുപ്പിനെ ഏകോപിപ്പിച്ച് പ്രിൻസിപ്പൽ ഡയറക്ടർക്ക് കീഴിൽ ഒറ്റ വകുപ്പാക്കും. അതോടെ തദ്ദേശ സ്വയംഭരണ സ്ഥാപനങ്ങളുടെ പ്രവർത്തന വേഗവും മികവും കൂടുമെന്നത് നിസ്തർക്കമായ കാര്യമാണ്. ഓരോ സാമ്പത്തിക വർഷത്തിന്റേയും ആദ്യമാസം മുതൽ പദ്ധതി നിർവ്വഹണം നടപ്പാക്കാൻ കഴിയണമെന്ന ലക്ഷ്യത്തിലേക്ക് തദ്ദേശ സ്വയംഭരണ സ്ഥാപനങ്ങളെ എത്തിക്കാൻ സാധിച്ചു. 2020–21 സാമ്പത്തിക വർഷം പദ്ധതി ചെലവ് 95.21 ശതമാനത്തിലെത്തി. 2021–22ലെ വാർഷിക പദ്ധതികളിൽ ഭേദഗതി വരുത്താനുള്ള അനുമതിക്കായി സർക്കാർ ഉത്തരവ് പുറപ്പെടുവിച്ചു. ആഗസ്ത് മാസാവസാനം പദ്ധതികൾ മൂർത്തമാക്കും. പദ്ധതി നിർവഹണവും ചെലവും ജില്ലാ ആസൂത്രണസമിതികൾ കൃത്യമായി അവലോകനം ചെയ്യും.

അതിദരിദ്രരെ കണ്ടെത്തി അവരുടെ ജീവിതം മെച്ചപ്പെടുത്തുമെന്നത് ഇടതുപക്ഷത്തിന്റെ വാഗ്ദാനമാണ്. അതിനായുള്ള സമഗ്രപദ്ധതി സർക്കാർ ആവിഷ്കരിച്ചിരിക്കയാണ്. അധികാരമേറ്റ് രണ്ടരമാസത്തിനുള്ളിൽ നടപടികൾ ആരംഭിച്ചു. അടുത്ത നാല് മാസംകൊണ്ട് പഠനവും സർവ്വേയും പൂർത്തിയാക്കും. ഭക്ഷണം, താമസം, ആരോഗ്യം, വരുമാനം ഉൾപ്പെടെ അതിജീവനത്തിന് ആവശ്യമായ അടിസ്ഥാന കാര്യങ്ങൾ നേടിയെടുക്കാൻ പ്രാപ്തിയില്ലാത്തവരെ കണ്ടെത്തി സൂക്ഷ്മതല പട്ടിക തയ്യാറാക്കി പരിഹാര മാർഗങ്ങൾ നടപ്പിലാക്കാനാണ് സർക്കാർ ഉദ്ദേശിക്കുന്നത്. തൊഴിൽരഹിതരായ യുവജനങ്ങൾക്ക് തൊഴിൽ ലഭ്യമാക്കൽ സർക്കാരിന്റെ പ്രഥമ ലക്ഷ്യങ്ങളിലൊന്നാണ്. തദ്ദേശ സ്വയംഭരണ സ്ഥാപനങ്ങളെ തൊഴിൽദാതാക്കളായി മാറ്റും. അതിനായി തൊഴിലും വരുമാനവും ഉറപ്പിക്കുന്ന തൊഴിൽ സംരംഭകത്വ പദ്ധതികൾ നടപ്പിലാക്കും. കുടുംബശ്രീയുടെ ആഭിമുഖ്യത്തിൽ ഒരു വാർഡിൽ ഒരു യുവതീയുവസംരംഭകത്വ ഗ്രൂപ്പ് രൂപീകരിക്കും. ഒരുലക്ഷം പേർക്ക് അതിലൂടെ

തൊഴിലവസരം സൃഷ്ടിക്കും. തൊഴിലും വരുമാനവും നൽകി ഗുണ മേൻമയുള്ള ജീവിതം ഉറപ്പുവരുത്താനാണ് സർക്കാർ പരിശ്രമിക്കുന്നത്.

തദ്ദേശ സ്വയംഭരണ സ്ഥാപനങ്ങൾ വഴിയുള്ള സേവനങ്ങൾ വാതിൽപ്പടിയിൽനിന്നും വിരൽത്തുമ്പിലേക്കെത്തിക്കുക എന്നതും സർക്കാരിന്റെ ലക്ഷ്യമാണ്. 2022 ജനുവരി ഒന്നോടെ 213 സേവനങ്ങൾ ഓൺലൈനിൽ ലഭ്യമാക്കും. ഇന്റഗ്രേറ്റഡ് ലോക്കൽ ഗവേണൻസ് മാനേജ്മെന്റ് സിസ്റ്റവും, ഇന്റലിജന്റ് ബിൽഡിംഗ് പെർമിറ്റ് മാനേജ്മെന്റ് സിസ്റ്റവും എല്ലാ പ്രാദേശിക സർക്കാരുകളും പ്രവർത്തനക്ഷമമാക്കും. സംസ്ഥാനത്തിന്റെ സമഗ്ര വികസനത്തിനായി സംയോജിത സമീപനം കൈക്കൊള്ളുന്നതിനായി ജില്ലാ ആസൂത്രണ സമിതികളുടെ നേതൃത്വത്തിൽ ജില്ലാ പദ്ധതികൾക്ക് രൂപംനൽകിയിട്ടുണ്ട്. ഇത് നിർവഹണതലത്തിലേക്ക് എത്തിക്കുവാനുള്ള പ്രവർത്തനങ്ങൾ ഏറ്റെടുക്കുകയാണ്. സാമ്പത്തിക, സാമൂഹിക, പരിസ്ഥിതി ആവശ്യങ്ങൾക്ക് ഊന്നൽ നൽകുന്ന പരിപ്രേക്ഷ്യ പദ്ധതികൾ തദ്ദേശ സ്വയംഭരണ സ്ഥാപനങ്ങൾ ഏറ്റെടുക്കണം. സംയോജിത പദ്ധതികൾക്കും സംയുക്ത പദ്ധതികൾക്കും പ്രാധാന്യം നൽകി പദ്ധതി നടപ്പിലാക്കാൻ തദ്ദേശ സ്ഥാപനങ്ങളെ പ്രോത്സാഹിപ്പിക്കുന്ന സമീപനമാണ് സർക്കാരിനുള്ളത്. വ്യവസായം, കൃഷി, ഉൽപ്പാദനം, ടൂറിസം തുടങ്ങിയ മേഖലകളിലും അടിസ്ഥാന സൗകര്യ മികവിനും സംയോജിത സാധ്യതയുള്ള പദ്ധതികളുമായി പ്രാദേശിക സർക്കാരുകൾ മുന്നോട്ടുവരണം.

സംസ്ഥാനത്ത് വിശാലമായ കാഴ്ചപ്പാടോടുകൂടി നഗരവൽക്കരണ ആസൂത്രണം നടപ്പിലാക്കേണ്ടതുണ്ട്. കേരളത്തിൽ കാലാവസ്ഥാ വ്യതിയാനവും പരിസ്ഥിതി ലോല പ്രദേശങ്ങളുടെ സാന്നിധ്യവും നമുക്ക് വെല്ലുവിളി ഉയർത്തുന്നുണ്ട്, മഹാപ്രളയവും കോവിഡ് മഹാമാരിയുമൊക്കെ ഏതെങ്കിലും ഒരു പ്രദേശത്തെ മാത്രമല്ല ബാധിച്ചത്. ദുരന്തങ്ങൾ വിതയ്ക്കുന്ന നാശനഷ്ടങ്ങളുടെ കാഠിന്യം കുറയ്ക്കാൻ പ്രാദേശികമായുള്ള ഇടപെടലുകളിലൂടെ സാധിക്കും. പരിസ്ഥിതിക്ക് നിർദ്ദോഷമായ ഉൽപ്പാദന സമ്പ്രദായങ്ങളും ഉൽപ്പാദന–ഉപഭോഗ രീതികളും പാരിസ്ഥിതിക ജൈവഘടനയുടെ സംരക്ഷണം ഉറപ്പാക്കുന്ന രീതിശാസ്ത്രങ്ങളും പ്രാദേശിക തലത്തിൽ തന്നെ ആവിഷ്കരിക്കും.

ജനകീയാസൂത്രണത്തിന്റെ ഭാഗമായി വ്യവസായ മേഖലയിലും കുതിപ്പ് കൈവരിക്കണം. കാർഷികം, മാനവ വികസനം, സാമൂഹ്യ സുരക്ഷ തുടങ്ങിയ മേഖലകളിൽ ഉണ്ടായതുപോലെ മുന്നേറ്റമുണ്ടാക്കുക എന്നതാവണം ലക്ഷ്യം. പ്രാദേശികമായി ലഭ്യമാവുന്ന ഉൽപ്പന്നങ്ങളിൽനിന്നും മൂല്യവർധിത ഉൽപ്പന്നങ്ങളുണ്ടാക്കാൻ വ്യവസായ മേഖലയെ ഉപയോഗപ്പെടുത്തണം. ചെറുകിട, പരമ്പരാഗത, കുടിൽ തൊഴിൽ സംരംഭങ്ങൾ പുനരുജ്ജീവിപ്പിക്കുകയും പ്രോത്സാഹിപ്പിക്കുകയും വേണം. മികച്ച പിന്തുണാ സംവിധാനങ്ങളിലൂടെ ഇത്തരം മേഖലകളെ ഊർജ്ജിതപ്പെടുത്താനാവും എന്നതിൽ സംശയമില്ല. സാങ്കേതിക

നൂലാമാലകൾ ഇല്ലാതാക്കിയും നടപടിക്രമങ്ങൾ ലളിതമാക്കിയും ആധുനിക സങ്കേതങ്ങൾ ഉപയോഗപ്പെടുത്തിയും, തദ്ദേശ സ്വയംഭരണ സ്ഥാപനങ്ങളുടെ ദൈനംദിന പ്രവർത്തനത്തിലും പദ്ധതി പ്രവർത്തനത്തിലും സുതാര്യതയും കാര്യക്ഷമതയും ഉറപ്പുവരുത്തുകയെന്ന കാഴ്ചപ്പാടോടെയാണ് സർക്കാർ മുന്നോട്ടുപോകുന്നത്. രജതജൂബിലിയുടെ നിറവിൽ ജനകീയാസൂത്രണ പ്രസ്ഥാനത്തിന്റെ കൂടുതൽ തിളക്കമുള്ള ഏടുകൾ സൃഷ്ടിക്കാനായി നമുക്ക് കൈകോർക്കാം.

ഇനി സ്ത്രീ മുന്നേറ്റത്തിന്റെ നാളുകൾ

കുടുംബശ്രീ പ്രസ്ഥാനത്തിന് തുടക്കംകുറിച്ചുകൊണ്ട് കേരളത്തിലെ സ്ത്രീശാക്തീകരണത്തിന്റെ പുതിയൊരധ്യായത്തിനാണ് 1998 ൽ ഇ കെ നായനാർ സർക്കാർ തുടക്കമിട്ടത്. ദരിദ്ര വനിതകളെ മുഖ്യധാരയിലേക്ക് ഉയർത്തുക എന്ന ലക്ഷ്യത്തോടെ ആരംഭിച്ചതാണെങ്കിലും കുടുംബശ്രീ ഇന്ന് എല്ലാ സ്ത്രീകളെയും പ്രതിനിധീകരിക്കുന്ന ഒരു മഹാപ്രസ്ഥാനമായി മാറിയിരിക്കുന്നു. നിലവിൽ കുടുംബശ്രീയിൽ 45 ലക്ഷത്തോളം വനിതകളാണ് അംഗങ്ങളായുള്ളത്. ഇവരിൽ 18 നും 40 നും ഇടയിൽ പ്രായമുള്ളവർ വെറും 10 ശതമാനം മാത്രമാണ്. ഈ യുവതികളിലേക്ക് കുടുംബശ്രീയുടെ പദ്ധതികൾ വഴിയുള്ള ഗുണഫലങ്ങൾ വേണ്ടത്ര ലഭ്യമാവാത്ത അവസ്ഥയുണ്ട്. ഏറ്റവും ഊർജ്ജസ്വലമായ യൗവ്വന കാലഘട്ടത്തിലുള്ള യുവതികളുടെ ആശയോൽപ്പാദനവും നിർവഹണ പാടവവും കുടുംബശ്രീക്ക് ലഭ്യമാകുന്നില്ല എന്ന കുറവു കൂടി ഇതോടൊപ്പം കാണണം. ഈ പശ്ചാത്തലത്തിലാണ് യുവതീ ഓക്സിലറി ഗ്രൂപ്പുകൾ രൂപീകരിക്കാൻ തീരുമാനിക്കുന്നത്.

മാനവവിഭവശേഷിയുടെ കാര്യത്തിൽ രാജ്യത്ത് മുൻപന്തിയിൽ നിൽക്കുന്ന സംസ്ഥാനമാണ് കേരളം. പക്ഷേ, ഈ വിഭവശേഷിയെ നാം വേണ്ടത്ര ഉപയോഗപ്പെടുത്തുന്നില്ല. ഇതിന് മാറ്റമുണ്ടാകണമെങ്കിൽ യുവജനതയുടെ കാര്യശേഷി വികസിപ്പിക്കുന്നതിൽ ഊന്നിക്കൊണ്ട് വിവിധ പദ്ധതികൾ ആസൂത്രണം ചെയ്ത് നടപ്പിലാക്കണം. കേരള ജനതയുടെ 57% വും 20 നും 59 നും ഇടയിൽ പ്രായമുള്ളവരാണ്. ഇതിൽ 53% വും സ്ത്രീകളാണ്. തൊഴിലില്ലായ്മയുടെ കണക്ക് പരിശോധിക്കുമ്പോൾ പുരുഷൻമാരേക്കാൾ സ്ത്രീകളാണ് തൊഴിൽരഹിതർ. 2020 ലെ കേരളാ എക്കണോമിക് റിവ്യൂവിലെ കണക്ക് സൂചിപ്പിക്കുന്നത്,

അഭ്യസ്തവിദ്യരായ കേരളത്തിലെ സ്ത്രീകളുടെ എണ്ണം തൊഴിൽരഹിത സ്ത്രീകളുടെ ദേശീയ ശരാശരിയേക്കാൾ മൂന്നിരട്ടിയോളം കൂടുതലാണ് എന്നാണ്. അഭ്യസ്തവിദ്യരായിട്ടും സ്വന്തം കഴിവുകൾ പ്രയോജനപ്പെടുത്താൻ സാധിക്കാതെ 'വീട്ടമ്മ'മാരായി ഒതുങ്ങിക്കഴിയുന്ന യുവതികൾ അനുഭവിക്കുന്ന മാനസിക പ്രയാസങ്ങൾ സമൂഹത്തിൽ കൂടിവരുന്നുമുണ്ട്. അവരുടെ പ്രശ്നങ്ങളും മറ്റും പങ്കുവയ്ക്കാനുള്ള ഒരു വേദി നിലവിലില്ല. അതിനാൽ അവർ അഭിമുഖീകരിക്കുന്ന പ്രശ്നങ്ങൾക്ക് പരിഹാരമുണ്ടാവുന്നില്ല. ഈ സാമൂഹിക പ്രശ്നത്തിന് ശാശ്വതമായ പരിഹാരം കണ്ടെത്തുന്നതിലൂടെ മാത്രമേ സാമൂഹിക ഉന്നമനം ലക്ഷ്യമാക്കിയുള്ള വികസനം സാധ്യമാവുകയുള്ളൂ.

മികച്ച കഴിവും കാര്യക്ഷമതയും ഉള്ളവരായിട്ടും കാലങ്ങളായി തുടർന്നുവരുന്ന ജീർണ്ണമായ സാമൂഹിക രീതികൾ രൂപപ്പെടുത്തിയ മനോഭാവവും ആത്മവിശ്വാസക്കുറവുമാണ് നിലവിൽ സ്ത്രീകൾ നേരിടുന്ന പ്രശ്നങ്ങളുടെ കാരണങ്ങളിലൊന്ന്. അത് പരിഹരിക്കണം. തൊഴിലെടുക്കുന്നതിനും ജീവനോപാധികൾ കണ്ടെത്തുന്നതിനും സാമൂഹിക പ്രശ്നങ്ങളെക്കുറിച്ച് സംവദിക്കുന്നതിനും സഹായകമാകുന്ന വേദി ഒരുക്കുന്നതിലൂടെ യുവതികളുടെ കാര്യശേഷിയും, ഇടപെടൽ ശേഷിയും വർദ്ധിപ്പിക്കുവാനും അതുവഴി സാമൂഹിക പുരോഗതിക്ക് ആക്കം കൂട്ടുവാനും കഴിയും. യുവതീ കൂട്ടായ്മകളായി മാറുന്ന ഓക്സിലറി ഗ്രൂപ്പുകൾ ഇതിന് പര്യാപ്തമാവും എന്നതിൽ തർക്കമില്ല.

കുടുംബശ്രീയിൽ ഒരു കുടുംബത്തിലെ ഒരു വനിതയ്ക്ക് മാത്രമേ അംഗത്വം ലഭിക്കുകയുള്ളൂ. അമ്മ അംഗമായുള്ള കുടുംബശ്രീയിൽ മകൾക്കോ, മരുമകൾക്കോ അംഗമാവാൻ നിലവിൽ സാധ്യമല്ല. പത്ത് വർഷത്തിന് മുകളിൽ പ്രവർത്തിച്ചുവരുന്ന ഒരു അയൽക്കൂട്ടത്തിലേക്ക് പുതിയ ഒരാൾ അംഗമാവുമ്പോൾ നിലവിലുള്ളവരുടെ നിക്ഷേപം വഴിയുള്ള സമ്പാദ്യവും പുതിയതായി ചേരുന്നവരുടെ സമ്പാദ്യവും തമ്മിൽ വലിയ അന്തരമുണ്ടാകും. ഈ സാഹചര്യത്തിൽ യുവതലമുറയെ കുടുംബശ്രീയുടെ ഭാഗമാക്കാനും, ഇവരെ പൊതുധാരയിൽ കൊണ്ടുവരുന്നതിനും, സാമൂഹിക സാമ്പത്തിക സ്ത്രീശാക്തീകരണ വിഷയങ്ങളെക്കുറിച്ച് അവബോധം സൃഷ്ടിക്കുന്നതിനും, അവർക്ക് വിവിധ തൊഴിൽ സാധ്യതകളെക്കുറിച്ചുള്ള അറിവുകൾ നൽകുന്നതിനുമുള്ള ഒരു പൊതുവേദി സൃഷ്ടിക്കുകയെന്നത് അടിയന്തരപ്രാധാന്യമുള്ള കാര്യമാണ്.

വിദ്യാഭ്യാസവും കഴിവുമുള്ള യുവതികളെ ഒരു കുടക്കീഴിൽ കൊണ്ടുവരുന്നതിലൂടെ അവരുടെ അഭിരുചിക്കനുസരിച്ചുള്ള മേഖലകളിൽ നൈപുണ്യമുള്ളവരാക്കി മാറ്റാൻ സാധിക്കും. സ്വന്തം കാലിൽ നിൽക്കാൻ പ്രാപ്തരാക്കുന്നതിനുള്ള അവസരങ്ങൾ കണ്ടെത്താനും സ്ത്രീധന പീഡനംപോലെ സ്ത്രീകൾ അഭിമുഖീകരിക്കുന്ന സാമൂഹിക പ്രശ്നങ്ങളിൽ സധൈര്യം ഇടപെടാനും കഴിയുന്ന യുവതലമുറയെ വാർത്തെടുക്കാനും ഇതിലൂടെ സാധിക്കും. നാളിതുവരെ പല

കാരണങ്ങളാലും കുടുംബശ്രീ അയൽക്കൂട്ടത്തിൽ ചേരാൻ കഴിയാതിരുന്ന കുടുംബങ്ങളിലെ യുവതികൾക്ക് ഇതിലൂടെ അവസരം നൽകണം. ഈ സാഹചര്യത്തിലാണ് കേരളത്തിലെ മുഴുവൻ തദ്ദേശ സ്വയംഭരണ പ്രദേശങ്ങളിലെ വാർഡുകളിലും 18 മുതൽ 40 വയസ്സുവരെ പ്രായമുള്ള യുവതികളെ അംഗങ്ങളാക്കിയുള്ള ഓക്സിലറി ഗ്രൂപ്പുകൾ രൂപീകരിക്കുന്നത്.

വളരെയേറെ വിദ്യാഭ്യാസ പുരോഗതി സംസ്ഥാനത്ത് ഇന്ന് ഉണ്ടായിട്ടുണ്ട്. കൂടാതെ തൊഴിൽമേഖലകളിൽ ആധുനികവൽക്കരണവും വൈവിധ്യവൽക്കരണവും നടപ്പിലാക്കി വരികയുമാണ്. വിദ്യാഭ്യാസ പുരോഗതിക്കും തൊഴിൽമേഖലകൾക്കനുസരിച്ചുള്ള നൈപുണ്യ പരിപോഷണത്തിനും ആവശ്യമായ ചർച്ചകൾ നടത്തി, പുതിയ തൊഴിൽ സാദ്ധ്യതകൾ കണ്ടുപിടിക്കാനും വിവാഹശേഷം യുവതികൾ ജോലിയിൽ നിന്നും പിൻവാങ്ങുന്ന രീതി കുറയ്ക്കുവാനും ഓക്സിലറി ഗ്രൂപ്പുകൾ മുഖേന സാധിക്കും. പുതിയ തലമുറയിലെ സ്ത്രീകൾക്ക് സാമ്പത്തിക, സാമൂഹിക ശാക്തീകരണം സാധ്യമാക്കാനും അവരുടെ തീരുമാനങ്ങളും കാഴ്ചപ്പാടുകളും സ്വതന്ത്രമാക്കുവാനും ഇതിലൂടെ സാധിക്കും. വരുമാനം ഉറപ്പിക്കുന്ന ഒരു തൊഴിൽ ലഭിച്ചശേഷം വിവാഹം എന്ന കാഴ്ചപ്പാടിലേക്ക് കേരളത്തിലെ യുവതികൾ ഉയരേണ്ട സമയം അതിക്രമിച്ചു. യുവതീ ഓക്സിലറി ഗ്രൂപ്പുകൾ അതിന് സഹായകമാവും.

സ്ത്രീശാക്തീകരണത്തിനും യുവതികളിലൂടെ കുടുംബങ്ങളുടെ സാമ്പത്തിക വികസനത്തിനും അതുവഴി സാമൂഹ്യ ഉന്നമനത്തിനുമുതകുന്ന അവസരങ്ങൾ ലഭ്യമാകുന്ന ഒരു വേദിയാണ് ഓക്സിലറി ഗ്രൂപ്പ്. സ്ത്രീധനം, ഗാർഹിക പീഡനങ്ങൾ തുടങ്ങിയ സാമൂഹ്യ പ്രശ്നങ്ങളെ സംബന്ധിച്ച് ചർച്ച ചെയ്യുന്നതിനും പരിഹാരം കണ്ടെത്തുന്നതിനുമുള്ള ഒരു വേദികൂടിയാണിത്. കക്ഷിരാഷ്ട്രീയ, ജാതി, മത, വർഗ ഭേദമന്യേ ഒരുമിച്ചു കൂടുന്നതിനും നാടിന്റെ വികസന പ്രവർത്തനങ്ങളിൽ ക്രിയാത്മകമായി ഇടപെടുന്നതിനും യുവതികളെ ഇതിലൂടെ പ്രാപ്തരാക്കാൻ സാധിക്കും. നാടിന്റെ വികസന പ്രവർത്തനങ്ങളിലും പൊതുവിഷയങ്ങളിലും ഇടപെടാനും, ചർച്ച ചെയ്യാനും പ്രതികരിക്കാനുമുള്ള ആത്മവിശ്വാസം വളർത്തുവാൻ ഇതിലൂടെ കഴിയും സ്ത്രീകളുടെ സാമൂഹ്യ പ്രശ്നങ്ങളിൽ ഇടപെടുന്ന ജാഗ്രതാ സമിതികൾ, ലഹരി ഉപയോഗത്തിനെതിരായുള്ള വിമുക്തി ഗ്രൂപ്പുകൾ, സാംസ്കാരിക വകുപ്പ് നടപ്പിലാക്കുന്ന സമം തുടങ്ങി സ്ത്രീകൾക്ക് വേണ്ടിയുള്ള വിവിധ പദ്ധതികളുമായി സഹകരിച്ച് പ്രവർത്തിക്കുവാനും വിവിധ ക്യാമ്പയിനുകൾ ഏറ്റെടുത്ത് സംഘടിപ്പിക്കാനും ഓക്സിലറി ഗ്രൂപ്പുകൾ മുന്നോട്ടുവരും. യുവജന കമ്മീഷൻ, യുവജന ക്ഷേമബോർഡ് തുടങ്ങി യുവജനങ്ങളുടെ ക്ഷേമത്തിനും ഉന്നമനത്തിനുംവേണ്ടി പ്രവർത്തിക്കുന്ന വിവിധ ഏജൻസികളുടെ പ്രവർത്തനങ്ങളെയും പദ്ധതികളെയും പരിചയപ്പെടാനും അവയിൽ പങ്കാളികളാകാനും ഓക്സിലറി ഗ്രൂപ്പിനെ

പര്യാപ്തമാക്കും. വ്യത്യസ്ത വകുപ്പുകളുടെ പ്രവർത്തന ഏകോപനത്തിലൂടെ വിവിധ ഉപജീവന പദ്ധതികളെക്കുറിച്ച് അവബോധം സൃഷ്ടിക്കാനും അതുവഴി യുവതികളുടെ സുസ്ഥിര ഉപജീവനം യാഥാർത്ഥ്യമാക്കാനും യുവതീ ഓക്സിലറി ഗ്രൂപ്പുകൾക്ക് സാധിക്കും.

അഭ്യസ്തവിദ്യരായ സ്ത്രീകളുടെ മാനവശേഷി ഫലപ്രദമായി ഉപയോഗിക്കുന്നതിലൂടെ വരുമാനദായക പ്രവർത്തനങ്ങളെക്കുറിച്ചുള്ള അറിവും അവസരങ്ങളും കുടുംബശ്രീ അയൽക്കൂട്ടങ്ങളിലും അല്ലാതെയും ലഭ്യമാക്കാനാവും. പുതിയ ഉപജീവനമാർഗങ്ങൾ കണ്ടെത്തി പ്രാദേശിക സാമ്പത്തിക വികസനത്തിനും ദാരിദ്ര്യ നിർമ്മാർജ്ജനത്തിനുംവേണ്ടി പരസ്പര സഹകരണത്തോടെ പ്രവർത്തിക്കുന്ന യുവതികളുടെ കൂട്ടായ്മയായി ഓക്സിലറി ഗ്രൂപ്പുകൾ മാറും. സ്ത്രീകൾ അഭിമുഖീകരിക്കുന്ന പ്രശ്നങ്ങളെ തദ്ദേശസ്വയംഭരണ സ്ഥാപനതലത്തിൽ അവതരിപ്പിച്ച് പരിഹാരം കാണാനും സമാന സ്വഭാവമുള്ള ഗ്രൂപ്പുകളുടെ കൂട്ടായ്മകളിലൂടെ കൺസോർഷ്യങ്ങളുണ്ടാക്കി വൻകുതിപ്പ് സൃഷ്ടിക്കാനും ഭാവിയിൽ സാധിക്കും. സംസ്ഥാനത്ത് ഇതുവരെയായി 20116 കുടുംബശ്രീ ഓക്സിലറി ഗ്രൂപ്പുകൾ രജിസ്റ്റർ ചെയ്ത് കഴിഞ്ഞു. ഒക്ടോബർ രണ്ടിനായിരുന്നു രജിസ്ട്രേഷൻ ആരംഭിച്ചത്. 3,25,000 ത്തിലേറെ യുവതികൾ ഓക്സിലറി ഗ്രൂപ്പുകളിൽ അംഗങ്ങളായി ചേർന്നു. ഒരു യൂണിറ്റിൽ അമ്പത് യുവതികൾക്ക് അംഗങ്ങളാവാം. ആ പരമാവധി അംഗസംഖ്യ ഓരോ യൂണിറ്റും യാഥാർത്ഥ്യമാക്കും. തൊഴിൽ മുടങ്ങിയവരും കോഴ്സുകളൊക്കെ പൂർത്തിയാക്കിയപ്പോൾ വിവാഹിതരാവുകയും തുടർന്ന് വീട്ടമ്മമാരായി മാറിയതുമായ നിരവധി യുവതികൾ സംസ്ഥാനത്തുണ്ട്. ഇവർക്ക് നൈപുണി വികസനത്തിനുള്ള അവസരമൊരുക്കുമ്പോൾ കേരളത്തിൽ യുവതികളുടെ മെച്ചപ്പെട്ട ഒരു തൊഴിൽസേന തന്നെ ഉണ്ടാവും. കോവിഡാനന്തരം ലോകമാകെ വർക്ക് അറ്റ് ഹോം എന്ന നിലയിലാണ് പോവുന്നത്. അതിനെ സാധ്യതയായി കണ്ടുകൊണ്ട് യുവതികൾക്ക് സ്വന്തം വീടുകളിലിരുന്നും അങ്ങനെയല്ലാത്തവർക്ക് വീടിനടുത്തും ജോലി ലഭ്യമാക്കുവാനുള്ള പദ്ധതിയും ആവിഷ്കരിക്കുന്നുണ്ട്. ഇടതുപക്ഷ ജനാധിപത്യ മുന്നണി സർക്കാരിന്റെ പ്രധാനപ്പെട്ട പ്രഖ്യാപനമായ ആയിരത്തിൽ അഞ്ചുപേർക്ക് തൊഴിലെന്ന ലക്ഷ്യം കൈവരിക്കാൻ യുവതീ ഓക്സിലറി ഗ്രൂപ്പുകൾ വഴിയൊരുക്കും. ഇതിലൂടെ സാമൂഹ്യ മുന്നേറ്റത്തിന്റെ പുതിയൊരു ചരിത്രം രചിക്കപ്പെടും.

ഭൂരഹിത ഭവനരഹിതർക്കായി മനസ്സോടിത്തിരി മണ്ണ്

കേരളത്തിലെ ഭവനരഹിതരായ കുടുംബങ്ങൾക്ക് സ്വന്തം വീടെന്ന സ്വപ്നം സാക്ഷാൽക്കരിക്കാൻ 2016 ൽ കേരള സർക്കാർ ആവിഷ്കരിച്ച ഫ്ളാഗ്ഷിപ്പ് പദ്ധതിയാണ് ലൈഫ് മിഷൻ. മൂന്ന് ഘട്ടങ്ങളായാണ് പദ്ധതി നടപ്പിലാക്കുന്നത്. ഒന്നാം ഘട്ടത്തിൽ മുൻകാലങ്ങളിലെ ഭവന പദ്ധതികളിലൂടെ വീട് നിർമ്മാണം ആരംഭിച്ചതും പൂർത്തിയാക്കാത്തതുമായ വീടുകൾ പൂർത്തീകരിച്ച് നൽകി. രണ്ടാം ഘട്ടത്തിൽ, ഭവനരഹിതരായ എന്നാൽ, ഭൂമി സ്വന്തമായുള്ള കുടുംബങ്ങൾക്ക് വീടു നിർമിച്ചു കൊടുക്കുന്ന പദ്ധതിയായിരുന്നു. അത് 97 ശതമാനം പൂർത്തീകരിച്ചു. ലൈഫ്മിഷന്റെ മൂന്നാം ഘട്ടത്തിൽ ഭൂരഹിത-ഭവന രഹിത കുടുംബങ്ങൾക്ക് ഭൂമിയും വീടും ലഭ്യമാക്കാനാണ് തീരുമാനിച്ചിട്ടുള്ളത്. 2017ൽ തയ്യാറാക്കിയ ലൈഫ് മിഷൻ ഗുണഭോക്തൃ ലിസ്റ്റിൽ അവശേഷിക്കുന്നത് 97582 ഭൂരഹിതരാണ്. പട്ടികജാതി, പട്ടികവർഗ, ഫിഷറീസ് വകുപ്പുകൾ ലഭ്യമാക്കിയ ഗുണഭോക്തൃ ലിസ്റ്റിൽ 28,512 ഭൂരഹിതരും അവശേഷിക്കുന്നുണ്ട്. ലൈഫ് 2020 ലിസ്റ്റ് പ്രകാരം 1.97 ലക്ഷം ഭൂരഹിതർ ഉണ്ടാകുമെന്നാണ് കാണുന്നത്. വരുന്ന മൂന്നുവർഷംകൊണ്ട് ഏകദേശം 3.2 ലക്ഷം ഭൂരഹിതർക്ക് മൂന്ന് സെന്റ് വീതം ഭൂമി ലഭ്യമാക്കേണ്ടതുണ്ട്. അതിന് ഉദ്ദേശം 7,500 കോടി രൂപ ആവശ്യമായി വരും. സംസ്ഥാന സർക്കാരിന്റെയും തദ്ദേശ സ്വയംഭരണ സ്ഥാപനങ്ങളുടെയും മാത്രം മുൻകൈയിൽ ഈ ലക്ഷ്യം പൂർത്തിയാക്കുക എന്നത് അത്ര എളുപ്പമല്ല. ഇവിടെയാണ് സുമനസ്സുകളായ പൊതുജനങ്ങളും വ്യാപാരി വ്യവസായികളും പ്രവാസികളും സന്നദ്ധ സംഘടനകളും കേർപ്പറേറ്റ് സ്ഥാപനങ്ങളും മറ്റും സജീവമായി പങ്കാളികളാവേണ്ടത്. സംസ്ഥാന സർക്കാർ മനസ്സോടിത്തിരി മണ്ണ് എന്ന

ക്യാമ്പയിൻ ആരംഭിച്ചിരിക്കുന്നത് ഈ പശ്ചാത്തലത്തിലാണ്.

ഒന്നാം പിണറായി വിജയൻ സർക്കാരിന്റെ കാലത്ത് ലൈഫ് ഒന്നാം ഘട്ടത്തിൽ 52,623 വീടുകൾ പൂർത്തിയാക്കിയിട്ടുണ്ട്. ലൈഫ് രണ്ടാംഘട്ടത്തിൽ നിർമ്മിച്ചത് 88,594 വീടുകളാണ്. അന്ന് ആരംഭിച്ച ലൈഫ് മൂന്നാം ഘട്ടത്തിൽ 3,724 പേർ ഭൂമി ആർജ്ജിച്ചിട്ടുണ്ട്. ഭവന സമുച്ചയത്തിലൂടെ 362 പേരെ പുനരധിവസിപ്പിക്കാനും സാധിച്ചു. പി എം എ വൈ ലൈഫ് അർബ്ബനിലൂടെ 68,445 വീടുകളും പി എം എ വൈ റൂറലിലൂടെ 17,401 വീടുകളും യാഥാർത്ഥ്യമാക്കി. പട്ടികജാതി വികസന വകുപ്പ് 22605 വീടുകൾ പൂർത്തിയാക്കിയപ്പോൾ പട്ടികവർഗ വികസന വകുപ്പ് 1558 വീടുകൾ സാക്ഷാത്കരിച്ചു. മത്സ്യത്തൊഴിലാളി വകുപ്പ് നിർമിച്ച 4456 വീടുകളും ന്യൂനപക്ഷ ക്ഷേമ വകുപ്പിന്റെ 2,363 വീടുകളും ചേരുമ്പോൾ കഴിഞ്ഞ സർക്കാർ പാവങ്ങൾക്കായി നിർമിച്ച് നൽകിയത് 2,62,131 വീടുകളാണ്.

ഭവന സമുച്ചയങ്ങൾക്കും അക്കാലത്ത് തുടക്കമിട്ടിരുന്നു. ഭൂമിയുടെ ലഭ്യത കുറവായ ഇടങ്ങളിൽ ഫ്ളാറ്റുകൾ നിർമിച്ച് ഭവനരഹിതരെ അവിടേക്ക് പുനരധിവസിപ്പിക്കുന്ന നടപടി ജനപക്ഷമായ ഇടപെടലിന്റെ മറ്റൊരു മുഖമായിരുന്നു. ലൈഫ്മിഷനിലൂടെ ഭവനരഹിതർക്ക് വേണ്ടി 39 ഭവന സമുച്ചയങ്ങൾ നിർമിക്കാനാണ് ലക്ഷ്യമിട്ടിട്ടുള്ളത്. 2023 മാർച്ച് 31 ന് മുമ്പ് നാല് സമുച്ചയങ്ങൾ പൂർത്തീകരിക്കും. 44 യൂണിറ്റുകളുള്ള ഭവന സമുച്ചയങ്ങളാണ് ഈ നാലെണ്ണവും. കൊല്ലം ജില്ലയിലെ പുനലൂരും കോട്ടയത്ത് വിജയപുരത്തും ഇടുക്കി കരിമണ്ണൂരിലും കണ്ണൂരിലെ കടമ്പൂരിലും സമയബന്ധിതമായി നിർമ്മാണം പൂർത്തിയാക്കി, ഭവന രഹിതരായ കുടുംബങ്ങൾക്ക് കൈമാറും.

തുടർന്ന് ബാക്കിയുള്ള ഭവന സമുച്ചയങ്ങളുടെ നിർമ്മാണവും പൂർത്തിയാക്കുന്നതിനുള്ള നടപടിക്രമങ്ങളുമായി സർക്കാർ മുന്നോട്ടു പോവുകയാണ്. ആറ് ഭവന സമുച്ചയങ്ങളുടെ നിർമ്മാണം ഇപ്പോൾ നടന്നുകൊണ്ടിരിക്കയാണ്. പാർട്ടണർഷിപ്പ് പ്രോജക്ടിൽ മൂന്ന് ഭവന സമുച്ചയങ്ങളാണ് നിർമ്മിക്കുന്നത്. ഇവയുടെ നിർമ്മാണം പുരോഗമിക്കുന്നുണ്ട്. എട്ട് ഭവന സമുച്ചയങ്ങൾ നിർമ്മിക്കുന്നതിന് തടസ്സങ്ങൾ ഉയർത്തിയതിന്റെ ഭാഗമായി നിർമ്മാണം മുടങ്ങിയിട്ടുണ്ട്. പലതും വലതുപക്ഷ രാഷ്ട്രീയ കക്ഷികളുടെ കുത്തിത്തിരുപ്പിന്റെ ഭാഗമായി സംഭവിച്ച തടസ്സമാണ്. ഇതൊക്കെ രമ്യമായി പരിഹരിച്ച് എട്ട് ഫ്ളാറ്റുകളും പൂർത്തിയാക്കാൻ സാധിക്കുമെന്നാണ് പ്രതീക്ഷിക്കുന്നത്. നിക്ഷിപ്ത രാഷ്ട്രീയ ലക്ഷ്യത്തോടെ അശരണരായ ജനവിഭാഗങ്ങളുടെ സ്വന്തം വീടെന്ന സ്വപ്നത്തിന് ആരും തടസ്സം നിൽക്കുവാൻ പാടില്ല. അത് മനുഷ്യപക്ഷത്ത് നിൽക്കുന്ന രാഷ്ട്രീയ പ്രകാശനമല്ല.

രണ്ടാം പിണറായി വിജയൻ സർക്കാർ ലൈഫ് മിഷൻ പദ്ധതിയുടെ പുരോഗതി കൃത്യമായി മോണിറ്റർ ചെയ്താണ് മുന്നോട്ടുപോവുന്നത്. അതിനാൽത്തന്നെ എന്തെങ്കിലും പിഴവുകളോ, തടസ്സങ്ങളോ ഉണ്ടെങ്കിൽ

അവ പെട്ടെന്ന് പരിഹരിക്കാനും പദ്ധതി ഊർജ്ജസ്വലമായി മുന്നോട്ടു കൊണ്ടുപോകാനും കഴിയുന്നുണ്ട്. 2022–23 വർഷത്തിൽ ലൈഫ് മിഷനിലൂടെ ലക്ഷ്യമിടുന്നത് ഒരു ലക്ഷം വീടുകൾ പൂർത്തിയാക്കാനാണ്. ജനറൽ വിഭാഗത്തിൽ 40,000 വീടും പട്ടികജാതി വിഭാഗത്തിൽ 40,000 വീടും പട്ടികവർഗ വിഭാഗത്തിൽ 15,000 വീടും മത്സ്യത്തൊഴിലാളി വിഭാഗത്തിന് 5000 വീടുമാണ് ഇതിലുള്ളത്. 2022 ഏപ്രിൽ മുതൽ ഇതുവരെയായി 41,252 വീടുകളാണ് പൂർത്തീകരിച്ചിട്ടുള്ളത്. 64,000 വീടുകളുടെ നിർമ്മാണം പൂർത്തീകരിക്കാനുണ്ട്. അവ നിർമ്മിക്കുന്നതിനുള്ള പ്രാരംഭ പ്രവർത്തനങ്ങൾ ആരംഭിച്ചുകഴിഞ്ഞു.

ഭൂരഹിത ഭവന രഹിതരുടെ പുനരധിവാസം ലക്ഷ്യമിടുന്ന ലൈഫ് പദ്ധതിയുടെ മൂന്നാം ഘട്ടത്തിൽ സർക്കാരിന് പിന്തുണയുമായി സംഭാവനകളുമായി നിരവധി പേരാണ് മുന്നോട്ടുവരുന്നത്. അവരെ അഭിനന്ദിക്കാനും ആ മാതൃക പിന്തുടരാനും മലയാളികൾ തയ്യാറാവണം. മനസ്സോടിത്തിരി മണ്ണ് എന്ന ക്യാമ്പയിൻ ഇത്തരത്തിൽ മുന്നോട്ടുവരുന്ന സുമനസ്സുകൾക്ക് കൈകോർക്കാനുള്ള ഇടമാണ്.

മനസ്സോടിത്തിരി മണ്ണ് എന്ന ക്യാമ്പയിന്റെ ഉദ്ഘാടന വേളയിൽ കെ ചിറ്റിലപ്പിള്ളി ഫൗണ്ടേഷൻ സമാനതകളില്ലാത്ത സഹകരണവുമായാണ് മുന്നോട്ടുവന്നത്. 1000 ഭൂരഹിതരുടെ നിരാലംബമായ കൈകൾക്ക് ആലംബമേകാൻ അവർ തയ്യാറായി. ഒരു ഗുണഭോക്താവിന് 2.5 ലക്ഷം രൂപ വീതം നൽകുവാൻ 25 കോടി രൂപ കൈമാറുന്നതിനുള്ള ധാരണാപത്രം ഒപ്പിട്ട് കൈമാറുവാൻ അവർ മുന്നോട്ടുവന്നു. നെല്ലിക്കുഴി ഗ്രാമപഞ്ചായത്തിലെ ഭൂരഹിതർക്കായി 50 സെന്റ് ഭൂമി സംഭാവന ചെയ്ത സമീർ പി ബി ഭൂമിയുടെ ആധാരം പഞ്ചായത്ത് പ്രസിഡന്റിന് നൽകി. മനസ്സോടിത്തിരി മണ്ണിന്റെ ഉദ്ഘാടന വേദിയിൽ അപരന്റെ വേദന തിരിച്ചറിയുന്ന മനുഷ്യ സ്നേഹത്തിന്റെ ഗാഥയാണ് പ്രകാശിതമായത്.

ഏറെ വൈകിയില്ല. വിഖ്യാത ചലച്ചിത്രകാരനായ അടൂർ ഗോപാലകൃഷ്ണൻ സർക്കാരിന്റെ ഈ മഹാപ്രസ്ഥാനത്തിന് ഐക്യദാർഢ്യവുമായി മുന്നോട്ടുവന്നു. എന്നെ ഫോണിൽ ബന്ധപ്പെട്ട അദ്ദേഹം അടൂരിൽ അദ്ദേഹത്തിന്റെ ഉടമസ്ഥതയിലുള്ള 13.5 സെന്റ് ഭൂമി മനസ്സോടെ പങ്കുവെച്ചു. ഒരാഴ്ച പിന്നിടും മുമ്പ് ഫെഡറൽ ബാങ്കിന്റെ എക്സിക്യൂട്ടീവ് വൈസ് പ്രസിഡന്റ് ബാബു കെ എ ലൈഫ് മിഷന് ഭൂമി നൽകാനുള്ള സമ്മതപത്രവുമായി ഓഫീസിലേക്കെത്തി. മൂവാറ്റുപുഴയിൽ ഒന്നര ഏക്കർ ഭൂമിയും പെരുമ്പാവൂരിൽ പന്ത്രണ്ട് സെന്റും തൃശൂർ വരന്തരപ്പിള്ളിയിൽ അഞ്ച് സെന്റ് ഭൂമിയുമാണ് ഫെഡറൽ ബാങ്ക് ലൈഫ് മിഷനുവേണ്ടി നൽകുന്നത്.

കോഴഞ്ചേരിയിലെ ഹനീഫ–ജാസ്മിൻ ദമ്പതികൾ ഹജ്ജ് കർമ്മം നിർവഹിക്കാനുള്ള പണം കണ്ടെത്താനായി കരുതിവെച്ച ഭൂമിയുടെ ഒരു ഭാഗം ഭൂമിയും വീടുമില്ലാത്ത പാവപ്പെട്ട ഭവനരഹിതരുടെ സ്വന്തം വീടെന്ന സ്വപ്നം സാക്ഷാൽക്കരിക്കാനായി വിട്ടുനൽകിയത് മതനിര

പേക്ഷ കേരളത്തിന് അഭിമാനമേകിയ കാര്യമായിരുന്നു. അവർ വിട്ടു നൽകിയ 28 സെന്റ് ഭൂമിയിലൂടെ യഥാർത്ഥ വിശ്വാസത്തിന്റെ തെളിമയും സംശുദ്ധതയും ആ കുടുംബത്തിന്റെ പ്രവൃത്തിയിലൂടെ പ്രകാശിതമായി.

ഇതിനോടകം 2350 സെന്റ് ഭൂമി ഭൂരഹിത ഭവന രഹിതർക്ക് വേണ്ടി സംഭാവനയായി ലഭിച്ചു. തിരുവനന്തപുരം പൂവച്ചലിലെ സുകുമാരൻ വൈദ്യർ 250 സെന്റും കൊല്ലം പരവൂരിലെ ഹേമ ജയചന്ദ്രൻ 73 സെന്റും കൊല്ലം കടയ്ക്കലിലെ സുബ്രഹ്മണ്യം അബ്ദുള്ള 100 സെന്റും കോട്ടയം വൈക്കത്തെ ആർ ബി ബാബുവും ആർ ബി രാജലക്ഷ്മിയും 64 സെന്റും ഇടുക്കി പെരുവന്താനത്തെ മൈക്കിൽ എ കല്ലിവേലിൽ 200 സെന്റും മലപ്പുറം തൃക്കലങ്ങോട് പി പി ഫാത്തിമ 50 സെന്റും മലപ്പുറം പുറത്തൂർ കൈപ്പാടത്ത് അബ്ദുള്ള 50 സെന്റും പാലക്കാട് മണ്ണാർക്കാട്ടുള്ള തങ്കം 30 സെന്റും പാലക്കാട് കരിമ്പുഴ ഇളമ്പുളശ്ശേരി അഡ്യുക്കേഷണൽ ട്രസ്റ്റ് 45 സെന്റും പാലക്കാട് പെരുമാനൂർ വി വി ബാലകൃഷ്ണൻ 100 സെന്റും പാലക്കാട് കൊപ്പം വിപിന ചന്ദ്രൻ 30 സെന്റും ഭൂമിയാണ് ലൈഫ് മിഷനിലൂടെ അർഹമായ കൈകകളിലേക്ക് എത്തിക്കുന്നത്. ഈ പേരുകൾ ഇവിടെ എഴുതുന്നത് ഇവരെ നാട് അറിയാൻ വേണ്ടി തന്നെയാണ്. ഇത്തരം സുമനസുകളെ അംഗീകരിക്കാനും അഭിവാദ്യം ചെയ്യാനും സമൂഹം തയ്യാറാവണം. ഇനിയും നമുക്ക് ഭൂമി ആവശ്യമുണ്ട്. മനസ്സോടിത്തിരി മണ്ണിന്റെ സദുദ്ദേശ്യത്തെ മനസ്സിലാക്കി, നിറഞ്ഞ മനസ്സോടെ ഭൂമി കൈമാറാൻ ഇനിയും സുമനസ്സുകൾ മുന്നോട്ടുവരുമെന്നാണ് സർക്കാർ പ്രതീക്ഷിക്കുന്നത്.

ഈ ക്യാമ്പയിന്റെ ഭാഗമായി മൂന്ന് സെന്റും അതിൽ കൂടുതലും വിസ്തൃതിയുള്ള നിർമ്മാണയോഗ്യമായ ഭൂമി ഗുണഭോക്താക്കൾക്ക് വിട്ടു നൽകാൻ തയ്യാറാവുമ്പോൾ, അശരണരായ ഒരു കുടുംബത്തിന് കൈത്താങ്ങായി മാറാൻ സാധിക്കും. ലൈഫ് ഭവന പദ്ധതി പ്രകാരം ഭൂമി നൽകുന്നതിന് രജിസ്ട്രേഷൻ ഫീസും സ്റ്റാമ്പ് ഡ്യൂട്ടിയും അടക്കേണ്ടതില്ല. അങ്ങനെയല്ലെങ്കിൽ ഭൂമി വാങ്ങുവാനുള്ള തുക ഗുണഭോക്താക്കൾക്ക് നേരിട്ട് നൽകാനും സാധിക്കും. തദ്ദേശ സ്വയംഭരണ സ്ഥാപനങ്ങൾക്കും സർക്കാർ ഏജൻസികൾക്കും സംഭാവനകൾ നേരിട്ട് വാങ്ങാൻ സാധിക്കുകയുമില്ലല്ലോ. മേൽപ്പറഞ്ഞ രീതികളിൽ ഭൂമി ലഭ്യമാക്കുന്നത് തദ്ദേശ സ്ഥാപനങ്ങൾ അംഗീകരിച്ച ലൈഫ് ഗുണഭോക്താക്കൾക്ക് വേണ്ടി മാത്രമാണ്.

കേരളം രാജ്യത്തെ മറ്റ് സംസ്ഥാനങ്ങളിൽനിന്നും വേറിട്ട് നിൽക്കുന്നതിന് ഭൂപരിഷ്കരണം നടപ്പിലാക്കിയത് പ്രധാന കാരണമാണ്. ഫ്യൂഡൽ ജീർണ്ണതകളിൽ നുരച്ചുനിന്ന ഈ ഭൂമികയിൽനിന്നും ജൻമിത്വം ഇല്ലാതായത് ഭൂപരിഷ്കരണത്തിലൂടെയാണ്. ജാതി–മത–വർഗ വ്യത്യാസമില്ലാതെ ഭൂവിതരണം നടപ്പിലാക്കാൻ സംസ്ഥാനത്തിന് സാധിച്ചു. ഇ എം എസ് നമ്പൂതിരിപ്പാടിന്റെ നേതൃത്വത്തിലുള്ള സംസ്ഥാനത്തെ

ആദ്യത്തെ സർക്കാർ പടുത്തുയർത്തിയ അടിത്തറയിൽനിന്നാണ് നാം ഇന്ന് ഭൂരഹിത ഭവനരഹിതർക്ക് വീടുകൾ നിർമ്മിച്ച് നൽകുന്നത്. കുടികിടപ്പ് സമരത്തിന്റേയും മിച്ചഭൂമി സമരത്തിന്റേയും തിളക്കമുള്ള ഏടുകൾ കേരളത്തിലുണ്ട്. ഭരണകൂടത്തോടും അതിന്റെ വക്താക്കളായ ജാതി ജൻമി നാടുവാഴിത്ത വ്യവസ്ഥയോടും പൊരുതിയാണ് പുരോഗമന സമൂഹമായി നാം മാറിയത്. സമരഭരിതമായ ഭൂതകാലങ്ങൾക്ക് നേതൃത്വം നൽകിയവർ നയിക്കുന്ന കേരളത്തിലെ ഇന്നത്തെ ഭരണത്തിലൂടെ ജനകീയ ബദലുകൾ ഉയർത്തിപ്പിടിച്ച് നവകേരള നിർമ്മിതി യാഥാർത്ഥ്യമാക്കുമ്പോൾ, മനസ്സോടിത്തിരി മണ്ണ് എന്ന മാനവികത ഉയർത്തിപ്പിടിക്കുന്ന ക്യാമ്പയിന് ഏറെ പ്രസക്തിയുണ്ട്.

തെളിനീരൊഴുകും നവകേരളം സൃഷ്ടിക്കാം

നാടിന്റെ നിലനിൽപ്പിനായി നിരവധി പരിസ്ഥിതി പ്രസ്ഥാനങ്ങൾ കേരളത്തിൽ പിറവികൊണ്ടിട്ടുണ്ട്. നെൽവയൽ നീർത്തട സംരക്ഷണ ത്തിന് വേണ്ടിയും മലകളെയും പുഴകളെയും സംരക്ഷിക്കാനും നീരൊ ഴുക്കുകളെ നിലനിർത്താനും മറ്റും പലപ്പോഴും നാം കൈകൾ കോർത്തു. എന്നാൽ, പൊതുശുചിത്വത്തിന്റെയും പരിസര ശുചിത്വത്തിന്റെയും കാര്യ ത്തിൽ വേണ്ടത്ര അവബോധം ഇവിടില്ല. നാടിന് ഭീഷണിയായി മാറുന്ന മാലിന്യത്തെ പറ്റി ചർച്ച ചെയ്തുതുടങ്ങിയിട്ട് നാളുകളേറെയായി. എന്നിട്ടും പ്ലാസ്റ്റിക് മാലിന്യങ്ങൾ ഉൾപ്പെടെ വലിച്ചെറിയുന്ന ശീലവും മാലിന്യ കൂമ്പാരങ്ങൾ സൃഷ്ടിക്കുന്ന സംസ്കാരവും ഇല്ലാതാക്കാൻ സാധിക്കുന്നില്ല. ഈയൊരു ഘട്ടത്തിലാണ് കേരള സർക്കാർ തെളിനീ രൊഴുകുന്ന നവകേരളത്തിന്റെ സൃഷ്ടിക്കായി സമൂഹത്തിലെ എല്ലാ സുമനസ്സുകളുടെയും സഹകരണം തേടുന്നത്.

ജലമാലിന്യ സംസ്കരണ മേഖലയിൽ രാജ്യത്തിനുതന്നെ മാതൃ കയാവുന്ന ഒരധ്യായമാണ് കേരളം രചിക്കാൻ പോകുന്നത്. അതിനായി നീരൊഴുക്കുകളെ മലിനമാക്കുന്ന മാലിന്യ സ്രോതസ്സുകൾ കണ്ടെത്തു വാനായി ജലാശയങ്ങളുടെ തീരങ്ങളിലൂടെ ജനപ്രതിനിധികളുടെ നേതൃ ത്വത്തിൽ ജലനടത്തം സംഘടിപ്പിക്കും. സംസ്ഥാനത്തെ എല്ലാ തദ്ദേശ സ്വയംഭരണ സ്ഥാപനങ്ങളിലെയും ജനപ്രതിനിധികളുടെ നേതൃത്വത്തിൽ അവരുടെ വാർഡുകളിലെ നീരൊഴുക്കുകൾ ജലനടത്തത്തിലൂടെ പരി ശോധനയ്ക്ക് വിധേയമാക്കും. ഇന്നുമുതൽ ആറ് ദിവസംകൊണ്ട് ജല നടത്തം പൂർത്തിയാക്കും. ഇങ്ങനെ കണ്ടെത്തുന്ന മാലിന്യ പ്രശ്നങ്ങൾ വാർഡ് തലത്തിൽ വിളിച്ചുചേർക്കുന്ന പ്രത്യേക ജനകീയ ജലസഭയിൽ ചർച്ച ചെയ്ത് പരിഹാരമാർഗങ്ങൾ കാണും. ജലാശയങ്ങളുടെ ഗുണ

നിലവാര പരിശോധനയും ഇതിനൊപ്പം നടത്തും. തുടർന്ന് മെയ് രണ്ടാം വാരത്തിൽ ജനകീയ ജലാശയ ശുചീകരണത്തിനായി ആ നാട് മുന്നോട്ടുവരും. 'തെളിനീരൊഴുകും നവകേരളം' എന്ന മുദ്രാവാകൃവുമായി സമ്പൂർണ്ണ ജലശുചിത്വ യജ്ഞം നടപ്പിലാക്കുന്നത്, സംസ്ഥാനത്തെ എല്ലാത്തരം ജലസ്രോതസ്സുകളെയും മാലിന്യ മുക്തമാക്കി സംരക്ഷിക്കുന്നതിനായാണ്. തദ്ദേശ സ്ഥാപനങ്ങളുടെ നേതൃത്വത്തിൽ ഗാർഹിക, സ്ഥാപന, പൊതുതലങ്ങളിൽ കക്കൂസ് മാലിന്യ സംസ്കരണത്തിനും മലിനജല സംസ്കരണത്തിനും സംവിധാനങ്ങൾ ഒരുക്കുമ്പോൾ തീർച്ചയായും കേരളം സമ്പൂർണ്ണ ജലശുചിത്വ സംസ്ഥാനമായി മാറും.

സർക്കാർ സംവിധാനങ്ങളോ, ഏതെങ്കിലും ഏജൻസികളോ മാത്രം വിചാരിച്ചാൽ ഒരിക്കലും മാലിന്യ പ്രശ്നങ്ങൾക്ക് പരിഹാരമുണ്ടാക്കാൻ കഴിയില്ല. ജനപങ്കാളിത്തത്തോടെയുള്ള വലിയൊരു പരിശ്രമം അതിന് ആവശ്യമാണ്. സംസ്ഥാന സർക്കാർ ആ മാർഗമാണ് അവലംബിക്കുന്നത്. വീടുകളിലും സ്ഥാപനങ്ങളിലും പൊതുഇടങ്ങളിലും ശാസ്ത്രീയ ദ്രവമാലിന്യപരിപാലനം ഒരുക്കിയും വാതിൽപ്പടി പാഴ്വസ്തു ശേഖരണം സമ്പൂർണമാക്കിയും ജലസ്രോതസ്സുകളെ മാലിന്യ മുക്തമാക്കാനുള്ള പരിശ്രമം ഇത്തരത്തിലുള്ളതാണ്.

പണ്ടും നമ്മുടെ വീടുകളിൽ മാലിന്യങ്ങൾ ഉണ്ടാവുമായിരുന്നു. മിക്കവാറും പാചകത്തിന്റെ ശേഷിപ്പുകളാവും. കോഴികൾക്കും പശുവിനുമുള്ള ഭക്ഷണമായും ബാക്കിയുള്ളവ കൃഷിത്തോട്ടത്തിൽ വളമായി മാറുന്ന രീതിയുമായിരുന്നു അന്നുണ്ടായിരുന്നത്. ജനസംഖ്യയിലുണ്ടായ വർധനവും നഗരവൽക്കരണവും ഫ്ളാറ്റുകളുടെ വ്യാപനവുമൊക്കെ വന്നപ്പോൾ പുതിയ കാലത്തിനൊത്ത രീതിയിൽ മാലിന്യപരിപാലനത്തിന്റെ ആരോഗ്യകരമായ സംസ്കാരമൊന്നും ആരും സ്വാംശീകരിച്ചില്ല. ഇന്നത്തെ മാലിന്യങ്ങളിൽ വലിയൊരു പങ്ക് അജൈവ പാഴ്വസ്തുക്കളാണ്. അവ ഒരു പ്ലാസ്റ്റിക് സഞ്ചിയിൽ പൊതിഞ്ഞ് വലിച്ചെറിയുന്ന അപസംസ്കാരമാണ് രൂപപ്പെട്ടുവന്നിട്ടുള്ളത്. തെരുവുകളുടെ കോണുകളിലും ഒഴിഞ്ഞ പറമ്പുകളിലും ഇത്തരം പ്ലാസ്റ്റിക് കൂനകൾ കാണാനാവും. ഇതുമൂലമുണ്ടാകുന്ന ആരോഗ്യ, പാരിസ്ഥിതിക പ്രശ്നങ്ങൾ നിരവധിയാണ്. ലോകാരോഗ്യ സംഘടനയുടെ കണക്കനുസരിച്ച് ഇന്ന് നാലിലൊന്ന് രോഗങ്ങൾക്ക് കാരണവും അശാസ്ത്രീയമായ മാലിന്യ സംസ്കരണമാണ്.

ഈ സാഹചര്യത്തിലാണ് ഹരിത കേരളം മിഷൻ, മാലിന്യ സംസ്കരണത്തിൽ ഒരു സാംസ്കാരിക മുന്നേറ്റം ലക്ഷ്യമാക്കി പ്രവർത്തിക്കുന്നത്. ഇതിനായുള്ള അടിസ്ഥാന സൗകര്യങ്ങൾ പ്രാദേശിക ഭരണകൂടങ്ങളിലൂടെ സംസ്ഥാന സർക്കാർ സജ്ജമാക്കുന്നുണ്ട്. റെഡ്യൂസ്, റീയൂസ് ആന്റ് റീസൈക്കിൾ എന്നീ മൂന്ന് തത്വങ്ങളിലൂന്നിയുള്ള പ്രവർത്തനങ്ങളാണ് നടന്നുവരുന്നത്. ഗ്രീൻ പ്രോട്ടോക്കോൾ നടപ്പിലാക്കുക, പ്രകൃതി സൗഹൃദ വസ്തുക്കളുടെയും പുനരുപയോഗ സാധ്യമായവയു

ടെയും ഉപയോഗം പ്രോത്സാഹിപ്പിക്കുക, ഒരിക്കൽ ഉപയോഗിച്ച് വലിച്ചെറിയുന്ന വസ്തുക്കൾ നിരുത്സാഹപ്പെടുത്തുക തുടങ്ങി വിവിധ മാർഗങ്ങൾ അവലംബിച്ച് മാലിന്യത്തിന്റെ അളവ് കുറയ്ക്കലാണ് ആദ്യഘട്ടം. ഇത് സംബന്ധിച്ച് ജനങ്ങളിൽ അവബോധമുണ്ടാക്കാൻ ഒരുപരിധിവരെ സാധിച്ചിട്ടുണ്ട്. അറിവില്ലായ്മയും അജ്ഞതയുംമൂലം നമ്മൾ പാഴാക്കുന്നത് പരിമിതങ്ങളായ പ്രകൃതി വിഭവങ്ങൾ കൂടിയാണ്. അളവില്ലാതെ മാലിന്യങ്ങൾ സൃഷ്ടിച്ച്, അത് നിർമ്മാർജ്ജനം ചെയ്യുന്നതിനുള്ള മാർഗ്ഗം തേടുന്നതിനേക്കാൾ നല്ലത്, മാലിന്യങ്ങളുടെ അളവ് കുറയ്ക്കുന്നതാണ്. ഉത്തരവാദിത്വമുള്ള ഒരു സമൂഹം പിന്തുടരേണ്ട രീതി അതാണ്.

പലവിധ സാങ്കേതികവിദ്യകളാൽ രൂപപ്പെടുത്തുന്ന വസ്തുക്കൾ മാലിന്യങ്ങളിൽ കാണാനാവും. ഇവ ഏതെങ്കിലും ഒരു സാങ്കേതിക വിദ്യ ഉപയോഗിച്ച് അപ്രത്യക്ഷമാക്കുന്നതല്ല മാലിന്യ സംസ്കരണം. ജൈവ മാലിന്യങ്ങളെ തരംതിരിച്ച് കമ്പോസ്റ്റിംഗിലൂടെയും അജൈവ മാലിന്യങ്ങളെ തരംതിരിച്ച് പുനഃചംക്രമണം ചെയ്യുന്നതിലൂടെയും മാലിന്യ സംസ്കരണം നടത്തുന്നതാണ് മികച്ച പ്രകൃതി സൗഹൃദ രീതി. തദ്ദേശ സ്ഥാപനങ്ങൾ മെറ്റീരിയൽ റിക്കവറി ഫെസിലിറ്റികൾ പ്രവർത്തനസജ്ജമാക്കുന്നതിലൂടെ മാലിന്യത്തിന്റെ അളവ് കുറയും. നിലവിൽ മാലിന്യങ്ങളായി വലിച്ചെറിയുന്ന പല വസ്തുക്കളും റീസൈക്ളിങ്ങിനായി തിരിച്ചെടുക്കുന്നതും ഇതിന് ഗുണം ചെയ്യും. വിഭവങ്ങളുടെ അനാവശ്യ ഉപഭോഗം തടയുന്നതിന് സംസ്ഥാനത്ത് പല തദ്ദേശസ്ഥാപനങ്ങളും സ്ഥിരം കൈമാറ്റക്കടകൾ ആരംഭിച്ചിട്ടുണ്ട്. ഇവിടെ നിന്നും സൗജന്യമായും മിതമായ നിരക്കിലും ആളുകൾക്ക് ഉപയോഗ യോഗ്യമായ ഇലക്ട്രിക്, ഇലക്ട്രോണിക് സാധനങ്ങൾ, കളിപ്പാട്ടങ്ങൾ, വസ്ത്രങ്ങൾ, ഫർണിച്ചറുകൾ മുതലായവ ലഭിക്കുന്നുണ്ട്. വീടുകളിൽ ഉപയോഗിക്കാതെ കിടക്കുന്ന സാധനങ്ങളും അധികമുള്ള ഫർണിച്ചറുകളും വസ്ത്രങ്ങളും മറ്റും ഇത്തരം ഷോപ്പുകളിലെത്തിക്കുകയും ആവശ്യക്കാർക്ക് കൈമാറാനുള്ള സാധ്യത ഒരുക്കുകയും ചെയ്യുന്ന രീതി വളർന്നുവരുന്നുണ്ട്.

വലിച്ചെറിയുന്ന രീതി ഒഴിവാക്കി, ഉറവിടങ്ങളിൽനിന്നും പാഴ്വസ്തുക്കൾ ശേഖരിക്കുന്നതിന് ഹരിത കർമ്മസേനയുടെ പ്രവർത്തനങ്ങൾ 1021 തദ്ദേശ സ്ഥാപനങ്ങളിൽ ഇതിനകം ആരംഭിച്ചു കഴിഞ്ഞു. നൂറ് ശതമാനം വീടുകളിൽനിന്നും സ്ഥാപനങ്ങളിൽ നിന്നുമുള്ള പാഴ്വസ്തു ശേഖരണം ഉറപ്പാക്കുന്ന നടപടികളുമായാണ് ഇവർ മുന്നോട്ടുപോകുന്നത്. 'വലിച്ചെറിയൽ മുക്ത കേരളം' ജനകീയ ക്യാമ്പയിന് തുടക്കം കുറിക്കുന്നതോടെ മാലിന്യം വലിച്ചെറിയുന്ന രീതി അവസാനിക്കുമെന്നാണ് പ്രതീക്ഷിക്കുന്നത്. ഇതിന്റെ ഭാഗമായി തദ്ദേശ സ്ഥാപന അടിസ്ഥാനത്തിൽ ഹോട്ട്സ്പോട്ടുകൾ നിശ്ചയിച്ച് സി സി ടി വി സ്ഥാപിക്കുകയും നിരീക്ഷണം ഉറപ്പാക്കുകയും ചെയ്യും. ഗ്രീൻ പ്രോട്ടോക്കോൾ ക്യാമ്പയിന്റ തുടർച്ചയായി പൊതുയിടങ്ങളെയും ജലാശയങ്ങളെയും

വലിച്ചെറിയൽ മുക്തമാക്കുന്നതിനായി ലിറ്റർ ഫ്രീ ക്യാമ്പയിനും ആരംഭിക്കും.

വീടുകളിലെത്തി പാഴ്വസ്തുക്കൾ ശേഖരിക്കുന്ന ഹരിതകർമ്മസേനയ്ക്ക് ഇലക്ട്രിക് വാഹനം ലഭ്യമാക്കാനുള്ള നടപടികളുമായി സർക്കാർ മുന്നോട്ടുപോകുന്നത് കാർബൺ ന്യൂട്രൽ സന്ദേശം ജനങ്ങളിലെത്തിക്കാൻകൂടിയാണ്. ജൈവമാലിന്യ പരിപാലനത്തിന്റെ ഭാഗമായി തദ്ദേശ സ്വയംഭരണ സ്ഥാപനങ്ങളും ഉറവിടത്തിൽ മാലിന്യം നിർമ്മാർജ്ജനം ചെയ്യുന്ന വീടുകളും ഉൽപ്പാദിപ്പിക്കുന്ന ജൈവവളം ശേഖരിച്ച് ബ്രാൻഡ് ചെയ്ത് വിപണിയിൽ ഇറക്കുന്നതിനുള്ള നടപടികൾ കുടുംബശ്രീ മിഷന്റെ നേതൃത്വത്തിൽ നടന്നുവരുന്നുണ്ട്. വാതിൽപ്പടി ശേഖരണത്തിലൂടെ വീണ്ടെടുക്കുന്നവ ശാസ്ത്രീയമായി പുനഃചംക്രമണം ചെയ്യുന്നതിനുള്ള സംവിധാനങ്ങൾ നമ്മുടെ സംസ്ഥാനത്ത് പരിമിതമാണ്. പലപ്പോഴും ഇത്തരം മാലിന്യ സംസ്കരണത്തിന് സാങ്കേതികമായ സൗകര്യങ്ങൾ പ്രാദേശികമായി ലഭ്യമാകാറില്ല. അന്യസംസ്ഥാനങ്ങളെ ഇക്കാര്യത്തിൽ ആശ്രയിക്കേണ്ടി വരുമ്പോൾ മാലിന്യ സംസ്കരണ പ്രവർത്തനങ്ങൾക്ക് തടസ്സമുണ്ടാവുകയും ചെലവിൽ വർധനവുണ്ടാവുകയും ചെയ്യും. ഇത് പരിഹരിക്കുന്നതിനായി സംസ്ഥാനത്ത് തന്നെ പുനഃചംക്രമണ സംവിധാനങ്ങൾ സ്വകാര്യ സംരംഭകരുടെ സഹകരണത്തോടെ സ്ഥാപിക്കുന്നതിനുള്ള നടപടികൾക്ക് സർക്കാർ തുടക്കമിട്ടിട്ടുണ്ട്. കോഴി-അറവുമാലിന്യം മൂല്യവർധിത ഉൽപ്പന്നങ്ങളാക്കി മാറ്റുന്നതിന് ഒരു മാർഗ്ഗരേഖ സർക്കാർ തയ്യാറാക്കിയിരുന്നു. ഇതിന്റെ ഭാഗമായി 11 ജില്ലകളിൽ 33 റെൻഡറിങ് പ്ലാന്റുകൾ പ്രവർത്തനം ആരംഭിച്ചു. എല്ലാ ജില്ലകളിലും ഇത്തരം പ്ലാന്റുകൾ സ്ഥാപിച്ച്, കോഴി-അറവുമാലിന്യ മുക്ത സംസ്ഥാനമാക്കി കേരളത്തെ മാറ്റാനാണ് ലക്ഷ്യമിടുന്നത്. സ്വകാര്യ സംരംഭകരുടെ സഹായത്തോടെ കൺസ്ട്രക്ഷൻ ആൻഡ് ഡെമോളിഷൻ വേസ്റ്റ് റിക്കവറി സെന്ററുകൾ സ്ഥാപിക്കാനുള്ള പദ്ധതിയും ഒരുങ്ങുന്നുണ്ട്. കേരള എൻവിറോ ഇൻഫ്രാസ്ട്രക്ച്ചർ ലിമിറ്റഡിന്റെ നേതൃത്വത്തിൽ സാനിറ്ററി മാലിന്യങ്ങൾക്കും ബയോ മെഡിക്കൽ മാലിന്യങ്ങൾക്കുമുള്ള പരിപാലന സൗകര്യം തയ്യാറായിക്കഴിഞ്ഞു. ഈ പദ്ധതിയുടെ ഭാഗമായി സയന്റിഫിക് ലാൻഡ്ഫിൽ കേന്ദ്രങ്ങളും ബയോ മെഡിക്കൽ വേസ്റ്റ് പരിപാലന സംവിധാനങ്ങളും കൂടുതലായി സജ്ജമാക്കുവാനും ആസൂത്രണം ചെയ്യുന്നുണ്ട്.

തദ്ദേശ സ്ഥാപനങ്ങളുടെ നേതൃത്വത്തിൽ നടപ്പിലാക്കി വരുന്ന ശുചിത്വ-മാലിന്യ സംസ്കരണ പ്രവർത്തനങ്ങൾ വാർഡ്തലം മുതൽ സംസ്ഥാനതലം വരെ ദൈനംദിനം നിരീക്ഷിക്കുന്നതിനും ഇത് സംബന്ധിച്ച വിശദാംശങ്ങൾ രേഖപ്പെടുത്തുന്നതിനും തയ്യാറാക്കിയ മൊബൈൽ ആപ്ലിക്കേഷനാണ് സ്മാർട്ട് ഗാർബേജ്ആപ്പ്. മെയ് 15 മുതൽ 365 തദ്ദേശസ്ഥാപനങ്ങളിൽ ഈ ആപ്ലിക്കേഷൻ നടപ്പിലാക്കുകയാണ്. വൈകാതെ അത് സംസ്ഥാനമാകെ വ്യാപിപ്പിക്കും. കേരളത്തിലെ മാലിന്യ സംസ്കരണ

പ്രവർത്തനങ്ങളുടെ വിശദാംശങ്ങൾ ഒറ്റ ആപ്ലിക്കേഷനിൽ ലഭ്യമാക്കാനാണ് ഇതിലൂടെ സർക്കാർ ലക്ഷ്യമിടുന്നത്.

സംസ്ഥാന സർക്കാരും തദ്ദേശ സ്വയംഭരണ സ്ഥാപനങ്ങളും വിവിധങ്ങളായ പരിപാടികളും നടപടിക്രമങ്ങളും മാലിന്യ സംസ്കരണത്തിനായി നടപ്പിലാക്കുമ്പോൾ അവയ്ക്ക് പൂർണത ലഭിക്കണമെങ്കിൽ ജനപങ്കാളിത്തം അനിവാര്യമാണ്. ശുചിത്വമിഷൻ മുന്നോട്ടുവയ്ക്കുന്ന 'എന്റെ മാലിന്യം എന്റെ ഉത്തരവാദിത്വം' എന്ന ആശയം പ്രസക്തമാവുന്നത് ഇവിടെയാണ്. വീടുകളിലും സ്ഥാപനങ്ങളിലും ഉൽപ്പാദിപ്പിക്കുന്ന ജൈവമാലിന്യങ്ങൾ ഉറവിടത്തിൽത്തന്നെ അവരവർ കമ്പോസ്റ്റാക്കാൻ തയ്യാറാവണം. സ്വന്തം ഉത്തരവാദിത്വത്തിൽ കമ്പോസ്റ്റിംഗ് ആരംഭിച്ചാൽ വഴിയരികിലും പൊതുഇടങ്ങളിലും മാലിന്യങ്ങൾ ഉപേക്ഷിക്കുന്ന അപരിഷ്കൃതവും അപമാനകരവുമായ രീതി ഇല്ലാതാക്കാൻ കഴിയും. ഉത്സവങ്ങൾക്കും മറ്റ് പൊതുചടങ്ങുകൾക്കും മാത്രമല്ല, ദൈനംദിന ജീവിതത്തിലും ഗ്രീൻ പ്രോട്ടോക്കോൾ പാലിച്ച് പ്രകൃതി സൗഹൃദവും മാലിന്യരഹിതവുമായ ജീവിത സംസ്കാരം ഉയർത്തിപ്പിടിച്ച് വരും തലമുറയോടുള്ള കരുതൽ പങ്കുവയ്ക്കാം. ലോകത്ത് നാം കാണാൻ ആഗ്രഹിക്കുന്ന മാറ്റത്തിന്റെ തുടക്കം നമ്മളിൽനിന്ന് തന്നെ ആരംഭിക്കട്ടെ.

www.ingramcontent.com/pod-product-compliance
Lightning Source LLC
LaVergne TN
LVHW100308051026
849517LV00006B/2223
* 9 7 8 9 3 9 4 7 5 3 7 7 8 *